ISI

நிழல் அரசின் நிஜ முகம்

ISI

நிழல் அரசின் நிஜ முகம்

பா. ராகவன்

Title : ISI : NIZHAL ARASIN NIJA MUGAM
Author's Name : PA. RAGHAVAN

Published by Ezutthu Prachuram

Ezutthu Prachuram
(An imprint of Zero Degree Publishing)
No.55(7), RBlock,
6th Avenue, Anna Nagar
Chennai - 600040

Website: www.zerodegreepublishing.com
E Mail id: zerodegreepublishing@gmail.com
Phone : 98400 65000

Ezutthu Prachuram First Edition: February 2021
ISBN : 978-93-90884-90-2
TITLE NO EP : 183

Cover Art : Rajan PR
Layout : Vidhya Velayudham

Author's Home Page: https://writerpara.com
Email: writerpara@gmail.com

அன்புடன்

நண்பர் சி. சரவண கார்த்திகேயனுக்கு.

பொருளடக்கம்

அறிமுகம்

1. புதிய குழந்தை

வெற்றி என்று நினைக்க முடியவில்லை, லியாகத் அலி கானால். இலக்கில் கிட்டத்தட்ட பாதி வசமானதை அரை வெற்றி என்று கருதுவதற்கில்லை. அதற்குப் பெயரும் முழுத் தோல்விதான்.

உலகம் பார்த்துக்கொண்டிருக்கிறது. அமெரிக்கா முதல் ஜப்பான் வரை. சோவியத் ரஷ்யா முதல் ஆஸ்திரேலியா வரை. சொல்வதற்கில்லை. வானுலகிலிருந்து பரம்பொருளும் கூட ஆர்வமுடன் பார்த்துக்கொண்டிருக்கக் கூடும். காரியம் கைகூடிவிடுமா? மிகப்பெரிய முயற்சி. அசுர முயற்சி. இதில் வென்றுவிட்டால் போதும். போராடிப் பெற்ற புதிய தேசத்தின் கொண்டையில் ஒரு பனிச்சிறகு சொருகிக்கொள்ளலாம். கண்ணாடி முன் நின்று காலரைத் தூக்கிவிட்டுக் கொள்ளலாம். கைதட்டுங்கள் என்று உரக்கக் கத்தி, தானும் தட்டலாம்.

பதற்றமும் ஆர்வமும் மேலோங்க அவர் இரவுகளில் தூங்காமல் இதையேதான் நினைத்துக்கொண்டிருந்தார்.

ஆனால் காரியம் கெட்டுவிட்டது. காஷ்மீர் மன்னர் ஹரிசிங், இந்தியாவுடன் காஷ்மீரை இணைக்க ஒப்புக்கொண்டு இந்திய ராணுவத்தின் உதவியுடன் யுத்தத்தில் சாதித்துவிட்டதை முற்றிலும் எதிர்பார்க்கவில்லை என்று சொல்லிவிட முடியாது. டோக்ரா மன்னர்களின் சரித்திரம் தெரியாதா? காலை வாருவதில் ஹரிசிங்கின் முன்னோர்கள் செய்யாத சாதனையா? ஆங்கிலோ - சீக்கிய யுத்தத்தில்* (1845-46ல் நடைபெற்றது. பிரிட்டிஷ் கிழக்கிந்திய கம்பெனியின் எல்லை விஸ்தரிப்பு முயற்சிகளின் ஒரு பகுதியாக, அரசியல் குழப்பங்களில் சிக்கிக்கிடந்த லாகூர்

சமஸ்தானத்தின் மீது படையெடுத்தார்கள். சீக்கிய மன்னர் ரஞ்சித் சிங்கின் வழித்தோன்றல்களால் படையெடுப்பைத் தாக்குப்பிடிக்க முடியவில்லை. சீக்கிய அணியில் இருந்த டோக்ரா வம்சத்தவர்கள் பிரிட்டிஷ் படைக்கு உளவாளிகள் போல் செயல்பட்டு, போரில் சீக்கியர்கள் தோல்வியுறக் காரணமானார்கள்.) சீக்கியப் படைகளைக் காட்டிக்கொடுத்ததற்குப் பரிசாகத்தானே காஷ்மீரையே பெற்றார்கள்?

ஆனால் தன் படை சாதிக்கும் என்று லியாகத் நினைத்திருந்தார். அவரது எதிர்பார்ப்பு அப்பழுக்கற்றது. காஷ்மீரை பாகிஸ்தானுடன் இணைக்கும் நடவடிக்கைக்காக என்ன வேண்டுமானாலும் செய்யத் தயாராக இருந்தார். ஆயுதங்கள். பணம். ராணுவ வாகனங்கள். சீருடை. வடமேற்கு எல்லைப்புற மாகாணத்து ஆதிவாசிகள் கனவில் கூட நினைத்துப் பார்த்திருக்க முடியாது. அரைபிளேடு கிரிமினல்களாக மட்டுமே அட்டகாசம் செய்துகொண்டிருந்த கூட்டம் அது. முதல்முறையாக ராணுவ அந்தஸ்து கொடுத்து, ஆயுதங்கள் அளித்து காஷ்மீருக்கு அனுப்பிவைத்தார்கள். எதற்கும் இருக்கட்டும் என்று மேஜர் குர்ஷித் அன்வர் சிலவார காலம் போர்ப் பயிற்சியும் அளித்துத்தான் அனுப்பியிருந்தார்.

நமது சொந்தச் சகோதரர்கள் அங்கே துன்பத்தில் சாகிறார்கள். நீங்கள் போய்க் காப்பாற்ற வேண்டியது. பதிலுக்கு ஸ்ரீநகரை நீங்கள் முடிந்தவரை கொள்ளையடித்துக் கொள்ளலாம் என்று வாய்வழி அனுமதி அளிக்கப்பட்டது.

உற்சாகத்துடன்தான் புறப்பட்டார்கள். இளமைத் துடிப்பும் செயல்வேகமும் மிக்க சைரப் கயாத்கான் படைக்குத் தலைமை தாங்கிப் புறப்பட்டபோது லியாகத் அலிகானின் உதடுகள் 'ஜிஹாத்' என்று உச்சரித்தது.

சந்தேகமில்லை. அவரைப் பொறுத்தவரை காஷ்மீருக்காக ஒரு யுத்தம் என்பது புனிதப் போர்தான். பெரும்பான்மை மக்கள் முஸ்லிம்கள். ஒரே ஒரு ஹிந்து மன்னர். மக்களின் விருப்பத்துக்குச் செவி கொடுக்காத மன்னர். அட, அவர்கள் விருப்பம்தான் என்ன? அதையாவது கேட்டுவிட்ட பிறகல்லவா முடிவெடுத்திருக்க வேண்டும்? காஷ்மீரத்து முஸ்லிம்கள்

அத்தனை பேரும் இந்தியாவுடன் தான் இணையவேண்டும் என்று சொல்லியிருந்தார்கள் என்றால் பேச்சுக்கே இடமில்லை. ஆனால் அவர்கள் வாய்திறக்கக்கூட ஒரு சந்தர்ப்பம் கொடுக்காமல் அவசர அவசரமாக இந்தியாவுடன் இணைப்பு ஒப்பந்தத்தில் கையெழுத்திட்டிருக்கிறார். கோழை. வெறும் கோழை. எல்லை தாண்டி, பாகிஸ்தானின் படைகள் வருவது தெரிந்ததுமே இந்தியாவின் புடைவைக்குப் பின்னால் போய் ஒளிந்துகொண்டுவிட்ட கோழை.

ஆத்திரம் பொங்கிப் பொங்கி வந்தது. எதை மறக்க முடிகிறது?

லியாகத்தின் கோபம் அதுமட்டுமல்ல. அத்தனை கட்டுக்கோப்பாக, உற்சாகமாக காஷ்மீருக்குள் புகுந்த பதான் படைகள், காஷ்மீர் மண்ணில் கால் வைத்ததுமே தன் கட்டுப்பாட்டை இழந்துவிட்டது. காஷ்மீரை மீட்டபின் அல்லவா ஸ்ரீநகரைக் கொள்ளையடித்துக்கொள்ள அனுமதி அளிக்கப்பட்டிருந்தது? ஆனால் படிப்பறிவில்லாத அந்த ஆதிவாசி முரடர்கள் எல்லையைத் தொட்டதுமே எல்லை மீறிவிட்டார்கள். கொலைகள், கொள்ளைகள், கற்பழிப்புகள். கடைவீதிகளில் சூறையாடல். கன்னியாஸ்திரீகளைப் போய்க் கற்பழித்திருக்கிறார்கள்.* (*அக்டோபர் 27, திங்கள்கிழமை, 1947. பாரமுல்லாவில் நுழைந்த பாகிஸ்தான் படை, அங்கிருந்த ஒரு கிறிஸ்தவ மிஷினரியைச் சேர்ந்த பதினான்கு கன்னியாஸ்திரீகளை மானபங்கப்படுத்தினார்கள். போராட்டத்தில், மதர் சுப்பீரியர் இறந்துபோனார்.) சே. என்ன ஜனம் இது! இவர்களை நம்பியா யுத்தத்தைத் தொடங்கினோம் என்று துடித்துப் போனார் லியாகத்.

பாகிஸ்தானின் முதல் பிரதமர். காஷ்மீர் கிடைத்தால் சரித்திரத்தில் அமர்ந்திருப்பார். இப்படிச் சிலுவையில் அறைந்துவிட்டார்களே.

பதான்களைக் கூட அவர் மன்னிக்கத் தயாராக இருந்தார். வெறும் முரடர்கள் என்று தெரிந்துதானே அனுப்பினோம்? அவர்களது முரட்டுத்தனத்தைச் சரியாகப் பயன்படுத்திக்கொள்ளத் துப்பில்லாதது யார் தப்பு?

அவரால் சகிக்க முடியாமல் போனது, ராணுவ உளவுத்துறையின் கையாலாகாத்தனம்.

முப்படைகளுக்கிடையே சரியான தகவல் பரிமாற்றத்துக்கு உதவ வேண்டிய துறை அது. ஆனால் எங்கே என்ன நடக்கிறது என்று இறுதிவரை தடவிக்கொண்டே இருந்துவிட்டார்கள்.

பதான் ஆதிவாசிகளை முன்னால் போகவிட்டு, பின்னால் பாகிஸ்தான் ராணுவம் உள்ளே நுழையத் தயாராக இருந்தது. சிக்னல் வந்தால்தானே?

காஷ்மீர் மன்னர் இந்திய அரசுடன் ஒப்பந்தத்தில் கையெழுத்திட்டுவிட்டதையோ, இந்திய ராணுவம் காஷ்மீர் நோக்கிப் புறப்பட்டுவிட்டதையோ, வந்து சேர்ந்ததையோ, தாக்குதலில் இறங்கிவிட்டதையோ - எதையுமே உரிய நேரத்தில் அவர்கள் தெரியப்படுத்தவே இல்லை. காக்கை குருவி வரை விஷயம் தெரிந்தபிறகு ராணுவ உளவுத்துறையிடமிருந்து தகவல்கள் வந்தன. முக்கியம் என்றும், அவசரம் என்றும், ரகசியம் என்றும் விதவிதமான அலர்ட் குறிப்புகளுடன். தலையில் அடித்துக்கொண்டு சிரிக்காமல் என்ன செய்யமுடியும்?

இந்திய அரசு அனுப்பியிருந்த ராணுவத்தினரிடம் ஒரு நேர்த்தி இருந்தது. ப்ரொஃபஷனல் வீரர்கள். தவிரவும் காஷ்மீரை இந்தியாவுடன் இணைத்துவிட முடிந்த பெருமிதம் மேலோங்கி இருந்தவர்கள். மேலும் சுதந்தர இந்தியாவுக்கும் அது முதல் யுத்தம். பாகிஸ்தானின் விருப்பம் போலவேதான். முதல் யுத்தத்தில் முதல் வெற்றி.

பயிற்சியற்ற முரடர்களால் இந்திய வீரர்களைச் சமாளிக்க முடியாமல் போய்விட்டது. பின்வாங்கி ஓடி வந்தவர்களைக் காப்பாற்றிக் கரை சேர்ப்பதற்குள் கண்முழி பிதுங்கிவிட்டது.

அப்புறம் போர் நிறுத்தம், மண்ணாங்கட்டி, ஐ.நா. தலையீடு. எல்லைக்கோடு. முன்னேறி வந்த இடம் வரை பாகிஸ்தானுக்காம். மற்றதெல்லாம் இந்தியாவுக்காம். என்ன அக்கிரமம்?

காஷ்மீர் மக்களைக் கேட்டீர்களா? அவர்கள் விருப்பம் என்னவென்று யாராவது கேளுங்களேன். காஷ்மீரத்து முஸ்லிம்கள் பாகிஸ்தானை விரும்புகிறார்களா, இந்தியாவையா என்று ஒருமுறையாவது கேட்கவேண்டாமா?

ஆத்மாவின் ஓசையற்ற அலறல் அது. ஆனால் ஒரு யுத்தத்தைத் தொடங்கிவைத்தவர் என்கிற பெயர் லியாகத்துக்கு வந்துவிட்டது. பாகிஸ்தானைப் பொறுத்தவரை தோல்வியில் முடிந்த யுத்தம். காஷ்மீருக்கான முதல் யுத்தம்.

மாபெரும் அவமானம் என்பதைத் தவிர அவருக்கு வேறெதுவும் தோன்றவில்லை. தேசத் தந்தை ஜின்னாவுக்கு நேர்ந்த அவமானம். ஒட்டுமொத்த பாகிஸ்தான் மக்களுக்கு நேர்ந்த அவமானம்.

என்ன காரணம்? எது ஆதாரக் காரணம்?

அமைச்சரவை கூடி விவாதித்தது. ராணுவ ஜெனரல்கள் அமர்ந்திருந்தார்கள். உளவுத்துறை அதிகாரிகள் முகத்தைத் தொங்கப்போட்டுக்கொண்டு உட்கார்ந்திருந்தார்கள். பதான் ஆதிவாசிகளின் தலைவர்கள் சிலரும் கூட்டத்துக்கு அழைக்கப்பட்டிருந்தார்கள்.

'பதான்களின் கட்டுப்பாடின்மை. அதுதான். அது ஒன்றுதான் தோல்விக்குக் காரணம்!' ராணுவத் தளபதிகள் குமுறினார்கள்.

'அப்படியா? மிகவும் நல்லது. எங்களை வழிநடத்த நீங்கள் அனுப்பிய தளபதிகள் எங்கே பல்குத்திக்கொண்டிருந்தார்கள் என்று கேளுங்கள். இருபத்தைந்து மைல்களுக்கு ஒருமுறை உளவுத்துறைத் தகவல் வரும், அதைப் பின்பற்றி முன்னேறவேண்டும் என்று சொன்னீர்களே, அந்த அதிகாரிகள் எங்கே நாசமாய்ப் போனார்கள் என்று கேளுங்கள்!'

'ஐயோ.. இப்படி சண்டையிட்டுக்கொள்வதைச் சற்று நிறுத்துகிறீர்களா? நாம் தோற்றிருக்கிறோம். அதன் வலியும் வேதனையும் எல்லோருக்கும் இருக்கும். புரிகிறது. ஆனால் ஒருவரையொருவர் குற்றம் சாட்டிக்கொள்வதை விடுத்து, உருப்படியாக ஒரு காரணத்தைக் கண்டுபிடிக்கப் பார்ப்போமா?'

தலைக்குத் தலை பேசினார்கள். மணிக்கணக்கில் விவாதித்தார்கள். லியாகத் அலிகான் ஒரு பார்வையாளர் போல் அமைதியாக அமர்ந்திருந்தார். காதுள்ளவன் கேட்கக் கடவன். இப்போதைக்குத் தனக்கோ, மற்றவர்களுக்கோ பேசுகிற அருகதையே இல்லை என்று அவருக்கு உறுதியாகத் தோன்றியது. குறைந்தபட்சம் தான்

மட்டுமாவது பேசுவதில்லை. எல்லோரும் பேசட்டும். குமுறல்கள் தீரட்டும். சொந்தச் சகோதரர்களையே கடித்துக் குதறிப் பார்க்க ஆசைப்படும் மன மிருகம் கொஞ்சம் சாப்பிட்டுப் பசியாறட்டும். அப்புறம் அடியைப் பிடிக்கலாம்.

எல்லோரும் பேசிக் களைக்கும் வரை அவர் காத்திருந்தார். இறுதியில் மிருதுவான, அமைதியான குரலில் பேசினார்.

'தோல்விக்குக் காரணம் உளவுத்துறை. இதில் எனக்குச் சந்தேகமில்லை. ராணுவத்தின் எந்தப் படைப்பிரிவுக்கும் சரியான தகவல்கள் கிடைக்கவில்லை. உருப்படியான நடவடிக்கை என்று எதுவும் எடுக்கமுடியாமல் நாம் திரும்பி வர நேர்ந்ததன் காரணம் அதுதான்.'

கூடியிருந்த உளவுத்துறை அதிகாரிகள் தலை குனிந்தார்கள். உண்மை சுடும். சமயத்தில் பொசுக்கும்.

'ஆனால் மதிப்புக்குரிய பிரதமர் அவர்களே, குற்றம் சாட்டி கூண்டில் நிற்கவைப்பதில் என்ன பயன்? நமது உளவுத்துறையை பலப்படுத்தும் முயற்சிகளை இப்போதே தொடங்கவேண்டும்.'

சுதந்தரம் அடைந்ததும் பாகிஸ்தானில் இரண்டு உளவு அமைப்புகள் தொடங்கப்பட்டன. ஒன்று *IB* எனப்பட்ட இண்டலிஜென்ஸ் ப்யூரோ. அடுத்தது, மேலே பார்த்த ராணுவ உளவுத்துறை. *Military Intelligence.*

ஐ.பி.யின் பணி உள்நாட்டு விவகாரங்கள். ராணுவ உளவுத்துறையின் பணி மேற்கண்டமாதிரிதான். யுத்த காலத்தில் மட்டுமல்லாமல், பொதுவாகவே பாதுகாப்பு தொடர்பான விஷயங்களிலும் வெளிநாட்டு விவகாரங்களிலும் அது கவனம் செலுத்த வேண்டுமென்பது ஏற்பாடு.

ஆனால் அதுதான் சொதப்பிவிட்டது. யாரையும் குற்றம் சொல்லிப் புண்ணியமில்லை. தோல்வியின் ருசி கசப்பானதாகவே இருந்தாலும் விழுங்கித்தான் ஆகவேண்டும் என்று லியாகத் சொன்னார்.

'சரி. உளவுத்துறையை பலப்படுத்த என்ன செய்யலாம்?'

பயிற்சி அளிக்கலாம். பிரசித்தி பெற்ற வெளிநாட்டு உளவு நிறுவனங்களிலிருந்து வல்லுநர்களை வரவழைத்து வகுப்பெடுக்கச் சொல்லலாம். நிறைய நிதி ஒதுக்கி, வசதிகள் செய்து தரலாம். அவர்களது தன்னம்பிக்கையை அதிகரிக்கும் விதமான முயற்சிகளை மேற்கொண்டுதான் ஆகவேண்டும்.

அமைச்சர்கள் ஒவ்வொருவரும் தமக்குத் தோன்றிய யோசனைகளைச் சொன்னார்கள். லியாகத் கேட்டுக்கொண்டிருந்தார். ஆனால் பதில் சொல்லவில்லை.

ஒரு கட்டத்துக்குமேல் பேசிக்கொண்டிருந்த அத்தனை பேருக்கும் சங்கடமாக இருந்தது. பிரதமர் என்ன நினைக்கிறார்? ராணுவ உளவுத்துறையையே ஒழித்துக்கட்டிவிட்டு ஐ.பியை பலப்படுத்தும் பணியை முடுக்கிவிடலாம், ஐ.பியையே ராணுவத்துக்கும் சேர்த்து உத்தியோகம் பார்க்கச் சொல்லலாம் என்றெல்லாம் கருத்து தெரிவித்திருந்தார்கள். எது பற்றியும் பதில் கூறாதிருக்கிறார் பிரதமர். ஐயா, உங்கள் கருத்துதான் என்ன?

லியாகத் நீண்ட யோசனைக்குப் பிறகு நிதானமாக, ஆனால் தெளிவாக ஒருசில வரிகள் மட்டும் பேசினார்.

'நான் முடிவு செய்துவிட்டேன். இருக்கிற உளவு அமைப்புகளால் பெரிய பிரயோஜனமில்லை. புதிதாக ஓர் உளவு அமைப்பை நாம் உருவாக்குவோம். சர்வதேசத் தரத்தில், மிக வலுவான, கட்டுக்கோப்பான, துடிப்பான ஒரு புதிய அமைப்பு. இந்த யுத்தத்தின் தோல்வி இனியும் தொடராமல் இருக்கவேண்டுமானால் அது ஒன்றுதான் வழி.'

அதிர்ச்சியும் வியப்பும் ஆர்வமும் ஒருசேரத் தாக்க, அத்தனை பேரும் எழுந்து 3. நின்றார்கள்.

ஐ.எஸ்.ஐ. அன்றைக்குப் பிறந்தது.

2. இரும்புக் கோட்டை

இன்டர் சர்வீசஸ் இன்டெலிஜன்ஸ் என்கிற *ISI, 1948*ம் ஆண்டு பாகிஸ்தானின் முதல் பிரதமர் லியாகத் அலிகானின் நேரடி கவனத்தில் தோற்றுவிக்கப்பட்டபோது, அவர் போட்ட ஒரே கண்டிஷன் - எதிலும் தோற்கக் கூடாது!

ஓர் உளவுத்துறை என்பது என்னென்ன வேலைகள் செய்யும் அல்லது செய்யவேண்டும் என்பதை *1,2,3* என்று நம்பர் போட்டு வரிசைப்படுத்துவது கஷ்டம். தேசப் பாதுகாப்பு என்பதுதான் முதல் லட்சியம். பாதுகாப்புக்கு எப்போதெல்லாம், எங்கிருந்தெல்லாம் பங்கம் வரக்கூடுமோ, அதனை முன்கூட்டிக் கண்டுபிடித்து அரசை எச்சரிக்க வேண்டியதுதான் அடிப்படைப் பணி.

மன்னர்கள் காலத்தில் ஒற்றர்கள் என்று சொல்வார்கள். நவீன காலத்தில் அது இண்டலிஜென்ஸ். அமெரிக்க உளவு நிறுவனங்களான சி.ஐ.ஏ. *(CIA)*, எஃப்.பி.ஐ *(FBI)*, ரஷ்ய உளவு அமைப்பான கேஜிபி *(KGB)*, இஸ்ரேலிய உளவுத்துறை மொஸாட் *(MOSAD)* இவையெல்லாம் சர்வதேச அளவில் புகழ்பெற்றவை. இந்தப் புகழ் எப்படி வந்தது என்று பாதையை ஆராயப் புகுந்தால் சற்று சங்கடமாக இருக்கும். நிறையத் தடவை மூக்கைப் பொத்திக்கொள்ளவேண்டி வரும். தேசப் பாதுகாப்புதான் அங்கெல்லாமும் அடிப்படை. ஆனால் உளவு அமைப்புகள் கைக்கொள்ளும் நடவடிக்கைகள் பொதுவாக நல்லவர்களும் புத்திஜீவிகளும் சிலாகிக்கக் கூடியவையாக இருக்காது.

இதனாலேயே உளவாளிகள் தங்களை வெளிப்படுத்திக்கொள்ள மாட்டார்கள். என்ன செய்திருக்கிறார்கள் என்பது, விளைவு

வெளியே தெரியும்வரை ஒரு கொசுவுக்கும் தெரியாது. ஆள் கடத்தலிலிருந்து, கொலையிலிருந்து, குண்டு வைப்பு நடவடிக்கைகளிலிருந்து, சிறு யுத்தங்களிலிருந்து, அரசியல் காய் நகர்த்தல்களிலிருந்து, சூழ்ச்சிகளிலிருந்து, ஆட்சிக் கவிழ்ப்பு நடவடிக்கைகளிலிருந்து அவர்கள் என்ன வேண்டுமானாலும் செய்வார்கள், செய்திருக்கிறார்கள். பொதுவாக எந்த நாட்டு அரசாங்கமும் தம் உளவுத்துறையின் இத்தகைய திருவிளையாடல்களை அவ்வளவாகக் கண்டுகொள்கிற வழக்கமில்லை. தேசப் பாதுகாப்பு. மூச்! அதற்குமேல் பேசிவிட முடியுமா?

ஐ.எஸ்.ஐயைப் பொறுத்தவரை, அது தோன்றியபோதே அதன் பணிகள் வரையறுக்கப்பட்டுவிட்டன. பாகிஸ்தானின் உள்நாட்டு விவகாரங்களை ஐ.பி. பார்த்துக்கொள்ளும். ஐ.எஸ்.ஐ. வெளிநாட்டு விவகாரங்களை மட்டும் கவனித்தால் போதுமானது.

நாற்பத்தெட்டாம் ஆண்டில் பாகிஸ்தானுக்கு இந்தியா மட்டும் பிரச்னை அல்ல. அந்தப் பக்கம் ஆப்கனிஸ்தானும் பிரச்னைக்குரிய தேசமாகத்தான் இருந்தது. பின்னாளில் ஆப்கனிஸ்தான் முஜாஹிதீன்களும் பாகிஸ்தானிய உளவு அமைப்பும் முஸ்தபா முஸ்தபா பாடி ஆடிக் களித்த காண்டங்களெல்லாம் அரங்கேறின என்றபோதிலும், தனி நாடான புதிதில் பாகிஸ்தானின் பிரதான தலைவலியாகவே ஆப்கனிஸ்தான் இருந்தது.

முடியாட்சி ஆப்கனிஸ்தான். முஹம்மது ஜாஹிர் ஷா என்பவர் அப்போது ஆப்கனின் மன்னராக இருந்தார் (1933 முதல் 1973 வரை). தனது சொந்தத் தாய்மாமனும் தேசத்தின் பிரதம மந்திரியுமான சர்தார் முஹம்மது ஹாஷிம் கானின் வழிகாட்டுதலின்பேரில், புதிய குட்டி தேசமாகப் பக்கத்தில் உருவாகியிருக்கும் பாகிஸ்தானை எப்படியாவது கடித்துச் சாப்பிட வேண்டும் என்று அந்த சுல்தான் ஆசைப்பட்டார்.

புதிய தேசத்தின் உள்கட்டுமானப் பணிகள் அப்போது சரிவர ஆரம்பிக்கப்பட்டிருக்கக் கூட இல்லை. அதற்குள்ளாகவே காஷ்மீருக்காக ஒரு யுத்தம், அதில் ஒரு தோல்வி, உள்ளூரில் மக்கள் அதிருப்தி, ஜின்னாவுக்கு உடம்பு சரியில்லாமல் போய் அவர் காலமானது என்று பாகிஸ்தான் தடுமாறிக்கொண்டிருந்த சமயம்.

பாகிஸ்தானின் வடமேற்கு எல்லைப்புற மாகாணத்து பதான் ஆதிவாசிகளைத் தூண்டிவிட்டு, பாகிஸ்தானில் ஒரு குழப்பம் விளைவித்து, அதைத் தொடக்கமாக வைத்துப் படையெடுத்து விழுங்கலாம் என்று அப்போதைய ஆப்கன் கனவுகண்டுகொண்டிருந்தது.

இந்தப் பதான்களை ஏற்கெனவே பார்த்தோம். காசுக்குக் குறைச்சலில்லை என்றால், வீசைக்கு மனித நேயத்தை விற்கிற வம்சம். பாகிஸ்தான் அரசு கேட்டுக்கொண்டால் காஷ்மீரைக் கொளுத்தவும் போவார்கள், ஆப்கன் கேட்டுக்கொண்டால் தாய்நாட்டையே பேய்நாடாகக் கருதி அழிக்கத் தயாராகிவிடுவார்கள்.

படிப்பு கிடையாது. உத்தியோகம் என்று எதுவும் கிடையாது. வெறும் பாமரர்கள். ஆதிவாசிகள். அவர்களைப் பகடைக் காயாகப் பயன்படுத்தி, பாகிஸ்தான் அரசைக் கவிழ்க்க நினைத்தது ஆப்கனிஸ்தான்.

எனவே, லியாகத் அலிகான் ஐ.எஸ்.ஐயை உருவாக்கியபோது, காஷ்மீரையும் ஆப்கனிஸ்தானையும் கவனிப்பதே முதல் பணி என்று சொல்லிவைத்திருந்தார். தவிரவும் ஐ.எஸ்.ஐ. செய்யவேண்டிய வேலைகள் என்று ஒரு விரிவான பட்டியலே தரப்பட்டிருந்தது.

முதலாவது, பாகிஸ்தானின் தரைப்படை, விமானப்படை, கப்பல் படைகளுக்கிடையே உரசலில்லாத, வெண்ணெய் போன்ற நல்லுறவு மற்றும் தகவல் பரிமாற்றம். இந்த மூன்று ராணுவப் பிரிவிலும் எப்போதும், எக்காலத்திலும் எவ்வித அரசியலும் புகுந்துவிடாமல் பார்த்துக்கொள்வது அதிமுக்கியம். எங்காவது தீய்ந்த வாசனை அடிக்குமானால் உடனடியாக மோப்பம் பிடித்துச் சொல்லிவிட வேண்டும். முடிந்தால் தீயை அணை. இல்லாவிட்டால், பற்றவைப்பவனை அழி.

இரண்டாவது பணி, அரசு அதிகாரிகள், அமைச்சர்கள், அதிமுக்கியஸ்தர்களின் நடவடிக்கைகளைத் தொடர்ந்து கண்காணிப்பது. இது உள்நாட்டு உளவு அமைப்பின் பணியாச்சே என்று ஐ.எஸ்.ஐ. சும்மா இருத்தல் தகாது. ஐ.பியைக் கண்காணிப்பதும் உன் பிறவிக்கடனே ஆகுக.

வெளிநாடுகளில் நெட் ஒர்க்கை உருவாக்கி, பலப்படுத்திப் பாதுகாப்பது மூன்றாவது முக்கியம். குறிப்பாக எதிரி தேசங்களில். அதிகாரிகளாக அல்லாமல் அடித்தட்டு ஒற்றர்களை உருவாக்குவது அவசியம். அந்தந்த இடங்களிலிருந்தே ஆளைப்பிடி. மாசச் சம்பளம் கொடு. நமக்குத் தகவல்கள் வேண்டும். இது வேண்டும், அது வேண்டாம் என்பதே இல்லை. எதுவும் வேண்டும், எல்லாம் வேண்டும்.

ஒவ்வொரு நாட்டின் ராணுவம், விமானப்படை, கப்பல் படை, காவல் துறை, உளவுத்துறை குறித்த புள்ளிவிவரங்கள் மிகவும் அவசியம். அரசியல் காய் நகர்த்தல்கள் அப்போதைக்கு இப்போதே தெரியவர வேண்டும்.

அங்கே ஜவாஹர்லால் நேருவின் மகள் காங்கிரஸுக்குள் நுழைய முகூர்த்தம் பார்த்துக்கொண்டிருக்கிறாரா? இங்கே, இப்பொழுதே இந்திராகாந்தியின் வாழ்க்கை வரலாறும் ஜாதகமும் சர்ப்ப தோஷம், கேது, ராகு தோஷ விவரங்களும் கையில் இருக்கவேண்டும். இந்திரா யாரோ ஒரு மாடர்ன் சன்னியாசியிடம் யோகாசனம் கற்றுக்கொள்கிறாராமே? யார் அந்த சன்னியாசி? அந்த ஆளைப் பிடி. அவரைப் பற்றிய விவரங்களும் அவசியம். அவர் வீட்டில் ஒரு பூனைக்குட்டி வளர்க்கிறார் என்றால், அது சாப்பிடுவது ஆவின் பாலா, ஆரோக்யா பாலா என்பதும் தெரிந்தாக வேண்டும்.

நீங்கள் உருவாக்கும் ஒற்றர்களுக்குச் சரிவர பயிற்சி கொடுத்தாக வேண்டும். ராணுவ அதிகாரிகளை ஐ.எஸ்.ஐயில் நிறைய இடம்பெறச் செய்யுங்கள். பிரிட்டிஷ் ராணுவ அதிகாரிகளிடம் யோசனை கேளுங்கள். உலகில் முக்கால்வாசி நிலப்பரப்பைத் தன் காலனியாக வைத்திருந்த தேசம் பிரிட்டன். அவர்களுடைய உளவுத்துறை எத்தனை கில்லியாக இருக்கிறது பாருங்கள். போய் விழுந்து சேவித்து விவரம் பெறுங்கள்.

அட்வைஸர்களைப் பொறுத்தவரை, அவர்களும் உளவுத்துறை நபர்களாகத்தான் இருக்கவேண்டுமென்பதில்லை. ராணுவம் கூட அவசியமில்லை. தேர்ச்சி பெற்ற அரசியல்வாதிகளை ஆலோசகர்களாக வைத்துக்கொள்ளலாம். கிரிமினல் வழக்கறிஞர்கள், ஒய்வு பெற்ற நீதிபதிகள், விதவிதமான

கைதிகளுடன் பழகியே வாழ்க்கையில் முக்கால்வாசி கழித்துவிட்ட சிறைத்துறை அதிகாரிகள் இவர்களையும் நீங்கள் அணுகலாம், ஆலோசனை கேட்கலாம்.

பாகிஸ்தானின் முதல் அரசாங்கம் இப்படியாக ஐ.எஸ்.ஐக்கான பாதையை வகுத்தளித்தபோது, அதைச் செயல்படுத்துவதற்காக அவர்கள் தேர்ந்தெடுத்த அதிகாரியின் பெயர் மேஜர் ஜெனரல் கேத்தொம் *(Major General R. Cawthome)*. ஆஸ்திரேலியாவில் பிறந்து, பிரிட்டிஷ் பிரஜை ஆகி, பிரிட்டிஷ் ராணுவத்தில் பணியாற்றியவர். பிரிட்டிஷ் இந்திய ஆட்சி காலத்தில் இஸ்லாமாபாத்தில் போஸ்டிங் அவருக்கு. பாகிஸ்தான் பிரிந்தபோது அப்படியே தங்கிவிட்டார்.

புதிய பாகிஸ்தானின் துணை ராணுவத் தளபதியாக அவருக்குப் பொறுப்பு அளிக்கப்பட்டிருந்தது. அவரைத்தான் லியாகத் அலிகான் ஐ.எஸ்.ஐயை ஆரம்பித்து வழிநடத்தத் தேர்ந்தெடுத்திருந்தார்.

அரசாங்க விசுவாசம் மிக்க அந்த மேஜர் ஜெனரல், தனக்கு அளிக்கப்பட்ட பணியை ஆண்டவன் கட்டளையாக எடுத்துக்கொண்டு, ஐ.எஸ்.ஐக்கான ஆள் தேர்வில் இறங்கினார்.

இஸ்லாமாபாத்தில் நிறுவனத்துக்காக முதல் தலைமையகம் அமைக்கப்பட்டது. ஒரு டைரக்டர் ஜெனரல். ராணுவத்தில் லெஃப்டினண்ட் ஜெனரல் அந்தஸ்தில் உத்தியோகம் பார்த்தவரே ஐ.எஸ்.ஐயின் இயக்குநராக இருக்க முடியும் என்பது சட்டம்.

அவருக்குக் கீழே மூன்று துணை இயக்குநர்கள். ஒருவர் அரசியல் விவகாரங்களை கவனிக்க. அடுத்தவர் வெளிவிவகாரங்களுக்கு. மூன்றாமவர் பொது விஷயங்களுக்கு. பொது விஷயம் என்றால் அம்மன் கோயில் கூழ் ஊற்றும் விவகாரங்கள் அல்ல. தனி நபர்களைக் கண்காணிக்கும் மிக முக்கியமான பொறுப்பு அது.

மேஜர் ஜெனரல் கேத்தொம், பாகிஸ்தான் போலீஸ் துறையிலிருந்தும் துணை ராணுவப் பிரிவுகளிலிருந்தும் முதல் முதலில் ஐ.எஸ்.ஐ.க்கான ஆள்களைத் தேர்ந்தெடுத்தார். பின்னாளில் மெல்ல மெல்ல சிறப்பு அதிரடி கமாண்டோ பிரிவிலிருந்து ஆளெடுக்கிற வழக்கம் அதிகரித்து, இன்றைய தேதியில் ஐ.எஸ்.ஐயின் பெரும்பான்மையான ஆபீசர்கள் முன்னாள் கமாண்டோக்களாகவே இருக்கிறார்கள்.

தொடக்கத்தில் இரண்டாயிரம் பேர் கொண்ட அமைப்பாக ஐ.எஸ்.ஐ. உருவானது. பாகிஸ்தானில் முதல் முதலில் ஜனநாயகம் கோமாவில் விழுந்து அயூப்கான் என்னும் ராணுவத் தளபதி ஆட்சியைப் பிடித்தபோது *(1958-69)*, ஐ.எஸ்.ஐயின் பலம் கணிசமாக உயரத் தொடங்கியது. ஆள் பலம் மட்டுமல்ல. அதிகார பலமும்.

இன்றைக்கு அதிகாரபூர்வமாகத் தெரிந்த ஐ.எஸ்.ஐயின் பலம் *25,000* பேர். ஆனால் அதுமாதிரி இரு மடங்கு ஆள்கள் அட்டண்டன்ஸில் கையெழுத்துப் போடாமல் சம்பளம் வாங்கிக்கொண்டிருக்கிறார்கள்.

அது நிற்க. இந்த இருபத்தி ஐயாயிரம் ஊழியர்களை எத்தனை பிரிவுகளாகப் பிரித்திருக்கிறார்கள் என்று பார்த்துவிடுவோமா?

1. அவியல் பிரிவு:

பின்னால் வரப்போகிற அத்தனை பிரிவுகளும் சேகரிக்கும் தகவல்கள் முதலில் இந்தப் பிரிவுக்குத்தான் அனுப்பப்படும். *Joint Intelligence X (JIX)* என்று இப்பிரிவுக்குப் பெயர். வருகிற தகவல்களின் நம்பகத்தன்மையை சரிபார்ப்பது, தகவல்களைத் துறை வாரியாக, முக்கியத்துவம் வாரியாகப் பிரித்து வரிசைப்படுத்துவது இவர்களுடைய முக்கியப் பணி. இப்படித் தகவல்களைக் குவித்துக் கலக்கிப் பிரித்து, அலசிப் பிழிந்து காயப்போடும் இந்த அவியல் பிரிவுதான் ஐ.எஸ்.ஐயின் தலை. இவர்கள் தயாரிக்கும் ரிப்போர்ட்டுகள்தான் அதிபர் வரை போகிறது. தேசத்தை ஆள்பவர் யாராக இருந்தாலும் அவருடன் நேரடியாக எந்நேரத்திலும் பேசக்கூடிய சௌகரியம் இந்தப் பிரிவுக்கு உண்டு. அப்பாயின்மெண்ட் எல்லாம் கேட்கவேண்டாம். கேட் க்ராஷ் பண்ணுவதும் அங்கீகரிக்கப்பட்டதே.

2. பொரியல் பிரிவு:

Joint Intelligence Bureau (JIB) என்று சொல்லுவார்கள். ஐ.எஸ்.ஐயின் அதிகபட்ச உறுப்பினர்கள் கொண்ட பிரிவு இதுவே. அரசியல் கட்சிகளைக் கண்காணிப்பது இப்பிரிவின் பணி. இவர்களுக்குத் தெரியாமல் பாகிஸ்தானில் எந்த ஒரு அரசியல் தலைவரும் பேரணிக்கோ, ஊர்வலத்துக்கோ, ஆட்சிக்கவிழ்ப்புக்கோ,

உண்ணாவிரதத்துக்கோ போய்விட முடியாது. அவர்கள் மனத்தில் நினைக்கும்போதே இவர்கள் ரிப்போர்ட் எழுதிவிடுவார்கள். பாகிஸ்தானில் மட்டும் என்றில்லை. இந்திய அரசியல்வாதிகளின் நடவடிக்கைகளையும் ரிப்போர்ட் செய்யும் பொறுப்பு இவர்களுக்கு உண்டு.

உதாரணமாக, சுப்பிரமணியசாமி டெல்லியில் ஒரு டீ பார்ட்டிக்கு ஏற்பாடு செய்ய உத்தேசிக்கிறார் என்று வைத்துக்கொள்ளுங்கள். அவர் லிப்டன் க்ரீன் லேபிள் டீத்தூள் வாங்கலாமா, நிறம், மணம், திடம் கொண்ட த்ரீரோசஸ் வாங்கலாமா என்று நினைக்கும்போதே, அங்கே 'தேவேகௌடா காலி' என்று டெலிபிரிண்டர்கள் அலறத் தொடங்கிவிடும்.

இதுதவிரவும் இன்னும் இரண்டு பணிகள் இவர்களுக்கு உண்டு. பாலூட்டி வளர்த்த கிளிகள், காலிக் கிளிகளாகி, வளர்த்தவர்களையே கொத்த வருமானால் வழிமறித்துத் தடுப்பது. நாகரிகமாகச் சொல்லுவதென்றால் தீவிரவாதத் தடுப்புப் பிரிவு ஒன்று. அடுத்தது, வி.ஐ.பிக்களின் பாதுகாப்பு ஏற்பாடுகளை கவனிப்பது.

பாகிஸ்தானிலும் இந்தியாவிலும் அத்தனை அரசியல் கட்சி அலுவலக வளாகத்திலும் ஐ.எஸ்.ஐயின் இந்தப் பிரிவினைச் சேர்ந்த ஒரே ஒரு காக்கை அல்லது ஈ அல்லது கொசுவாவது உலவியபடியே இருக்கும். கண்டுபிடிக்க முடியாது. சர்வ ஜாக்கிரதை சிகாமணிகள்.

3. சாம்பார் பிரிவு

Joint Counter Intelligence Bureau (JCIB) என்பது இதன் பெயர். இந்தப் பிரிவில் பணியாற்றுவோர் எண்ணிக்கை மிஞ்சிப்போனால் பதினைந்து தேறாது. ஆனால் மிக முக்கியமான ஜோலிக்காரர்கள். பாகிஸ்தான் அரசியல்வாதிகளிலேயே சிலரைத் தேர்ந்தெடுத்து உளவு சொல்லும் பணிக்கு நியமிப்பார்கள். ஆளுங்கட்சிக் காரராகத்தான் அவர் இருப்பார் என்றில்லை. பரம வைரியான எதிர்க்கட்சி கூடாரத்திலிருந்தும் ஆள் எடுப்பார்கள். பாகிஸ்தானைப் போலவே அண்டை நாடுகளிலும் முக்கியமான அரசியல் கட்சிகளிலிருந்து சிலரைத் தேர்ந்தெடுப்பார்கள். அவர்களுடைய பலவீனங்களைத் தெரிந்துகொண்டு மடக்கி,

உளவாளிகளாக்குவார்கள். செலவாகும் பணத்தைப் பற்றி மருந்துக்கும் கவலைப்படுகிற வழக்கமில்லை. லட்சமா, கோடியா? பிசாத்து. அள்ளிக்கொடுத்துவிடுவார்கள். பதிலுக்கு அவர்கள் தகவல்களைக் கிள்ளிப்போட்டால் போதும்.

ஆப்கனிஸ்தான், உஸ்பெகிஸ்தான், சீனா, ஈராக், லெபனான், ஈரான், சிரியா, இந்தியா, கசகஸ்தான் ஆகிய நாடுகளில் இந்தப் பிரிவினர் மிகத் தீவிரமாகச் செயல்பட்டுவருவதாக அந்தந்த தேசத்து அரசுகள் கண்டனம் தெரிவித்திருக்கின்றன. ஆனால் பாகிஸ்தான் இதனை ஒப்புக்கொள்வதில்லை. ஒனிடா நிலைபாடுதான்.

மேற்படி முக்கியஸ்தர்கள் அளிக்கும் உளவு ரகசியங்களைத் தொகுத்து, ஆதாரங்களைச் சரிபார்ப்பதே இந்த *Joint Counter Intelligence Bureau*வின் பணி. கிடைக்கும் ஆதாரங்களின் அடிப்படையில் இவர்கள் எழுதும் ரிப்போர்ட்டுகள் நேரடியாக முதலில் சொன்ன அவியல் பிரிவுக்குப் போய்விடும்.

4. அப்பளம் பொறிக்கும் பிரிவு

Joint Intelligence - North என்பார்கள் இதனை. கொக்குக்கு ஒண்ணே மதி என்றால் இந்த ஜே.ஐ.என்னுக்கு காஷ்மீர் ஒன்றுதான் குறி. ஒரு நாளில் இருபத்தி ஐந்து மணி நேரங்கள் காஷ்மீரைப் பற்றியே சிந்தித்து, காஷ்மீரிலேயே சுற்றிக்கொண்டு, காஷ்மீர்வாசிகளுடனேயே பேசிப் பழகி வசித்து, ஊர் அடங்கியபிறகு சொந்த தேசத்துத் தலைமையகத்துக்கு ரிப்போர்ட் அனுப்புவார்கள்.

குறிப்பாக இந்திய ராணுவம் - எல்லைக்காவல் படையினரின் நடமாட்டம், படைகள் நகர்கிற இடங்கள், ஆயுதக் குவிப்பு, ஏதாவது முக்கியமான பணி மாற்றங்கள் இந்தியத் தரப்பில் இருக்குமானால் அது, காஷ்மீருக்கு விசிட் செய்யும் இந்திய அரசியல்வாதிகளின் வருகை போகை பற்றிய விவரங்கள், லைன் ஆஃப் கண்ட்ரோல் பகுதியில் ரோந்து போகும் படைப்பிரிவுகள் பற்றிய தகவல்கள் போன்றவற்றைச் சேகரிப்பது இவர்களின் பிரதானமான பணி.

காஷ்மீருக்குள் இருந்து இயங்கும் போராளி அமைப்புகளின் நடவடிக்கைகளைக் கண்காணித்து, அவ்வப்போது தேவைப்பட்ட

உதவிகளைச் செய்ய சிபாரிசுக் கடிதங்கள் கொடுத்தனுப்புவதும் இவர்களே.

5. பூண்டு ரசப் பிரிவு:

இவர்கள் தொழில்நுட்பவாதிகள். *Joint Intelligence Technical* என்று இப்பிரிவுக்குப் பெயர். உளவுத்துறைக்குத் தேவையான சகல தொழில்நுட்ப உபகரணங்களையும் சேகரிப்பது, பராமரிப்பது, பழுதுபார்ப்பது எல்லாம் இவர்கள் பணி. பெரும்பாலும் பொறியியல் வல்லுநர்களைக் கொண்ட பிரிவு இது. ஒரு சில விஞ்ஞானிகளும் உண்டு. வயர்லெஸ் தொடர்பு நடவடிக்கைகள் முதல் ரகசிய இணையத்தள சர்வர் பராமரிப்பு வரை இவர்கள் பொறுப்பு. உலகின் எந்த மூலையில் எந்தப் புதிய கருவி தயாரிக்கப்பட்டாலும் உடனடியாக பாகிஸ்தானுக்கு ஒரு காப்பி வாங்கிவந்துவிடவேண்டியது இவர்கள் பொறுப்பு. இவர்களே தயாரித்த ஒரு குறிப்பிட்ட அதிநவீன பைனாகுலர் பிரசித்தி பெற்றது. (ஆறு வருடங்கள் ஆகிவிட்டது. இன்னும் அதன் பெயர் வெளி உலகுக்குத் தெரியவரவில்லை.)

6. மோர்க் குழம்புப் பிரிவு:

Joint Signal Intelligence Bureau (JSIB). இது மிக முக்கியமான ஒரு பிரிவு. எதிரிகளின் உளவாளிகளைக் கண்காணிப்பது இவர்களுடைய பணி. எதிரி தேசத்து ராணுவத்தின் வயர்லெஸ் தொடர்புகளை இடைமறித்துக் கேட்பது, ரேடியோ டிரான்ஸ்மிட்டர்களைப் பராமரிப்பது, கோடிங் - டீகோடிங் சமாசாரங்கள், முக்கியமான இடங்கள், நபர்களின் புகைப்பட ஆதாரங்களைச் சேகரிப்பது, அவற்றை மின்மயப்படுத்துவது என்று உபரிப் பணிகளும் சில இருக்கின்றன.

பாகிஸ்தானில் *Military College of Signals Academy* என்றொரு பள்ளி இருக்கிறது. ராணுவக் கல்லூரிப் படிப்புக்கு அப்புறம் படிக்கவேண்டிய மேல்படிப்புப் பள்ளிக்கூடம். இங்கே படித்து வெளியே வருகிறவர்களுக்கு இந்த *Joint Signal Intelligence Bureau*வில் வேலை கிடைக்கும். இந்தக் கல்லூரியின் வாசலை மிதிக்காதவர்கள், இதில் பணியாற்றுவோருக்கு டீ சப்ளை பண்ணக்கூட முடியாது.

7. பச்சடிப் பிரிவு:

Joint Intelligence Miscellaneous என்கிற *JIM* ஒற்றறியும் பிரிவு. குறிப்பாக இந்தியாவில் உள்ள அனைத்து முக்கிய அரசியல் மற்றும் அரசு அலுவலகக் கேந்திரங்களிலும் இவர்கள் உலவுவார்கள். காதில் விழுகிற அத்தனை பேச்சுகளையும் கர்ம சிரத்தையாக எழுதிவைக்க வேண்டியது தலையாய பணி. தேவை இருக்கிறதோ இல்லையோ. எழுது. நாலு நாளா மூட்டுவலி தாங்கல. கேரளாவுக்குப் போயி பிழிச்சல் வைத்தியம் பண்ணிக்கலாம்னு பாக்கறேன். சொச்சகாலமாவது வலியில்லாம போனா தேவல என்று வாஜ்பாயி தாத்தா, அத்வானியிடம் பேசிக்கொண்டிருக்கிறாரா? அப்படியே எழுது. எனக்கு எதுக்கும்மா அரசியல்? நானும் என் வீட்டுக்காரரும் கன்னாட் ப்ளேஸ்ல ஒரு ஷாப்பிங் காம்ப்ளக்ஸ் கட்டலாமான்னு யோசிச்சிக்கிட்டிருக்கோம். ரே பரேலி எலக்ஷன் கேம்பெயினுக்கு அண்ணன கூட்டிக்கிட்டுப் போ. என்னால வரமுடியாது என்று பிரியங்கா காந்தி சொன்னதாக அவரது ஒண்ணுவிட்ட தோழி யாரிடமோ பேசிக்கொண்டிருப்பதைக் கேட்டாயா? மகனே முதலில் எழுது.

இது மட்டுமல்ல. நெருக்கடி காலங்கள், போர் மேகம் சூழும் காலங்கள், ஆட்சி கவிழும் காலங்களில் இவர்களது பணி வேறொரு பரிமாணம் பெறும். தாம் சேகரித்த தகவல்களின் அடிப்படையில் உரிய இடங்களில் தேவையான குழப்பங்களை உண்டாக்குவது என்கிற பொறுப்பு இவர்களுடையது. சுருக்கமாகச் சொல்வதென்றால், பிரச்னைக்குரிய தருணங்களில் சிந்திக்கவிடாமல் அடிப்பது. அதைச் சரிவர செய்யவேண்டுமென்றால், முன்னதாக தகவல் சேகரிப்பில் ஒரு புரட்சியே நிகழ்த்தியிருக்க வேண்டும்.

மேற்சொன்ன ஏழு பிரிவுகள் தவிர இரண்டு தனிப்பிரிவுகள் ஐ.எஸ். ஐயில் உண்டு. ஒன்று சிப்பாய் பிரிவு. அடுத்தது வெடிகுண்டுப் பிரிவு.

இவை இரண்டும் ஏகதேசம் ராணுவத் தோற்றம்தான் காட்டும். ஐ.எஸ்.ஐயே திட்டமிட்டு நடத்தும் கில்லியடி யுத்தங்களுக்கு இந்த சிப்பாய் பிரிவு முன்னால் போகும். அல்லது முன்னால் போகும் கூலிப் படைக்கு க்ளாஸ் எடுத்து, பின்னால் நின்று அடைகாக்கும்.

வெடிகுண்டுப் பிரிவு என்பதற்கு விளக்கம் தேவையில்லை. அது வெடிகுண்டுப் பிரிவு. அவ்வளவுதான். குண்டு வைப்பதல்ல; வைப்பதற்கு ஒத்தாசை செய்யும் பிரிவு இது. எப்போது எங்கெங்கே வைத்தார்கள், அவை எப்படி வெடித்தன என்கிற விவரங்களையெல்லாம் பின்னால் பார்க்கலாம். இப்போதைக்கு இந்த ஒன்பது பிரிவுகளைத் தெரிந்துகொண்டுவிட்டால்தான் மேலே போக சௌகரியம்.

3. புருஷ லட்சணம்

உளவுத்துறை என்பது அங்கீகரிக்கப்பட்ட ஓர் அரசாங்க உத்தியோகம். சர்வீஸ் கமிஷன் பரீட்சை எழுதி நேரடியாக இந்த உத்தியோகத்தில் சேரமுடியாதே தவிர, பொதுவாக விருப்பமுள்ள யாரும் உளவுத் துறைகளுக்கு விண்ணப்பிக்க முடியும்.

ஒரு சில தேசங்களில் உளவுத்துறையின் இணையத் தளத்தில் மிக வெளிப்படையாகவே வேலைக்கு ஆள் எடுப்பார்கள். இஸ்ரேலிய உளவு அமைப்பான ‘மொஸாட்’, தன்னுடைய இணையத் தளத்தில் முழு நீளத்துக்கு ஒரு அப்ளிகேஷன் ஃபாரமே வைத்திருக்கிறது. நீங்கள் ஃபில்லப் செய்து அனுப்பிவிட்டால் போதும். இண்டர்வியூவுக்கு அழைத்துவிடுவார்கள். மற்ற நாடுகளோடு ஒப்பிட்டால் இஸ்ரேல் இந்த விஷயத்தில் கொஞ்சம் வித்தியாசமான மனோபாவம் கொண்ட தேசம் என்று சொல்லவேண்டும். மொஸாடில் பணியாற்ற விரும்பும் நீங்கள் எந்த தேசத்துக்காரராக இருந்தாலும் அவர்களுக்குச் சம்மதமே. நீங்கள் வசிக்கும் பிராந்தியத்திலேயே உங்களுக்கு வேலை கிடைக்கும்.

ஆனால், பரீட்சைகளில் தேற வேண்டும். அது முக்கியம்.

பாகிஸ்தானைப் பொறுத்தவரை நேரடி உளவு உத்தியோகஸ்தர்கள் பாகிஸ்தானின் குடிமக்களாகத்தான் இருந்தாகவேண்டும். பிற தேசங்களிலிருந்து அவர்கள் பார்ட் டைமுக்கு ஆள் எடுக்கிற வழக்கம் உண்டே தவிர, முழுநேரப் பணி, சம்பளம், பிராவிடண்ட் ஃபண்ட், போனஸ், பென்ஷன் வகையறாக்களைப் பெறும் பாக்கியம் கிடைக்காது. குறிப்பாக இந்தியாவிலிருந்து அவர்களுக்கு

உளவு சொல்லும் பிரகஸ்பதிகள் யாராக இருந்தாலும் வேலைக்குக் கூலி என்பதுடன் சரி. பிற லாபங்கள் கிடையாது. ஆனால் அந்தக் கூலியே பெரும்பணமாக இருக்கும் என்பது வேறு விஷயம். ஒரு காரியத்தை உருப்படியாகச் செய்து முடித்தால் கிடைக்கிற பணத்தை வைத்துக்கொண்டு அக்கடாவென்று அறுபது வயது வரைக்கும் மோர் சாதம் சாப்பிட்டுக்கொண்டிருக்க முடியும்.

அது இருக்கட்டும். ஐ.எஸ்.ஐயில் எப்படி ஆளெடுக்கிறார்கள்? இதைச் சற்று விரிவாகப் பார்க்கவேண்டியது அவசியம்.

காவல் துறை, ராணுவத்திலிருந்து அதிகாரிகள் மட்டத்தில் ஆளெடுத்தது போக, அடிப்படைப் பணிகளுக்கு பாகிஸ்தான் பொதுமக்களிடமிருந்தும் விண்ணப்பங்கள் வந்தால் பரிசீலிக்கிறார்கள். அட, எல்லோருமேவா நீளமாக கோட் போட்டுக்கொண்டுதலையில்ஒருதொப்பிமாட்டிக்கொண்டுமழை நாள் இருளில் மறைந்திருந்து காரியம் பார்க்க வேண்டியிருக்கும்? ஆபீஸ் உண்டு. கம்ப்யூட்டர்கள் உண்டு. சம்பளப் பட்டுவாடா, நிர்வாகம், கணக்கு வழக்குகள், ரிப்போர்ட்டுகள் அனுப்பி வாங்கும் வேலைகள் இன்னபிற வழக்கமான கடமைகள் எல்லாம் உண்டே.

பல்லாயிரக்கணக்கில் ஆள்கள் வேண்டித்தான் இருக்கும். எனவே, எடுக்கிறார்கள்.

ஃபெடரல் பப்ளிக் சர்வீஸ் கமிஷன் பரீட்சை எழுதித் தேர்வாகி, அரசு உத்தியோகஸ்தராக எந்தத் துறையிலாவது ஓரளவு அனுபவம் உள்ள மக்களுக்கு முதலில் இந்த வாய்ப்பு வழங்கப்படுகிறது. விருப்பமிருந்தால் வரலாம். இதுவும் அரசு உத்தியோகமே. ஆனால் பாதுகாப்புத் துறை அமைச்சகத்தின் கீழ் வருகிறது. சில அடிப்படைத் தகுதிகள் அவசியம். சரளமாக ஆங்கிலம் பேசத் தெரிந்திருக்க வேண்டும். பேப்பர் படிப்பவராக இருப்பது முக்கியம். குறைந்தபட்சம் உருது தினத்தந்தியாவது. உள்ளூரில், அக்கம்பக்கத்தில் தினசரி என்ன நடக்கிறது என்பது மன நுனியில் இருக்கவேண்டும். பொது அறிவு முக்கியம். அரசியல் அறிவு சிலாக்கியம்.

இது அடிப்படைத் தகுதி. இதில் தேறினால் மேல் பரீட்சைக்கு அனுப்புவார்கள். மேல் பரீட்சை என்பதில் நீங்கள் கலந்துகொள்ள

வேண்டிய அவசியம் இருக்காது. உங்களை ஒரு முயலாக, அல்லது எலியாக வைத்து ஐ.எஸ்.ஐயின் அதிகாரிகள் சில பரிசோதனைகள் மேற்கொள்வார்கள். பணிக்கு முதல் கட்டத் தேர்வாகிவிட்டீர்கள் என்று ரிப்போர்ட் வந்துவிட்டால் போதும். உங்கள் ஜாதகம் அவர்கள் கைக்குப் போய்விடும். அதை வைத்துக்கொண்டு ராகு, கேது, குரு, சுக்கிரனின் இருப்பு நிலவரங்கள் அலசப்படும்.

வீடு, குடும்பம், பிரச்னைகள், அவற்றை நீங்கள் சமாளிக்கும் விதம், உங்கள் வீட்டில், வீதியில், பேட்டையில், அலுவலகத்தில் நீங்கள் யார்? உங்கள் முக்கியத்துவம் என்ன? வெளிப்படையாகப் பேசும் டைப்பா? உம்மணாமூஞ்சியா? உங்கள் வீட்டில் நடப்பது சிதம்பர ஆட்சியா? மதுரையா? உங்களுக்கு எத்தனை வங்கிக்கணக்குகள் இருக்கின்றன? என்ன பேலன்ஸ்? நீங்கள் வருமான வரி செலுத்துபவரா? ஒழுங்காக? உங்களுக்கு ஏமாற்றும் கலை தெரியுமா? அரசாங்கத்தை அல்லது தனியாரை எப்போதாவது தில்லாக ஏமாற்றியிருக்கிறீர்களா? உங்கள்மீது காவல் துறை வழக்குகள் ஏதும் உண்டா? எப்படிச்சமாளித்திருக்கிறீர்கள்? சினிமா போவீர்களா? சங்கீதம் கேட்பீர்களா? வாயுப்பிடிப்பு, அல்சர், ஜலதோஷம், சர்க்கரை வியாதி, கேன்சர், மூட்டுவலி என்று ஏதாவது பரம்பரை சொத்து உங்களிடம் இருக்கிறதா? சிறு வயதில் ரஜினி ரசிகராக இருந்திருக்கிறீர்களா? பெருவயதில் ஒசாமா பின்லேடன் ரசிகராக மாறினீர்களா? போஸ்டர் ஒட்டியிருக்கிறீர்களா? வாழ்க அல்லது ஒழிக கோஷம் போட்டிருக்கிறீர்களா? ஏதாவது அரசியல் கட்சி சார்பு உண்டா? டீக்கடை பெஞ்சுகளில் வெட்டி அரட்டை அடிப்பீர்களா? திருட்டு தம் அடிக்கிற வழக்கம் உண்டா? ஒரு கட்டிங் போட்டுவிட்டு ஊரையே நாரடிக்கும் ஜென்மமா?

இதைத்தான் ஆராய்வார்கள் என்று கிடையாது. ஐ.எஸ்.ஐக்கு வேலைக்கு விண்ணப்பித்து, முதல் கட்டத்தில் தேர்வாகிவிட்டால் மேற்சொன்ன இரண்டாம் கட்டப் பரிசீலனையில் உங்களை ஒரு விரிச்சுவல் போஸ்ட் மார்ட்டம் பண்ணிவிடுவார்கள். இந்தப் பரிசோதனைகளில் ஏதாவது ஒரு கட்டத்தில் அதிகாரிகளுக்கு முகச்சுளிப்பு ஏற்பட்டுவிட்டாலும் கழித்துக் கட்டப்படுவது உறுதி. ஒரு பாதுகாப்பு வசதிக்காக சம்பந்தப்பட்ட நபர் அப்போது பார்த்துக்கொண்டிருக்கும் உத்தியோகத்திலிருந்து ஓரிரு வருடங்கள் எங்காவது தூக்கியடிக்கப்படுவதும் நடக்கலாம்.

எங்காவது கிராமாந்திரத்துக்குப் போய் வறப்புமேடுகளில் உழுது பயிர் செய்து பிழைத்து, ஐ.எஸ்.ஐக்கு விண்ணப்பித்ததை மறந்து இருந்துவிட்டு மீண்டும் ஊர் திரும்பவேண்டி நேரும்.

தனக்கு ஏன் திடீரென்று இப்படியொரு பொட்டல் காட்டுக்கு டிரான்ஸ்ஃபர் வந்தது என்று அந்த பிரகஸ்பதிக்குத் தெரியவே தெரியாது. வெந்ததைத் தின்று விதிப்படி போய்ச் சேரவேண்டியதுதான். தெரியுமா மாப்ள, ஐ.எஸ். ஐல செலக்ஷனுக்குப் போயிருக்கேன். மவன ஒரு சான்ஸ் கிடைச்சிதுன்னு வெச்சிக்க, நாளைக்கு நைட்டு கௌம்பிப் போயி காஷ்மீர லவட்டிக்கிட்டு வந்துருவேன் என்று அநாவசியமாக அக்கம்பக்கங்களில் பேச்சு வளர்க்காமல் இருக்க இந்தப் பாதுகாப்பு ஏற்பாடு போலிருக்கிறது.

ஃபெடரல் பப்ளிக் சர்வீஸ் கமிஷன் அதிகாரிகள் நடத்தும் இந்த இரண்டாம் கட்டத் தேர்விலும் பாஸாகி மேலே போகிறவர்கள் பெரும்பாலும் சொற்பமானவர்களாகவே இருப்பார்கள். தேர்வானவர்களுள் தகுதி அடிப்படையில் முதலில் ஷார்ட் லிஸ்ட் செய்வார்கள். அவர்களை எங்காவது கண்காணாத பிராந்தியத்துக்கு அள்ளிப் போட்டுக்கொண்டு போய் உடல் தகுதி பரிசோதிப்பார்கள். ஆபீசில் உட்கார்ந்து அன்புடையீர், வணக்கம். இப்பவும் நாளது சித்திரை இருபத்தி ஏழாம் தேதி காலை தங்களுக்கு அனுப்பிய கடுதாசிக்கு இதுகாறும் பதில் கிடைக்கப் பெறாததால் இக்கடிதத்தை எழுதவேண்டி நேர்கிறது என்று டைப்படிக்கும் உத்தியோகஸ்தர்களுக்கு எதற்கு உடல் தகுதி என்று கேட்பதற்கில்லை. ஐ.எஸ்.ஐயில் காப்பி ஆற்றுகிற பையன்கள் கூட கட்டுமஸ்தாக இருந்தாக வேண்டும் என்பது விதி.

உடல் தகுதியில் தேறியபிறகு மருத்துவப் பரிசோதனைகள் மேற்கொள்ளப்படும். சிறு வியாதிகள் முதல் பெருவியாதிகள் வரை அனைத்துக்குமான பரிசோதனைகள். கண்டிப்பாக எயிட்ஸ் பரிசோதனை உண்டு. நக்கீரன் உள் அட்டைகளில் பிரசுரிக்கப்படும் ஆண்மைக்குறைவு, வீரியமின்மை, கைகால் விரைப்பு, நாள் பட்ட சளி, கபம், ஆஸ்துமா, விரைவில் விந்து வெளியேறுதல், சொப்பன ஸ்கலிதம் தொடங்கி சகல விதமான வியாதிகளில் எதுவாவது ஒன்று இருக்கிறதா என்று பார்ப்பார்கள். இருந்தால் அவுட். அப்படியே பார்சல் பண்ணி அனுப்பிவிடுவார்கள்.

எதுவுமில்லை, பீமபலத்துடன் இருக்கிறீர்கள் என்றால் ரத்தம், விந்து, கைரேகை, தலைமுடி மாதிரிகள் எடுத்துக்கொண்டு நாலைந்து போட்டோ பிடித்துக்கொண்டு அடுத்தக் கட்டப் பரிசோதனைக்கு அனுப்புவார்கள்.

இது சற்று அபாயகரமான பரிசோதனை. தேர்ந்தெடுக்கப்பட்ட மன நல மருத்துவர்களும் ஐ.எஸ்.ஐயின் மிக உயர்ந்த பதவி எதிலாவது அமர்ந்திருக்கும் அதிகாரிகளும் இணைந்து மேற்கொள்ளும் பரிசோதனை. கிட்டத்தட்ட போலீஸ் இண்டராகேஷன் மாதிரி இருக்கும். சமயத்தில் அதையெல்லாமும் மீறிச் செல்லும்.

உங்கள் உதடுகள் உச்சரிப்பதற்கும் உள்மனம் நினைப்பதற்கும் இடையில் உள்ள வித்தியாசங்களைக் கண்டுபிடிப்பதே இந்தப் பரிசோதனையின்அடிப்படை நோக்கம். கூடவே உங்கள்மன உறுதி எத்தகையது என்பதையும் பரிசோதிப்பார்கள். இந்த வகையில் பல வினோதமான பரிசோதனைகள் மேற்கொள்ளப்படுவதுண்டு. கற்பனை செய்ய முடியாத அளவுக்குப் பணத்தைக் கிடைக்கச் செய்து, கையில் பணத்தை வைத்துக்கொண்டு சம்பந்தப்பட்ட நபர் என்ன செய்கிறார், எப்படி பேய்முழி முழிக்கிறார், செலவழிக்கிறார் என்று பார்ப்பார்கள். விசுவாமித்திரர் தவத்தைக் கலைக்க இந்திரன் அனுப்பிய கன்னிகள் மாதிரி தளதளவென்று இரண்டு மூன்று தக்காளிப் பழங்களை திடீரென்று உங்கள் வாழ்க்கையில் சொருகி, உங்கள் சபல பர்சண்டேஜ் பார்ப்பார்கள். பத்து பைசா பெறாத ரகசியம் ஒன்றை உங்களிடம் சொல்லி, யாரிடமும் சொல்லாதே என்று வழியனுப்பி வைப்பார்கள். சமர்த்தாக வீட்டுக்குப் போய் பொண்டாட்டியிடம் நீங்கள் ஒப்பித்திருந்தால், அடுத்த வினாடியே அதிகாரிகளுக்கு விஷயம் வந்துவிடும். யார் கண்டது? உங்கள் மனைவியே ஒரு ஐ.எஸ்.ஐ. உளவாளியாக இருக்கக் கூடும்!

ஐ.எஸ்.ஐயில் பணியாற்றுவதற்கு மற்ற எந்தத் தகுதியையும் விட ரகசியக் காப்பு என்பதை மேலே வைத்திருக்கிறார்கள். சுட்டுப் பொசுக்கினாலும் வாய் திறந்து ஒருவார்த்தை பெறமுடியாது என்கிற நம்பிக்கை வரும்வரை யாரும் அந்த ஆபீசின் காம்பவுண்ட் சுவரைக் கூட நெருங்கமுடியாது. அப்படியொரு நம்பிக்கை வந்துவிடுமானால் உடனே உத்தியோகப் பிராப்தி ரஸ்து என்று சொல்லிவிடுவார்களா என்றால் அதுதான் இல்லை!

ப்ராப்பர் இண்டர்வியூ அதன்பிறகுதான் தொடங்கும். மேல் மட்ட அதிகாரிகளைக் கொண்ட பேனல் ஒன்று ஐ.எஸ்.ஐயில் இதற்காகவே செயல்படுகிறது. மூன்று மாதங்களுக்கு ஒருமுறை இந்த பேனல் மாற்றி அமைக்கப்படும். இண்டர்வியூ செய்வதுதான் உத்தியோகம் என்று யாரும் ஒரே நாற்காலியில் கொட்டை போட்டால், அந்த வாய்ப்பைப் பயன்படுத்தி சம்திங் சம்திங் செய்துவிடுவார்களோ என்கிற பாதுகாப்பு உணர்ச்சி! ஒரு முறை பேனலில் அமரும் அதிகாரி அத்துடன் அடுத்த வாய்ப்பைப் பெறுவதற்குக் குறைந்தது ஐந்து வருடங்கள் ஆகும். அநேகமாக அப்போது அவர் ரிடையர் ஆகியிருப்பார்.

இப்படியாகப் பல கட்டம் கடந்து பரீட்சைகளில் தேர்வாகும் நபர்கள் அவரவர் உத்தியோகத்தின் தன்மைக்கேற்ப வேறு வேறு அலுவலகங்களுக்கு அனுப்பப்படுவார்கள். அட்மினிஸ்டிரேஷன் பிரிவு அல்லாமல் ஃபீல்ட் ஒர்க்கர்ஸ் - அதாவது உளவாளி உத்தியோகஸ்தர்கள் பதவிக்கு வந்தவர்கள் என்றால், இந்த இண்டர்வியூக்கள் எல்லாம் முடிந்தபிறகு அப்பாயின்மெண்ட் ஆர்டர் கொடுக்கப்படும். அடுத்தநாளே தொப்பியை மாட்டிக்கொண்டு, கூலிங் கிளாஸ் போட்டுக்கொண்டு கிளம்பிவிட முடியுமா என்றால் அதுதான் முடியாது!

செக்யூரிடி க்ளியரன்ஸ் சடங்குகளை முடித்துவிட்டு உடனடியாக ஐ.எஸ்.ஐயின் பயிற்சிப் பள்ளிக்கு அனுப்புவார்கள். ஆறு மாதங்கள் அங்கே உளவு வகுப்புகள் நடத்தப்படும். உளவுத்துறையின் இயல்புகள், அடிப்படைகள் புரியவைக்கப்படும். தேசிய, சர்வதேச அரசியல் நிலைமைகள் சொல்லித்தரப்படும். பல முக்கியமான அரசியல் தலைவர்கள், அதிகாரிகளின் இயல்புகள், அவர்களது நிழல் மற்றும் நிஜ நடவடிக்கைகள் குறித்த அடிப்படைத் தகவல்கள் பாடங்களாக இடம்பெறும்.

உதாரணமாக ஜவாஹர்லால் நேரு என்றால், ஷெர்வானியின் பட்டனில் ஒரு ரோஜாப்பூ குத்திக்கொள்வார் என்பதுடன், ஒரு சிகரெட்டை இரண்டாக வெட்டி அவ்வப்போது பாதி பாதி புகைப்பார் என்கிற தகவல் கூட அவர்களுக்கு முக்கியம். இராக் அதிபராக இருந்த சதாம் உசேன், சாப்பிடுவதற்கு முன்னால் உணவில் ஒரு பிடி, ஒரு பூனைக்குப் போட்டு, தன் கண்ணெதிரே

பரிசோதிக்கப்பட்டு, அதன்பிறகுதான் சாப்பிடுவார் என்கிற தகவல் போதுமானதல்ல. அவர் சாப்பிடும் சப்பாத்திக்கு மாவு பிசையும்போது கொஞ்சம் அபின் சேர்த்து பிசையப்படும் என்கிற தகவல் முக்கியம். அபின் சப்பாத்தியைத் தொடர்ந்து சாப்பிடும் பூனை சரியாக இரண்டரை மாதத்தில் இறந்துவிடுகிறது என்கிற தகவல் அதைவிட முக்கியம். இறக்கும் பூனைக்கு ரீப்ளேஸ்மெண்டுக்காக டைக்ரீஸ் நதிக்கரை ஓரத்து சதாம் உசேன் பங்களாவில் தனியொரு மினி பூனைப்பண்ணை உண்டு என்கிற தகவல் அதையும்விட. அத்தனை பூனைகள் இருந்தாலும் அதிபர் மாளிகையில் அவ்வப்போது எலித்தொல்லையும் உண்டு என்பது கூட.

இத்தகைய பாடங்கள் தவிர, தனியே காஷ்மீர் தொடர்பான சிறப்பு வகுப்புகள் தினசரி நடைபெறும். காஷ்மீரின் சரித்திரம், காஷ்மீர் அரசியல்வாதிகள் குறித்த விவரம், இந்திய அரசியல்வாதிகள் அத்தனைபேரின் ஜாதகம், எல்லை பாதுகாப்புப் படையின் பலம், தன்மை, ஆயுதப் பயிற்சி, கைவசம் உள்ள நவீன கருவிகள் குறித்த விவரங்கள், காஷ்மீர் தீவிரவாத இயக்கங்களின் இருப்பு, செயல்பாடு குறித்த விவரங்கள், எங்கெங்கே பயிற்சி முகாம்கள் உள்ளன என்பது போன்ற தகவல்கள், நம்பகமான கிராமத்து இன்ஃபார்மர்கள் குறித்த தகவல்கள், சுற்றுலா பயணிகள் வருகை போகை குறித்த புள்ளிவிவரங்கள், காஷ்மீர் பண்டிகை நாள்கள் குறித்த விவரங்கள், மக்கள் தொகை அடர்த்தி, முஸ்லிம் மெஜாரிடி, பவுத்தர்கள் மெஜாரிடி, ஹிந்துக்கள் மைனாரிடி இருக்கும் பிராந்தியங்கள் குறித்த விவரங்கள் என்று சகலமும் சொல்லித்தரப்படும்.

யுத்த காலங்களில் உளவாளிகள் எப்படிச் செயல்படவேண்டும், என்னென்ன எதிர்பார்க்கப்படும் என்பதற்குத் தனி வகுப்புகள். யுத்தங்களை உருவாக்க வேண்டுமென்றால், அதற்கான ஆயத்தங்கள் என்னென்ன என்பது இன்னொரு தனி. எதிரி தேசத்தில் ஒரு குழப்பம் விளைவிக்க வேண்டுமென்றால் அதை எங்கிருந்து தொடங்கலாம், யார் யாரைப் பிடிக்கலாம், என்ன செய்யலாம், எப்படித் தம் அடையாளங்களை மறைத்துக்கொள்ளலாம் இன்னபிற.

அதிமுக்கியம், தகவல் தொடர்பு குறித்த வகுப்புகள். தொலைபேசியில் எப்படிப் பேசவேண்டும் என்பது மிக முக்கியமானதனி வகுப்பு. ஐ.எஸ்.ஐயில் ஒவ்வொரு உளவாளிக்கும் மூன்று அடையாளங்கள் உண்டு. ஒன்று, அவரது அடையாள எண். இரண்டு, அவருக்கு ஐ.எஸ்.ஐயால் சூட்டப்படும் அடையாளப் பெயர். மூன்று, பெற்றுப் போட்ட ஆயி அப்பன் வைத்த ஒரிஜினல் பெயர். பெரும்பாலும் இதை விசிறிக் கடாசிவிடுவார்கள். புதிய நாமகரணம்தான் நிலைக்கும். அது வெளி உலகுக்கு. அவர்களுக்குள் பேசிக்கொள்ள அடையாள எண்ணை மட்டுமே குறிப்பிடுவார்கள்.

அலுவலக ரெக்கார்டுக்கு என்று எடுக்கப்பட்ட ஒரு சில புகைப்படங்கள் தவிர, ஒவ்வொரு உளவாளியும் தன் வசமுள்ள பிற அத்தனை புகைப்படங்களையும் அதிகாரிகள் முன்னிலையில் எரித்துவிட வேண்டும். திருமண போட்டோ உள்பட. உளவாளிகளின் தனிப்பட்ட விவரங்கள் எங்கெல்லாம் பதிவாகியுள்ளதோ, அவை அனைத்தையும் தேடி அழிப்பதற்கென்றே ஐ.எஸ்.ஐயில் தனியொரு பிரிவு உண்டு. பிறப்புச் சான்றிதழைக் கூட விட்டுவைக்க மாட்டார்கள். ஒரே ஒரு அடையாளம்தான். ஐ.எஸ்.ஐ. உளவாளி. அதுவும் சம்பந்தப்பட்ட துறை அதிகாரிகளுக்கு மட்டுமே தெரிந்த அடையாளம். பக்கத்து வீட்டுப் பரமசிவத்திடம் பெருமையாக நான் இன்ன ஆபீஸில் இன்ன உத்தியோகம் பார்க்கிறேன் என்று அளந்துகொண்டிருக்கக் கூடாது. தெரிய வந்தால், தீர்த்துவிடுவார்கள். கணக்கு, வரலாறு, வாழ்க்கை எல்லாவற்றையும்.

இப்படியெல்லாம் பாடுபட்டுப் படித்துத் தேறி மேலேறி வந்தபிறகு ஒரு வருட பயிற்சிக்கால உத்தியோகம் என்று எங்காவது போஸ்டிங் போடுவார்கள். இந்தப் பயிற்சிக்காலத்தில் ஒருவர் தன் திறமையை நிரூபித்தால் உத்தியோகம் நிலைக்கும். ஐ.எஸ்.ஐ. உளவாளியாகச் செயல்படலாம். சகல சம்பத்துகளும் சித்திக்கும். சாவுக்குப் பக்கத்தில்தான் வாழ்க்கை. என்றாலும் சாகும்வரை சௌக்கியத்துக்குக் குறைச்சல் இருக்காது. இடையே ஏதாவது பேஜாராகிப் போனால், சீட்டைக் கிழித்து வீட்டுக்கோ, வீடு பேற்றுக்கோ அனுப்பிவிடுவார்கள். அதெல்லாம் அவரவர் செயல்பாட்டின் தன்மையைப் பொறுத்த விஷயம்.

பொதுவாக சிவிலியன் ஊழியர்களை ஐ.எஸ்.ஐ.யின் மேஜர் ரேங்குக்குக் கீழேதான் வைப்பார்கள். மேலதிகாரி ஆகமுடியாது. ரிடையர் ஆனாலும் ஜூனியர் ஆபீசராகத்தான் ஆகவேண்டியிருக்கும். ராணுவத்திலிருந்து வருபவர்கள் மட்டும்தான் திறமையை நிரூபித்தால் மேலே போகமுடியும். சிவிலியன் ஊழியர்கள் நாம் மேலே பார்த்த அவியல், பொறியல், சாம்பார் பிரிவுகளில் மட்டும்தான் உத்தியோகத்தில் அமர்த்தப்படுவார்கள். மற்ற மோர்க்குழம்பு, அப்பளப் பிரிவுகளுக்கெல்லாம் ராணுவத்தினர் மட்டும்தான்.

எந்தப் பிரிவாக இருந்தாலும் ராணுவ அதிகாரிகள்தான் தலைமைப் பொறுப்பில் இருப்பார்கள். ஐ.எஸ்.ஐயைப் பொறுத்தவரை சிவிலியன்களுக்கு உத்தியோகப் பிராப்தி உண்டு. ஆனால் உயரதிகாரிப் பிராப்தி கிடையாது.

ஐ.எஸ்.ஐயின் ராணுவத்தில் சேர விரும்பும் பாகிஸ்தானிய ராணுவ வீரர்கள் நேரடியாகத் தங்கள் உயரதிகாரிகள் மூலம் மனு செய்யலாம். அநேகமாக, கண்டிப்பாகக் கிடைத்துவிடும். ஆனால் இவர்களும் ஒரு குறிப்பிட்ட காலம் அந்தப் பயிற்சிப் பள்ளியில் படித்துவிட்டுத்தான் களம் காணப் போகவேண்டும். ரெகுலர் ராணுவ வீரர்களுக்கு வழங்கப்படும் சம்பளத்தைவிட, ஐ.எஸ். ஐயின் சிறப்பு ராணுவ வீரர்களுக்குத் தரப்படும் சம்பளம் மற்றும் போனஸ் தொகை சற்று அதிகம் என்று சொல்வார்கள். ஆனால் இது உறுதிப்படுத்த முடியாத தகவல்.

ஆனால் பாகிஸ்தான் ராணுவ வீரர்கள் ஐ.எஸ்.ஐயில் ஒருவருஷ டெபுடேஷனிலாவது உத்தியோகம் பார்க்க விரும்புவதைக் கணக்கில் கொண்டு பார்த்தால் இது உண்மையாகத்தான் இருக்கவேண்டும்.

இன்னொன்றும் சொல்லிவிட வேண்டும். ஐ.எஸ்.ஐயின் ராணுவத்தில் நிரந்தர சிப்பாய்கள் என்று யாரும் கிடையாது. எல்லோருமே டெபுடேஷனில்தான் வருவார்கள். அவரவர் தகுதிக்கும் திறமைக்கும் ஏற்ப ஒரு வருடம் முதல் மூன்று ஆண்டுகள் வரை பணிக்காலம் தீர்மானிக்கப்படும் அல்லது நீட்டிக்கப்படும். அதற்குள் என்னதான் உலக சாதனை படைத்துக்

காட்டினாலும் மூன்றாம் ஆண்டு இறுதியில் சல்யூட் வைத்துவிட்டு சமர்த்தாகப் பழைய பணிக்குப் போய்விட வேண்டியதுதான்.

இந்த விதி சிப்பாய்களுக்கு மட்டுமானது. இங்கும் அதிகாரிகள் விஷயம் வேறு. மேஜர் பதவிக்கு மேலே இருப்பவர்களின் பணிக்காலம் நீளமானது. சமயத்தில் நிரந்தரமானதாகவும் ஆகும். ஆனால் அறிவிக்க மாட்டார்கள். அவர்களுக்கும் அதிகபட்சம் மூன்றாண்டுகள்தான் என்றுதான் பொதுவில் சொல்லப்படும். உண்மையில் பத்து வருடங்களுக்கு மேல் கொட்டை போட்ட மேஜர்கள் ஐ.எஸ்.ஐயில் உண்டு என்பார்கள்.

சில சமயம் சக அதிகாரிகளுக்கே தெரியாமல் சில முன்னாள் ராணுவ அதிகாரிகளை திடீரென்று பணிக்கு அழைப்பார்கள். அவர்களுக்குத் தனியே அலுவலகம் அமைக்கப்படும். ஏதாவது ஒரு குறிப்பிட்ட பணிக்காக மட்டும் அவர்கள் அழைக்கப்பட்டிருப்பார்கள். அந்த வேலை ஆறுமாதமோ, ஒரு வருடமோ இருக்கலாம். அதற்கு மேலும் இருக்கலாம். அதை முடித்துக் கொடுத்துவிட்டு, சம்பளத்தை வாங்கிக்கொண்டு போய்விடுவார்கள். இப்படி வரும் அதிகாரிகளுக்கான உதவியாளர்கள், கிளார்க்குகள் அனைவருமே திடீர் அழைப்பாளர்களாகத்தான் இருப்பார்கள். வேறு ஏதாவது சமர்த்து உத்தியோகத்தில் இருந்து சாதித்து, ரிடையர் ஆனவர்கள். இவர்கள் குறுகிய காலம் ஐ.எஸ்.ஐயின் ஊழியர்களாகப் பணியாற்றினாலும், அமைப்பின் பிற அதிகாரிகளுடனோ, ஊழியர்களுடனோ இவர்களுக்குப் பெரும்பாலும் தொடர்பு இருக்காது. அசைன்மெண்ட் அடிப்படையில் தாற்காலிகமாக வந்து போகும் ஆபீசர்கள்.

இந்த 'தாற்காலிக' என்கிற சொல்லைக் கவனிக்க வேண்டும். ஐ.எஸ். ஐயில் அதன் டைரக்டர் ஜெனரல் உள்பட அத்தனை பேருமே (அவருக்கும் மூன்று வருடம்தான் பணிக்காலம்.) தாற்காலிகப் பணியாளர்கள்தான் என்கிறபடியால், இந்தக் குறுகிய காலப் பணி, அசைன்மெண்ட் அடிப்படையிலான அப்பாயின்மெண்ட் என்பதெல்லாம் யாருக்கும் ஒரு பொருட்டே கிடையாது.

ஊழியர்கள் தேர்வு, அவர்களுக்கான சம்பளம், இதர படிகள், தனி வசதிகள், அவசர, அத்தியாவசியச் செலவுகள், பயிற்சிப்

பள்ளிக்கான செலவுகள் என்று ஆண்டுக்குப் பல கோடிகள் ஐ.எஸ்.ஐக்காக பாகிஸ்தான் அரசு செலவழிக்கிறது. இதெல்லாம் அடிப்படைச் செலவுகள். ஒவ்வொரு ஆப்பரேஷனுக்குமான செலவு என்பது தனி. ஒவ்வொரு ஆண்டும் வரவு செலவு அறிக்கையில் குறைந்தது எண்ணூறு முதல் தொள்ளாயிரம் கோடி ரூபாய் பாதுகாப்புத் துறைக்காகக் கணக்குக் காட்டுகிறது பாகிஸ்தான் அரசு. உண்மையான தொகை இதனைக் காட்டிலும் அதிகம் என்று சொல்வார்கள். ஆனால் இதில் கணிசமான அளவு ஐ.எஸ்.ஐயின் செலவுகளுக்காக மட்டுமே செல்கிறது என்பது அறிவிக்கப்படாத உண்மை.

இன்றைக்கு வரை உலகின் எந்த ஒரு உளவுத்துறையும் வருடத்துக்கு இத்தனை கோடி செலவிட்டிருக்கிறது என்ற கணக்கு வெளிப்படையாக அறிவிக்கப்பட்டதில்லை. இந்திய உளவுத்துறை உள்பட.

4. பெரியண்ணன் புகுந்த வீடு

பூலோகத்தில், அரசியல்வாதிகள் என்போர் ஒரு தனி ஜாதி. தனி மதம். தனி இனம். தனி ஜீவஜந்துக்கள். அரசியலுக்கு அப்பாற்பட்டவர்களால் பொதுவாகப் புரிந்துகொள்ளமுடியாத பரமாத்மாக்கள். ஓர் அரசியல்வாதியின் நடவடிக்கைகளை, செயல்பாடுகளை இன்னோர் அரசியல்வாதியால்தான் முழுமையாகப் புரிந்துகொள்ள முடியும். டிராக் பண்ணமுடியும். இது பொது விதி.

ஆனால் உலக அரசியல்வாதிகள், அரசியலில் பழம் தின்று, கொட்டை போட்டு, அது முளைத்து மரமாகி, மீண்டும் பழம் கொட்டை சுழற்சி பார்த்தவர்களால்கூடப் புரிந்துகொள்ளமுடியாத ஓர் இனம் உண்டென்றால் அது பாகிஸ்தான் அரசியல்வாதிகள்.

சுதந்தரம் அடைந்து சரியாக அறுபது வருடங்கள் ஆகிவிட்டன. இந்த அறுபதாண்டு காலத்தில் பெரும்பாலும் ராணுவ ஆட்சி. விளம்பர இடைவேளைகளில் மட்டும் மக்களால் தேர்ந்தெடுக்கப்பட்ட ஆட்சியாளர்கள்.

அதே காலகட்டத்தில் சுதந்தரம் பெற்ற இந்தியாவில் ஒரு வருஷம் இந்திரா காந்தி எமர்ஜென்சி கொண்டுவந்தார். ஒரே வருஷம். இன்றைக்கு வரை அதை விமரிசித்துக்கொண்டும் கண்டித்துக்கொண்டும் இருக்கிறோம். பலபேர் தம் பெயருக்கு முன்னால் டாக்டர் பட்டம் போல மிசாவைச் சேர்த்துக்கொண்டு சுற்றுகிறார்கள். ஆனால் பெரும்பாலான காலத்தை ராணுவ ஆட்சியாளர்களுடனேயே கழித்த பாகிஸ்தானியர்கள் அதை ஏன் ஒரு பொருட்டாகவே கருதுவதில்லை? அல்லது நமக்குத்தான் சரியாக விவரம் தெரியவருவதில்லையா?

ஐ.எஸ்.ஐயின் இருப்பையும் பாகிஸ்தானில் அதன் முக்கியத்துவத்தையும் புரிந்துகொள்ள வேண்டுமென்றால் பாகிஸ்தானின் அரசியல் குறித்த அடிப்படைத் தகவல்களைத் தெரிந்துகொள்வது அவசியம்.

இந்தியாவின் தந்தையும் பாகிஸ்தானின் தந்தையும் சுதந்தரம் பெற்ற அடுத்த வருடமே இறந்து போனவர்கள். இந்தியத் தனயன்கள் தொடர்ந்து ஐந்தாண்டுகளுக்கொரு எலக்ஷன் வைத்து (அதில் அவ்வப்போது தகிடுதத்தங்கள் நிகழ்ந்தாலும்) மக்கள் பிரதிநிதிகளைக் கொண்டு ஆள்வது என்னும் வழக்கத்தை வைத்துக்கொண்டார்கள்.

மாறாக பாகிஸ்தானின் முதல் பிரதமராகப் பொறுப்பேற்ற லியாகத் அலிகான், 1948ம் ஆண்டே ஓர் அதிரடி ஸ்டேட்மெண்ட் விடுத்தார். முஹம்மது அலி ஜின்னாவால் கட்டிக்காப்பாற்றப்பட்ட கட்சி, முஸ்லிம் லீக். அது இருக்கும்வரை பாகிஸ்தானில் இன்னொரு கட்சி உருவாகக் கூடாது.

பாகிஸ்தானின் முதல் அரசாங்கம் தன்னை ஒரு ஜனநாயக அரசாகத்தான் அறிவித்துக்கொண்டது. அரசியல் சட்டம் எழுதுவதற்கு ஒரு குழுவை அமைத்து, தனியே ஒரு ஆபீஸ் போட்டுக்கொடுத்து ஒரு பக்கம் வெள்ளை பேப்பர்களை கறுப்பாக்கிக்கொண்டிருந்தார்கள். மக்களால் தேர்ந்தெடுக்கப்படும் கட்சியே நாட்டை ஆளும் என்று பொதுவில் சொல்லிவிட்டு, முஸ்லிம் லீகைத் தவிர இன்னொரு கட்சி உருவாகவே கூடாது என்று பிரதமரே அறிவிப்பது எந்த ஊர் ஜனநாயகம் என்று கேட்கக் கூடாது. அது பாகிஸ்தான் ஜனநாயகம்.

ஜின்னாவின் மீதிருந்த அளப்பரிய பாசம், பிரிட்டிஷ் அரசு பிரிவினையின்போது தங்களைப் பழிவாங்கிவிட்டது என்கிற கோபம், தாங்கள் கஷ்டப்பட்டுத்தான் மேலே வரமுடியும் என்கிற எண்ணம் எல்லாம் சேர்ந்து அன்றைய தேதியில் பாகிஸ்தான் மக்கள் உணர்ச்சிப் பிழம்பாக இருந்தார்கள். போதாக்குறைக்கு காஷ்மீர் யுத்தத்தில் ஏற்பட்ட சறுக்கல். முஸ்லிம் லீக் ஆட்சியில் இருந்தாலொழிய பாகிஸ்தானுக்கு கதி மோட்சம் கிடையாது என்று அவர்கள் தீவிரமாக நம்பினார்கள், அல்லது நம்பவைக்கப்பட்டார்கள்.

ஆனால் மக்கள் வைத்த நம்பிக்கையைக் காப்பாற்ற முஸ்லிம் லீக் தலைவர்கள் தவறிவிட்டார்கள். சுதந்தரம் அடைந்த முதல் பத்தாண்டு கால பாகிஸ்தான் அரசியல், மாநகராட்சி நவீன கட்டடக் கழிப்பிடங்களின் சுகாதார நிலைமையைக் காட்டிலும் மோசமாக இருந்தது. எங்கு பார்த்தாலும் ஊழல். எதில் தொட்டாலும் லஞ்சம். சுதந்தரத்துக்காகப் போராடிய சுந்தரர்கள், அது கிடைத்து, கொசுறாகப் பதவியும் கிடைத்தபோது, பாகிஸ்தான் பிறந்தது எனக்காக என்று பாட்டை மாற்றி, பிளேட்டைத் திருப்பிவிட்டார்கள்.

*1956*ல் முதல் அரசியல் அமைப்புச் சட்ட வரைவு தயாராவதற்கு முன்பு வரை *1935*ம் ஆண்டு பிரிட்டிஷ் அரசால் தோற்றுவிக்கப்பட்ட *Government of India Act* பிரகாரம்தான் பாகிஸ்தான் ஆட்சி நடைபெற்றது. அந்த ஒன்பது ஆண்டுகளில் முஸ்லிம் லீக் தவிர இன்னொரு கட்சி அங்கே உருப்படியாக எழுந்திருக்கவே இல்லை. அல்லது எழுந்திருக்க விடவில்லை. கிழக்கு வங்காளத்தில் அவாமி லீக் (ஷேக் முஜிபுர் ரஹ்மான் ஆரம்பித்தது. பின்னாளில் *1971* யுத்தத்துக்குப் பின் அவாமி லீக்தான் பங்களாதேஷை ஆளத் தொடங்கியது.) உருவானபோது வேண்டாவெறுப்பாகத்தான் சகித்துக்கொண்டார்கள். சட்டமன்ற, பாராளுமன்ற நடவடிக்கைகளில் கேள்வி கேட்கிற இனம் என்று ஏதுமில்லை. தோன்றியதைப் பேசுவார்கள். பேசியதை எழுதி, சட்டமாக்குவார்கள். சட்டம் திணிக்கப்படும். மாநில அரசுகள் எப்போது வேண்டுமானாலும் கலைக்கப்படும். மறு அரசை சகட்டு மேனிக்குத் தீர்மானிப்பார்கள்.

அட, சுதந்தர பாகிஸ்தானில் ஜின்னாவுக்குப் பிறகு கவர்னர் ஜெனரலான குலாம் முஹம்மதுவையே அபிப்பிராய பேதங்கள் காரணமாகப் பதவி நீக்கி, அதை சட்டபூர்வமாக்க சுப்ரீம் கோர்ட்டை நிர்ப்பந்தம் செய்து சாதித்துக்கொண்ட பிரகஸ்பதிகள் அல்லவா?

*1970*க்கு முன்னால் தேசிய அளவில் பொதுத்தேர்தல் என்றே ஒன்று நடக்கவில்லை. எல்லாமே நியமனம். எல்லோருமே நியமனம்.

முதல் சில வருடங்கள் மக்களும் ராணுவமும் இதைப் பொருட்படுத்தவில்லை. எல்லாம் ஆரம்ப நெருக்கடி,

போகப்போகச் சரியாகிவிடும் என்று நினைத்தார்கள். அடிக்கடி மாறும் பிரதம மந்திரிகளை ஐ.எஸ்.ஐயும் சகித்துக்கொண்டுதான் இருந்தது. ஒவ்வொரு பிரதமரும் ஆசைக்குச் சிலபேரைக் கவிழ்ப்பார்கள். ஆஸ்திக்குக் கொஞ்சம் சேர்ப்பார்கள். சில மாநில அரசுகள் கைப்பந்தாக்கப்பட்டு, தூக்கித் தூக்கி வீசப்படும். இந்தக் கூத்துகள் அனைத்துக்கும் ஐ.எஸ்.ஐயின் உதவி கோரப்படும். கிட்டத்தட்ட மொட்டைத்தலை துணை வில்லன்கள் மாதிரி என்னடா பிழைப்பு இது என்று அலுத்துக்கொண்டார்கள். வெளிவிவகாரங்கள் முழுவதும் ஐ.எஸ்.ஐயின் பொறுப்பு என்று எழுத்தளவில் இருந்தாலும் கவனிக்கவேண்டிய பெரும்பாலான பொறுப்பு பாகிஸ்தானின் உள்நாட்டு அரசியலாகவே இருந்தது அவர்களுக்கு மிகுந்த எரிச்சலைத் தந்தது. ஒப்புக்கு ஒரு காஷ்மீர். சப்புக்கு ஒரு ஆப்கனிஸ்தான். அவ்வளவுதான்.

என்ன நோக்கத்துக்காக ஐ.எஸ்.ஐ. தோற்றுவிக்கப்பட்டதோ, அது பூர்த்தியாகவில்லையே என்கிற ஏக்கம் அவர்களுக்கு இருந்தது. அவர்களைவிட ராணுவத்துக்கு இன்னும் சற்று அதிகமாகவே இருந்தது.

தவிரவும் ஐம்பதுகளின் மத்தியில் மேற்கு பாகிஸ்தான் - கிழக்கு பாகிஸ்தான் அபிப்பிராய பேதங்கள், பிளவுகள் அதிகரிக்கத் தொடங்கியிருந்தன. கிழக்கு பாகிஸ்தான் என்கிற இன்றைய பங்களாதேஷில் அன்றைக்கு அவாமி லீக் மிகப்பெரிய அளவில் எழுச்சி கொள்ளத் தொடங்கிவிட்டிருந்தது. முஜிபுர் ரஹ்மான் தலைமையில் அவர்கள் தம் மத்திய அரசின் மாற்றாந்தாய் மனப்பான்மை குறித்து தொடர்ந்து அதிருப்தி தெரிவித்து, அவ்வப்போது போராட ஆரம்பித்திருந்தார்கள். மத்திய பாராளுமன்றத்தில் வங்காளிகளின் எண்ணிக்கை எப்போதும் மேற்கு பாகிஸ்தானியர்களுக்கு உறுத்திக்கொண்டே இருந்தது. கிழக்கு வங்காளத்தில் முஸ்லிம் லீகைவிட அவாமி லீக் பெரிய கட்சி என்பதை மனத்தளவில் அவர்களால் ஏற்கவே முடியவில்லை. மாற்றுக்கட்சி என்பதே கூடாது என்று நினைத்தவர்களல்லவா? தவிரவும் லிபரலிசம், செக்யூலரிசம் என்று கெட்ட பேச்சு பேசிக்கொண்டிருக்கிற ஆசாமிகள்.

நாடாளுமன்றத்தில் வங்காளிகளை ரவுண்டு கட்டி ஒதுக்கும் பணிகள் முடுக்கிவிடப்பட்டிருந்த சமயம் அது. மேற்கு

பாகிஸ்தானிய அரசியல்வாதிகள், இஸ்லாமாபாத் அரசியல் தலைமையகத்திலிருந்து அடிக்கடி ராவல்பிண்டி ராணுவத் தலைமையகத்துக்குப் போய்வர ஆரம்பித்தார்கள். கிழக்கு வங்காளிகளை ஏதாவது செய்யவேண்டும். அவர்கள் எழுந்திருக்கக் கூடாது. மேலே வரக்கூடாது.

இம்மாதிரியான நடவடிக்கைகள் பாகிஸ்தானில் முதல் முதலில் ராணுவத்தை ஓரத்திலிருந்து மையத்துக்குக் கொண்டுவரத் தொடங்கின. அரசியல்வாதிகள், அமைச்சர்களின் விவாதங்களின்போது ராணுவத்தளபதிகள் அழைக்கப்பட்டார்கள். உளவுத்துறைத் தலைவர் சேர்த்துக்கொள்ளப்பட்டார். சொந்த நாட்டின் ஒரு பகுதியையே எதிரி தேசம் போல் வேவு பார்க்கச் சொல்லி ஐ.எஸ்.ஐ. வற்புறுத்தப்பட்டது. ஒரு கட்டத்தில் அதுவே பிரதானமான பணியாகிப் போனது.

மறுபக்கம், பஞ்சாப் மாகாணத்திலும் கிளர்ச்சிகளும் தொழிலாளர்கள் மற்றும் விவசாயிகளின் எழுச்சிகளும் அரங்கேறிக் கொண்டிருந்தன. நியாயமாக 1958ல் பாகிஸ்தானில் ஒரு பொதுத்தேர்தல் நடத்தப்பட்டிருக்க வேண்டும். ஆனால் தேர்தல் என்று வந்தால் கண்டிப்பாக பஞ்சாபிகள் மற்றும் வங்காளிகளின் கை ஓங்கிவிடும் என்று சநாதன முஸ்லிம் லீக் அரசியல்வாதிகள் கவலைப்படத் தொடங்கினார்கள். அதன்பொருட்டுத் தொடர்ந்து தவறுகளாகவே செய்ய ஆரம்பித்தார்கள். தேர்தலைத்தள்ளிப்போட ஆத்ம சுத்தியுடன் என்னென்ன தகிடு தத்தங்கள் செய்யமுடியுமோ, அதையெல்லாம் செய்யப் பார்த்தார்கள்.

வெறுத்துப் போனது ராணுவம். முதல் முறையாக அப்போதுதான் ராணுவமும் உளவுத்துறையும் சேர்ந்து, பாகிஸ்தானின் போலி ஜனநாயக அரசைக் கலைத்துவிடலாம் என்று முடிவு செய்தன. அதற்குள் அப்போதைய கவர்னர் ஜெனரலாக இருந்த இஸ்கந்தர் மிர்ஸாவே (Iskander Mirza) ஆட்சி சகிக்கவில்லை என்று கலைத்துவிட்டு ராணுவத்தைக் கூப்பிட்டுவிட்டார்.

அப்போது பாகிஸ்தானின் ராணுவத் தளபதியாக இருந்தவர் அயூப் கான். அவருக்கு முன்னால்வரை அந்தப் பதவியில் பிரிட்டிஷார்தான் இருந்தார்கள். அயூப்தான் முதல் பாகிஸ்தானியத் தளபதி. 1951

ஜனவரி17 முதல் அந்தப் பொறுப்பில் இருந்து வந்தார் அவர். 1954ம் வருஷம், பாகிஸ்தானின் இரண்டாவது பாராளுமன்றத்தில் (முஹம்மது அலி போக்ராவின் தலைமையிலான அரசு) அவர் பாதுகாப்புத் துறை அமைச்சராகவும் பணியாற்றியவர். விவரம் தெரிந்தவர். நிரம்ப தேசப்பற்று மிக்கவர்.

இஸ்கந்தர் மிர்ஸா ராணுவ ஆட்சியை அமல்படுத்தியபோது அயூப் கானைத்தான் அதன் தலைமை நிர்வாகியாகப் பதவியமர்த்தினார். பதவிக்கு வந்தவுடன் அயூப் செய்த காரியம் உடனடியாக ஐ.எஸ். ஐயுடன் கலந்து பேசியதுதான்.

தேசம் போகிற பாதை நாராசமாக இருக்கிறது. இப்படியே மசாலா அரசியல் பண்ணிக்கொண்டிருந்தால் நரகத்தில் கூட நோ வேகன்ஸி போர்டு மாட்டிவிடுவார்கள். உருப்படியாக ஏதாவது செய்யவேண்டும். அரசியல்வாதிகளை இனி நம்பிப் பயனில்லை. என்ன சொல்கிறீர்கள்?

ஏ.ஓ. மித்தா (A.O.Mitha) என்பவர் அப்போது ஐ.எஸ்.ஐயின் தலைவராக இருந்தார். எனக்கு ஒருநாள் அவகாசம் கொடுங்கள் என்று கேட்டுவிட்டு வீட்டுக்குப் போய் யோசித்துத் திரும்பிய மித்தா, மறுநாள் அயூபிடம் சொன்னது: கவர்னர் ஜெனரலை வீட்டுக்கு அனுப்பிவிடுங்கள். நீங்கள் பிரசிடெண்ட் ஆகிவிடுங்கள்.

பாகிஸ்தானில் நடைபெற்ற முதல் பெரிய ராணுவ நடவடிக்கை அது. யாருமே எதிர்பார்க்கவில்லை. அயூப் கானின் லெஃப்டினெண்ட் மூன்று பேரும் ஐ.எஸ்.ஐ. அதிகாரிகள் மூன்று பேரும் நேராக கவர்னர் ஜெனரல் மிர்ஸாவின் அலுவலகத்துக்குச் சென்றார்கள். ஆயுதங்கள் ஏதும் கையில் கிடையாது. குறைந்தபட்சம் மிரட்டுகிற உத்தேசம் கூட இல்லை. தேச நலன் கருதி நீங்கள் பதவி விலகிவிடுவது சாலச் சிறந்தது என்று புத்தர் தொனியில் தெரிவிக்க மட்டுமே அவர்கள் சென்றார்கள். அப்படிச் சொல்லச் சொல்லித்தான் அவர்களுக்கு அயூபும் ஐ.எஸ்.ஐ. தலைவரும் உத்தரவிட்டிருந்தார்கள்.

விலக மாட்டேன் என்று சொன்னால் முழு பாகிஸ்தான் ராணுவமும் பரேடு நடத்திவிடும் என்று முதல் குண்டைப் போடலாம் என்பது திட்டம். ஆனால் அப்படிச் சொல்லும் வாய்ப்பு இல்லை என்றே

நினைத்தார்கள். ஏனென்றால், ராணுவம் ஆட்டம் காட்டினால் உளவுத்துறையின் உதவியைக் கோரலாம். உளவுத்துறை ரவுடித்தனம் செய்தால், ராணுவத்தின் உதவியைக் கேட்கலாம். இரண்டு பேரும் சேர்ந்து வந்து சட்டையைப் பிடித்தால் லோக்கல் போலீசையா ஒத்தாசைக்கு அழைக்க முடியும்? தூக்கிப் போட்டு மிதித்துவிட்டுப் போய்விடுவார்கள். கொஞ்சநஞ்ச காசைக் கொட்டியா வளர்த்துவிட்டிருக்கிறார்கள்?

திட்டமிட்டபடியே அவர்கள் மிர்ஸாவின் அலுவலகத்துக்குச் சென்று தயாரித்து வைக்கப்பட்டிருந்த வசனத்தைச் சொன்னார்கள். பதவி விலகிவிடுங்கள்.

இஸ்கந்தர் மிர்ஸா ஒரு வகையில் இதனை எதிர்பார்த்திருக்கக் கூடும். இருந்த அரசையும் கலைத்தாகிவிட்டது. புதிய அரசு ஒன்றை - முக்கியமாகத் தனக்கு சாதகமான அரசை அமைக்கிற வரைக்கும் ராணுவத்திடம் பொறுப்பை அளிக்கலாம் என்று நினைத்ததுதான் தவறாகிவிட்டது. வேறு வழியில்லை. மிர்ஸா சொல்லல்ல; அயூப் சொல் மட்டுமே அம்பலம் ஏறும் தருணம் அது.

எனவே அவர் நாற்காலியில் இருந்து எழுந்துகொண்டார். நான் எங்கே போகவேண்டும்? வீட்டுக்குத் தானே?

இல்லை என்று ராணுவம் சொன்னது. 'இப்போது வீட்டுக்குப் போகலாம். பெட்டி படுக்கைகளைக் கட்ட ஒரு முழு நாள் அவகாசம் உண்டு. நீங்கள் வெளிநாடு எதற்காவது போய்விடுவது நல்லது. நீங்கள் இங்கிருப்பதை ராணுவம் விரும்பவில்லை.'

அவர் இங்கிலாந்துக்குப் போய்விட்டார்.

ஒரு துளி ரத்தம் சிந்தாமல் நிகழ்த்தப்பட்ட ராணுவ ஆக்கிரமிப்பு அது. அயூப்கான் பாகிஸ்தானின் தலைமை ஆட்சியாளராகவும் அதிபராகவும் அறிவித்துக்கொண்டு ஆட்சியில் அமர்ந்துவிட்டார்.

ஒருவகையில் பாகிஸ்தான் மக்களுக்கு அப்போது இந்த மாற்றம் பிடித்திருந்தது என்றுதான் சொல்லவேண்டும். சுதந்தரம் பெற்ற தினம் முதலாக நிலையற்ற அரசியல் சூழலில் வாழ்ந்து வெறுத்துப் போயிருந்தவர்கள் அவர்கள். அரசியல்வாதிகளால் தரமுடியாத நிம்மதியை ராணுவத் தளபதி ஒரு வேளை தரலாமல்லவா?

அவர்களது எதிர்பார்ப்பு பொய்க்கவில்லை. இன்றைக்குவரை பாகிஸ்தானை ஆண்டவர்களுள் லஞ்ச ஊழல் இல்லாமல், நேர்மையாக, கைசுத்தமுடன் ஆட்சி செய்த ஒரே இரும்புத் தலைவர் அயூப் கான் தான் என்று சரித்திரம் பேசுகிறது.

அயூப் சில விஷயங்களில் மிகத் தெளிவாக இருந்தார். வரையறுக்கப்பட்ட சுதந்தரம் தம் மக்களுக்குப் போதும் என்பது அவரது சித்தாந்தம். போலி ஜனநாயகம் பேசுகிற நபர் இல்லை அவர். முக்கியமாக, அதிபர் என்றாலும் அவர் அரசியல்வாதி இல்லை. ராணுவத்தை அவர் நம்பினார். உளவுத்துறையை அதனைக் காட்டிலும் மதித்தார்.

ஐ.எஸ்.ஐ என்கிற அமைப்பு, அது தோன்றிய தினத்திலிருந்து உருப்படியாகச் செயலாற்றத் தொடங்கியது அயூப் கான் காலத்தில்தான். ஐ.எஸ்.ஐயின் குதிரை பலத்தை, யானை பலமாக மாற்றியவர் அயூப் கான். மூன்று கட்டளைகளை அவர் ஐ.எஸ். ஐக்குப் பிறப்பித்திருந்தார்.

1. ஜனநாயகம் என்று இப்போதைக்கு யாரும் வாய் திறக்கக் கூடாது. அரசியல் கட்சிகள் இருக்கும் இடம் தெரியக்கூடாது. தேசத்தைச் சீரமைக்கும் வரை ராணுவ ஆட்சிதான். அது தடையில்லாமல் நடைபெற என்னென்ன செய்யவேண்டுமோ, அனைத்தையும் முதல் காரியமாகச் செய்யுங்கள்.

2. சர்வதேச அளவில் பாகிஸ்தானின் இமேஜ் உயரவேண்டும். நம்மைப் பற்றிய நல்ல அபிப்பிராயம் பரவ வேண்டும். அதற்கான திட்ட வரைவுகளைத் தயார் செய்யுங்கள்.

3. அரசியல்வாதிகளைக் கண்காணித்துக்கொண்டே இருங்கள். எந்த ஊரிலும் யாரும் மேடையேறிப் பேசக்கூடாது. எப்படியாவது தடுத்துவிடுங்கள்.

உள்ளூரைப் பொறுத்தவரை மேற்கண்ட மூன்று கட்டளைகள். காஷ்மீர் விஷயத்தில் சற்று அடக்கி வாசிக்கலாம் என்று அயூப் சொன்னார். செயல்படாமல் இருக்கவேண்டாம். ஆனால் விபரீதம் ஏதும் இப்போதைக்கு வேண்டாம் என்று சொல்லிவைத்தார்.

அவருக்கு ஒரு திட்டம் இருந்தது. ஐ.எஸ்.ஐயின் பலத்தைக் கற்பனை செய்ய முடியாதபடி அதிகரிக்கும் திட்டம். அதன்மூலம்

தேசப் பாதுகாப்பைக் கணிசமாக உயர்த்திவிட முடியும் என்று அவர் நினைத்தார்.

தோதாக அப்போது அமெரிக்கா பாகிஸ்தான் விஷயத்தில் மிகுந்த ஆர்வம் காட்டத் தொடங்கியிருந்தது. பனிப்போர் தொடங்கிச் சூடு பிடித்திருந்த நேரம். தெற்காசியாவில் சில தேசங்களையாவது தன் கைக்குள் போட்டுக்கொள்ள அமெரிக்கா மிகவும் விரும்பியது. நேரு காலம் தொடங்கி இந்திய - சோவியத் உறவுகள் லலலா பாடிக்கொண்டு சந்தோஷமாக உலா வரத் தொடங்கிவிட்டதில் அமெரிக்காவுக்கு மிகுந்த மன வருத்தம். நீ என் எதிரிக் கட்சி என்றால் நான் உன் எதிரிக் கட்சி என்கிற அடிப்படை சித்தாந்தத்தின் அடியொற்றி, அமெரிக்க உளவுத்துறை, பாகிஸ்தானை வளைப்பதற்கான அத்தனை வேலைகளையும் அப்போது முடுக்கிவிட்டிருந்தது.

தனி நாடு என்று உருவான தினத்திலிருந்து ஸ்திரமான அரசியல் கிடையாது. ஏழைமைக்குப் பஞ்சமில்லை. இப்போது ராணுவ ஆட்சிவேறு வந்திருக்கிறது. பணத்துக்கும் பாதுகாப்புக்கும் திண்டாடித் தெருவில் நிற்கிற தேசம். இதோ நான் இருக்கிறேன் என்று கைநீட்டினால் பிடித்துக்கொள்ளக் கசக்குமா என்ன?

1953 - 54ம் ஆண்டு காலகட்டத்திலேயே அமெரிக்க உளவுத்துறை சி.ஐ.ஏ., பாகிஸ்தான் ஆட்சியாளர்களுக்கு ஆசை காட்ட ஆரம்பித்துவிட்டார்கள். என்ன வேண்டும் சொல்லுங்கள். உதவ நாங்கள் தயார். ஒரே கண்டிஷன், நீங்கள் எங்கள் பக்கம் இருக்கவேண்டும். உங்கள் உளவுத்துறைக்கு நாங்கள் உயர் கல்வி கொடுக்கவேண்டுமா? செய்கிறோம். ராணுவத்துக்கு ஆயுதங்கள் வேண்டுமா? தயார். பணம் வேண்டுமா? எத்தனை மூட்டை?

அப்போது பாதுகாப்புத் துறை அமைச்சராக இருந்ததும் அதே அயூப்கான் தான். அவர்தான் ஐ.எஸ்.ஐயின் தலைவர் மித்தாவைக் கூப்பிட்டு, அமெரிக்கா இப்படிச் சொல்கிறதே, நீங்கள் என்ன சொல்கிறீர்கள் என்று கேட்டார்.

மித்தா நிறைய யோசித்தார். இறுதியில் வேண்டாம் என்று சொன்னார். ‘அயூப், சற்று யோசியுங்கள். இப்போது அமெரிக்கா ஆயுதங்களையும் பணத்தையும் கொண்டு வந்து

கொட்டும், குவிக்கும். நாம் ஆசையாக எடுத்துப் பயன்படுத்தத் தொடங்கிவிட்டால், அதுவே பழகிவிடும். நமக்கான ஆயுதங்களை நாமே உருவாக்குவதுதான் நீண்டநாள் நோக்கில் நல்லது. பலமுறை சொதப்பினாலும் நமது உளவாளிகளின் திறமையை நாமே பட்டை தீட்டுவதுதான் தேசப் பாதுகாப்புக்கு நல்லது. நமது அரசியல் சூழல், நமது அண்டை நாடுகளின் சூழலுக்கேற்பத்தான் நமது உளவாளிகளுக்குப் பயிற்சியளிக்க முடியும். பயிற்சியை அமெரிக்க மயமாக்குவது நமக்கு ஆபத்தாகத்தான் முடியும் என்று நினைக்கிறேன்.'

துரதிருஷ்டவசமாக அவரது யோசனை ஏற்கப்படவில்லை. வலிய வரும் அமெரிக்க உதவிகளை நிராகரிக்க அப்போதைய பாகிஸ்தான் அரசு விரும்பவில்லை என்பதுதான் விஷயம். என்ன கெட்டுவிடப் போகிறது? அமெரிக்கா என்கிற வல்லரசின் ஆதரவும் ஆசீர்வாதமும் இருப்பது என்றைக்கு இருந்தாலும் நல்லதுதானே? மித்தா கிடக்கிறார். மிச்ச வேலைகளைப் பாருங்கள் என்று சொல்லிவிட்டார்கள்.

ஐ.எஸ்.ஐயின் கருத்துக்கு அயூப் கான் மாறுபட்ட ஒரே சந்தர்ப்பம் அதுதான். அவர் அதிபரானதும் அமெரிக்க ஒத்துழைப்பை மேலும் அதிகரிக்கும் நடவடிக்கைகளை முதலில் முடுக்கிவிடத் தொடங்கினார்.

பாகிஸ்தானின் வடமேற்கு எல்லையில் (ஆப்கனிஸ்தானை ஒட்டியபடி - கைபர் கணவாய் ஓரத்தில்.) உள்ள செராட் (Cherat) என்கிற பகுதியை முதலில் தேர்ந்தெடுத்தார்கள். அங்கிருந்த மக்கள் அத்தனை பேரையும் மூட்டை கட்டி லாரியில் போட்டு வேறு இடங்களில் கொண்டுபோய் இறக்கிவிட்டார்கள். பிராந்தியத்தின் எல்லையைக் கூட இனிமேல் எட்டிப்பார்க்கக் கூடாது.

ஏழெட்டு கிராமங்களை உள்ளடக்கிய செராட் பகுதிக்கு முதலில் ஒரு சுற்றுவேலி போடப்பட்டு, அது அத்துமீறி யார் பிரவேசித்தாலும் சுட்டுத் தள்ளப்படும் பிராந்தியமாக அறிவிக்கப்பட்டது. பாதுகாப்புகள் பலப்படுத்தப்பட்டன. மூலைக்கு மூலை டவர்கள் கட்டி, மணல் மூட்டைகள் குவித்து, மெஷின் கன்களுடன் காவலாளிகள் ராப்பகலாக வத்தல் காயவைத்துக்கொண்டிருந்தார்கள்.

சி.ஐ.ஏவின் ராணுவ அதிகாரிகள் பலர் தத்தம் குடும்பத்துடன் இஸ்லாமாபாத்துக்கு விமானத்தில் வந்து இறங்கி, அங்கிருந்து ராணுவ லாரிகளில் செராட்டுக்கு அழைத்துச் செல்லப்பட்டனர். அங்கே அவர்கள் தங்குவதற்கு குவார்ட்டர்ஸ் கட்டப்பட்டன. மருத்துவமனை, கோல்ஃப் மைதானம், நீச்சல் குளம், கேண்டீன், கறிகாய் மார்க்கெட், கசாப்பு மார்க்கெட் என்று என்னென்ன வேண்டுமோ அனைத்தையும் செய்தார்கள். சகல வசதிகளுடனும் ஒரு புதிய குடியிருப்புப் பகுதி. நிறைய வெட்டவெளி. அதுவும் மலையோர வெட்டவெளி. அங்கேதான் சி.ஐ.ஏ ஆபீசர்கள், பாகிஸ்தானிய உளவுத்துறையினருக்குப் பயிற்சியளிக்கத் தொடங்கினார்கள்.

அதுநாள் வரை ஒரு சாதாரணமான அரசாங்க அலுவலகம் போலவே இருந்த ஐ.எஸ்.ஐயின் தலைமையகம், சி.ஐ.ஏ. கால் வைத்ததும் முற்றிலுமாக மாற்றப்பட்டு அதி நவீன ஐந்து நட்சத்திர ஹோட்டல் தோற்றம் கொண்டது. எங்கு பார்த்தாலும் பச்சை கார்ப்பெட். குஷன் நாற்காலிகள். சுழலும் ஏசி. கண்ணாடிக் கதவுகள். கம்ப்யூட்டர்கள்.

'எதற்கு இத்தனை ஆடம்பரம்!' என்று அலுத்துக்கொண்டார் மித்தா. அதெல்லாம் அப்படித்தான் என்று சொல்லிவிட்டது அரசாங்கம்.

இன்றைய ஐ.எஸ்.ஐயின் வில் வித்தைகளெல்லாம் அன்றைக்கு செராட்டில் சி.ஐ.ஏ சொல்லிக்கொடுத்த பாடங்கள்தான். அதுநாள் வரை யோக்கியமாக உளவு பார்க்கிற கலையைத் தாமே சுயமாகக் கற்று வேலை பார்த்துக்கொண்டிருந்தவர்கள், சி.ஐ.ஏ.வின் வரவுக்குப் பிறகு உலகிலுள்ள 64 தகிடுதத்தக் கலைகளையும் கற்றுக்கொண்டார்கள். முக்கியமாக பாகிஸ்தான் அரசியல்வாதிகளைச் சமாளிக்கும் விஷயத்தில் அவர்களுக்குச் சொல்லித்தரப்பட்ட பாடம் ஒன்றுதான்: சமாளிக்க முடியாதுபோனால் தீர்த்துவிடுங்கள்!

உளவுத்துறை என்பது அரசாங்கத்தின் கட்டுப்பாட்டுக்குள் சுதந்தரமாக இயங்கவேண்டிய ஓர் அமைப்பு. இது உலகம் முழுதும் ஒப்புக்கொள்ளப்பட்ட இலக்கணம். பாகிஸ்தான் உளவுத்துறையைப் பொறுத்தவரை, அரசாங்கத்தையே தன்

கட்டுப்பாட்டுக்குள் வைத்துக்கொண்டு இயங்கவேண்டிய அமைப்பு அது என்று பாடத்தைத் திருத்தி எழுதி சொல்லிக்கொடுத்தது சி.ஐ.ஏ.

இன்றைக்கு வரை பாகிஸ்தானில் எந்த ஒரு ஜனநாயக ஆட்சியும் நிலைபெறாமல் போனதற்கு இதுதான் காரணம். கலைத்துவிடுவார்கள். அல்லது கலைப்பதற்கான சூழலை ரகசியமாக உருவாக்கிவிடுவார்கள். ஜுல்பிகர் அலி புட்டோவாகட்டும், அவரது உத்தம புத்திரி பேனசிர் புட்டோவாகட்டும், நவாஸ் ஷெரீஃபாகட்டும், வேறு யாராகட்டும். ஒருத்தராவது சந்தோஷமாகப் பதவியில் இருந்துவிட்டு, சௌக்கியமாக வீடு போய்ச் சேர்ந்தார்கள் என்றா நினைக்கிறீர்கள்?

ம்ஹூம். கதறிக்கொண்டு ஊரைவிட்டு அல்லது உலகைவிட்டு ஓடத்தான் வேண்டியிருந்தது. ஐ.எஸ்.ஐ. என்கிற நிறுவனம் ஒரு பிரம்மராட்சசன் போல பலம் கொண்டதன் தோற்றுவாய் அயூப் கானின் காலத்தில் தொடங்குகிறது. அடுத்துவந்த ராணுவ ஆட்சியாளர்கள் அத்தனை பேருக்குமே - இன்றைய முஷரஃப் வரை - ஐ.எஸ்.ஐயின் துணையில்லாமல் அடுத்த வேளை சோறு இறங்காது என்கிற அளவுக்கு பாகிஸ்தான் அரசியலின் தீர்மானிக்கும் சக்தியாகிப் போனது.

இந்தியாவில் ஐ.எஸ்.ஐ.

5 காலிஸ்தான் ஜிந்தாபாத்!

__சி.__ஐ.ஏவின் அதிகாரிகள் ஐ.எஸ்.ஐக்கு என்னென்ன பயிற்சிகள் அளித்தார்கள், எப்படியெல்லாம் பாடம் சொல்லிக்கொடுத்தார்கள் என்று குத்துமதிப்பாகக் கதை விடமுடியாது. காற்றுக்குக் கூடத் தெரியாத ரகசிய இடத்தில் நிதானமாக, பொறுமையாக, ஆண்டுக்கணக்கில் நடந்த பயிற்சி அது. ஆனால் வெளியே தெரிந்த சொற்ப விவரங்களின்படி, பாகிஸ்தான் உளவாளிகளுக்குப் பிரச்னைகளை உணர்ச்சிவசப்படாமல் அணுகுவதற்குக் கற்றுத்தருவதுதான் சி.ஐ.ஏவுக்குப் பெரும் சவாலாக இருந்திருக்கிறது.

உளவுத்துறையைச் சேர்ந்தவர்களுக்கு சொந்த விருப்பம், அபிப்பிராயங்கள் கூடாது என்பது சி.ஐ.ஏவின் அடிப்படைக் கொள்கை. தேசத்தின் கருத்து எதுவோ, அதுதான் உளவுத்துறையின் கருத்தாகவும் இருக்கவேண்டும். தேசம் அடிக்கடி தன் கருத்தை மாற்றிக்கொள்ளுமானால், உளவுத்துறை ஒரு குறிப்பிட்ட பாதையைத் தேர்ந்தெடுத்து, உறுதியாக அதில் செல்லக்கூடிய ஆட்சியைத் தானே அமைக்கலாம் என்று சொல்லிக்கொடுத்தது சி.ஐ.ஏ.

சரி. பாகிஸ்தானின் தலையாய பிரச்னை என்ன? வெளிவிவகாரங்களைப் பொறுத்தவரை காஷ்மீர்தான் அதி முக்கியம். அடுத்தபடியாக நதிநீர்ப் பங்கீடு. இந்த இரண்டை முன்வைத்துதான் இந்தியாவின் சட்டையைப் பிடிக்கமுடியும். ஆனால் 1948ல் நடந்த யுத்தத்திலும் சரி, அடுத்தபடியாக 1965ல் நடந்த யுத்தத்திலும் சரி. பாகிஸ்தான் நினைத்த வெற்றியைப் பெறமுடியாமல் போய்விட்டது. இரண்டிலுமே உளவுத்துறை

சொதப்பல்கள்தான் பிரதானமான காரணம். (இந்தோ - பாக் யுத்தங்களில் ஐ.எஸ்.ஐயின் பங்கு பற்றி பிறகு விரிவாகப் பார்க்கலாம்.)

ஏன் சொதப்பியது? காஷ்மீருக்கான யுத்தம் என்பதை அரசாங்கமும் மக்களும் ஒரு உணர்ச்சிமயமான வாழ்வா, சாவா போராட்டமாகக் கருதிக்கொண்டு போகட்டும். உளவுத்துறைக்கு என்ன கேடு? ஞான கர்ம சன்னியாச யோக நிலையில் இருந்தல்லவா அணுகியிருக்க வேண்டும்? அவர்களும் அடிக்கடி உணர்ச்சிவசப்பட்டுப் போனதன் விளைவுதான் தகவல் தொடர்பில், தகவல் சேகரிப்பில் ஏற்பட்ட தோல்வி.

மிகவும் அவசரப்படுகிறீர்கள். நம்பகமான தகவல் என்பது ஒரு ஞானப்பழம். அது அம்மையப்பனைச் சுற்றிக் கிடைக்கிற பழமல்ல. உலகைச் சுற்றினால் மட்டுமே கிடைக்கிற பழம். நீங்கள் என்ன செய்தீர்கள்? இந்தியப் பகுதி காஷ்மீரில் நமக்கிருக்கும் ஒண்ணேகாலணா இன்ஃபார்மர்கள் சொன்ன உருப்படாத தகவல்களையெல்லாம் ரெட் அலர்ட்டுடன் மேலிடத்துக்கு அனுப்பிக்கொண்டிருந்தீர்கள். இந்திய ராணுவம் தவறே செய்யாது என்பதல்ல விஷயம். ஆனால் ராணுவ நடவடிக்கைகளை வெளியாள்களைக் கொண்டு மட்டுமே தெரிந்துகொள்ள முடியும் என்று நினைப்பது மாபெரும் மடத்தனம்.

இந்திய ராணுவத்துக்குள் ஊடுருவமுடியாவிட்டால் இந்தியாவுக்குள் ஊடுருவுங்கள். காஷ்மீர் மட்டுமே இந்தியா அல்ல. காஷ்மீர் இந்தியாவுடையது அல்ல என்ற பழைய பாட்டை உங்கள் அரசியல்வாதிகள் ராகம், தானம் பல்லவியுடன் பாடிக்கொண்டிருக்கட்டும். நீங்கள் யதார்த்தம் புரிந்து பணியாற்ற வேண்டியது அவசியம். இப்போதைக்கு பாதிக்கும் மேற்பட்ட காஷ்மீர் இந்தியாவில்தான் இருக்கிறது. மீட்கவேண்டுமென்று உங்கள் தலைவர்கள் பேசட்டும். மீட்பதற்கு உங்களால் என்ன செய்யமுடியும் என்று மட்டும் யோசியுங்கள்.

உட்காரவைத்துத் தலையில் மசாலா அரைத்துக் குளிப்பாட்டியது சி.ஐ.ஏ. பாகிஸ்தானின் உளவுத்துறை காஷ்மீரை மட்டும்தான் கவனித்துக்கொண்டிருக்கும் என்று இந்தியத் தரப்பில்

நினைத்துக்கொண்டிருந்த சமயத்தில் காஷ்மீருக்கு அப்பால் சென்று யோசித்துச் செயல்பட யோசனை தந்து வழி நடத்தியதும் அவர்கள்தாம். ஐ.எஸ்.ஐயின் சரித்திரத்தில் முதல் கணிசமான வெற்றி என்பது பஞ்சாபில் கிடைத்தது. காஷ்மீரில் விட்ட கோட்டைகளுக்குப் பஞ்சாபில் அவர்கள் சேர்த்து எடுத்தார்கள்.

இன்றைக்கு இந்தியாவின் மூலை முடுக்கெல்லாம் ஐ.எஸ்.ஐயால் ஊடுருவ முடிந்திருக்கிறதென்றால், அதன் தொடக்கம் அதுதான். பஞ்சாப். காலிஸ்தான் கலாட்டா.

–

ஆயிரத்தித் தொள்ளாயிரத்து ஐம்பதுகளில் பஞ்சாப் என்றில்லாமல் இந்தியா முழுவதும் ஒரு ஜுரம் பரவியிருந்தது. பல பேருக்கு அது விஷ ஜுரமாகத் தெரிந்தது. ஊசி போட்டால் அடங்காது, கடப்பாரையால்தான் பிளக்கவேண்டுமென்று சொன்னார்கள்.

ஹிந்தி திணிப்பு என்று அதற்குப் பெயர். தமிழகம் வரை நடைபெற்ற ஹிந்தி எதிர்ப்புப் போராட்டங்களின் உள்ளே நாம் இப்போது போகப்போவதில்லை. பஞ்சாபில் அது உண்டாக்கிய பாதிப்புகளை மட்டும் முதலில் பார்த்துவிட வேண்டும். காலிஸ்தான் கோரிக்கை அறுபதுகளில் வலுப்பெற்று, எழுபதுகளின் தொடக்கத்தில் ஒரு புயல் மாதிரி இந்திய அரசை அச்சுறுத்தியதன் தோற்றுவாய் அந்த ஹிந்தித் திணிப்பில்தான் இருக்கிறது.

இந்தியாவில் உள்ள பஞ்சாப் பகுதியில் சீக்கியர்கள் மெஜாரிடி. ஹிந்துக்களும் இருக்கிறார்கள். முஸ்லிம்களும் உண்டு. ஆனால் எல்லோருமே சீக்கிய மொழி பேசுபவர்கள். தமிழ்நாட்டில் தமிழ் எப்படியோ, அப்படி. எல்லோருக்கும் ஓரளவு அங்கே ஹிந்தி தெரியும். உருது தெரியும். ஆனால் பஞ்சாபிதான் பிரதானம்.

எல்லா மாநிலங்களுக்கும் தலா ஒரு மொழி பிரதானமாக இருக்கும் இந்தியாவில் அப்போது ஹிந்தியை தேசிய மொழியாக அறிவித்து, அத்தனை பேரும் ஹிந்தி படித்தாகவேண்டும் என்று அரசாங்கம் சொன்னபோது சீக்கியச் சிங்கங்கள் கொதித்துப் போனார்கள். 1956ல் மொழிவாரி மாகாணங்கள் பிரிக்கப்பட்டபோது பஞ்சாபின்

தலைநகரம் சிம்லாவாக இருந்தது. இப்போது இமாசல பிரதேசத்தில் இருக்கிற சிம்லா. ஆப்பிள் சிம்லா.

என்ன ஆயிற்று என்றால், ப்ராப்பர் பஞ்சாபில் சீக்கியர்கள் அதிகம். பஞ்சாபி பேசுகிறவர்கள் அதிகம். ஆனால் மாநில எல்லை இன்றைய இமாசல பிரதேசத்தின் சில பகுதிகள் வரை நீண்டிருக்கவே, பஞ்சாபுக்கு வெளியே சீக்கியர்களும் குறைவு, பஞ்சாபி பேசுகிறவர்களும் குறைவு என்பதுதான் நிலைமை. ஒட்டுமொத்த மாநிலத்தில் மெஜாரிடி மக்கள் ஹிந்தி பேசுகிறவர்களாக அப்போது ஆகிப்போனார்கள்.

மக்கள் தொகை கணக்கெடுப்பு நடத்தப்பட்டபோது பஞ்சாப் மாநிலத்தின் பெருவாரி மக்கள் ஹிந்தி பேசுகிறவர்கள் என்று புள்ளிவிவரம் காட்டிவிட்டார்கள். அப்புறமென்ன? போடு, ஹிந்தியை. தலையணைக்குள் பஞ்சு அடைப்பது போல சீக்கியர்கள் மத்தியில் ஹிந்தி திணிக்கப்பட ஆரம்பித்தது.

இது அகாலி தளத்துக்கு ஒத்துக்கொள்ளவில்லை. கொதித்துப் போனார்கள் சீக்கியர்கள். பஞ்சாபி மொழி பேசும் பகுதிவரை பிரித்து, தனியே ஒரு மாநிலமாக்கவேண்டும் என்று அவர்கள் போராடத் தொடங்கினார்கள். இந்தப் போராட்டம் பரிணாம வளர்ச்சி பெற்றபோது பஞ்சாபில் வசித்த ஹிந்தி பேசும் ஹிந்துக்களுக்கும் சீக்கியர்களுக்கும் முட்டிக்கொண்டது. அடிக்கடி தகராறுகள், அடிதடிகள்.

இதனிடையே, விஷயம் மாநில மறுசீரமைப்பு கமிஷனின் முன் விசாரணைக்கு எடுத்துச் செல்லப்பட்டது. அது என்ன கமிஷனோ, எத்தனை மொழி வல்லுநர்கள் அதில் இருந்தார்களோ தெரியாது. பஞ்சாபிக்கும் ஹிந்திக்கும் ஸ்நானப் பிராப்தி கூடக் கிடையாது, இரண்டும் வேறு வேறு வம்சாவழியில் பிறந்த மொழிகள் என்கிற சீக்கியர்களின் வாதத்தை அவர்கள் ஏற்கவில்லை. ஹிந்திக்கும் பஞ்சாபிக்கும் அதிக வித்தியாசமில்லை. கொஞ்சம் லோக்கல் ஃப்ளேவர் சேர்த்து புது மொழி என்கிறீர்கள், அதெல்லாம் ஒப்புக்கொள்ள முடியாது என்று சொல்லிவிட்டது கமிஷன்.

இதில் பெரும்பாலான சீக்கியர்கள் வெறுப்படைந்து போனார்கள். ஏற்கெனவே சுதந்தரம் பெற்ற நாளாக, சீக்கியர்கள் தனி இனம்,

எப்படி முஸ்லிம்களுக்குத் தனி நாடு அவசியமாக இருந்ததோ, அதே மாதிரி சீக்கியர்களுக்கும் தனி நாடு வேண்டும் என்று ஒரு கோஷ்டி மௌனராகம் பாடிக்கொண்டிருந்தது. ஹிந்துக்கள் நிறைந்த இந்தியாவில் நம்மால் குப்பை கொட்ட முடியாது என்று அவர்கள் சோடா வாங்கக் காசிருந்த சமயத்திலெல்லாம் தெருமுனை மீட்டிங் போட்டுப் பேசிக்கொண்டிருந்தார்கள். இந்த கோஷ்டி கானாதிபதிகளில் ஒரு சில தலைவர்கள் அப்போது லண்டனில் தங்கியிருந்தார்கள். அது ஒரு ஃபேஷன். வெளிநாட்டில் தங்கியிருந்து உள்ளூரில் புரட்சி செய்தால் அது ஒர்க் அவுட் ஆகும் என்பது ஒரு நம்பிக்கை. தவிரவும் கைது, கசுமாலம் என்று எந்தக் கவலையும் கிடையாது. பல ஐரோப்பிய தேசங்கள் இம்மாதிரியான வெளி நாட்டுத் தனியாவர்த்தனவாதிகளுக்கு அரசியல் அடைக்கலம் கொடுக்கிற விஷயத்தில் மிகவும் தாராளமாக நடந்துகொண்டதும் ஒரு காரணம்.

அந்தத் தனிதேச ஆர்வலர்களுக்கு இந்த ஹிந்தித் திணிப்பு ரத்தக் கொதிப்பை வரவழைத்தது. ஏதாவது செய்து இந்தியாவிலிருந்து பிரிந்து பஞ்சாப்பைத் தனி நாடாக்கிவிடத் துடித்தார்கள். காலிஸ்தான் என்று முன்னதாக அதற்கொரு பெயரும் வைத்துவிட்டார்கள். காலிஸ்தான் என்றால் புனித மண் என்று அர்த்தம்.

திட்டத்தைத் தீட்டி, கையிலிருந்த கத்திகளையும் தீட்டிக்கொண்டு, பஞ்சாபில் உள்ள இளைஞர்களைத் தட்டியெழுப்பும் காரியத்தில் இறங்கினார்கள். இது ஐம்பதுகளின் இறுதியில் தொடங்கி, அறுபதுகளில் சூடுபிடித்த காரியம்.

இந்த காலிஸ்தான் பிரிவினைவாதிகளைத்தான் குறிவைத்தது ஐ.எஸ்.ஐ. இந்தியாவிலிருந்து பிரிய விரும்பும் சீக்கியர்கள். எத்தனை உன்னதமான விஷயம்? அதற்கு உதவி செய்வதைவிட என்ன தலைபோகிற காரியம் இருக்கிறது?

1966ம் ஆண்டு மத்தியில் ஐ.எஸ்.ஐயின் அதிரடி கமாண்டோ பிரிவைச் சேர்ந்த சில அதிகாரிகள் லண்டனுக்கு ஃப்ளைட் பிடித்தார்கள். அங்கே தங்கியிருந்த சீக்கியத் தலைவர் சரண் சிங் பஞ்ச்சி (Charan Singh Panchi) என்பவரைச் சந்தித்து, காலிஸ்தான்

போராட்டத்துக்கு ஐ.எஸ்.ஐ. உதவி செய்யத் தயாராக இருக்கிறது என்று தெரிவித்தார்கள்.

'உதவி என்றால்?'

'என்ன கேட்கிறீர்களோ அது. கேட்காத சிலதும்.'

'உதாரணமாக?'

'உங்கள் வீரர்களுக்கு நாங்கள் முறைப்படி போர்ப்பயிற்சி தரமுடியும். ஆயுதங்கள் கிடைக்கச் செய்யலாம். உளவுத்துறை உபகாரங்கள் என்னென்ன முடியுமோ, அத்தனையும் செய்வோம்.'

'இதனால் உங்களுக்கு என்ன லாபம்?'

'இந்தியாவுக்கு எதிரான எல்லா செயல்களும் பாகிஸ்தானுக்கு லாபகரமானதுதான். எங்களுக்குப் பஞ்சாபில் நாட்டமில்லை. எங்கள் விருப்பமும் விழைவும் காஷ்மீர் மட்டும். நாளைக்கே ஒரு அவசர ஆத்திரமென்றால் எங்களுக்கு காஷ்மீர் விஷயத்தில் காலிஸ்தான் உதவிக்கரம் கொடுக்காதா என்ன? நீங்களோ, நீங்கள் கைகாட்டும் நபரோதான் சுதந்தர காலிஸ்தானின் அதிபராகப் போகிறீர்கள். புதிய தேசத்துக்கு முதலில் ஆதரவு கொடுத்த பெருமை பாகிஸ்தானைச் சேருமல்லவா? தவிரவும் நாங்கள் சுதந்தர வேட்கையுடன் போராடுவோர்களை மதிக்கிறோம். காஷ்மீர் விஷயத்திலும் எங்கள் அக்கறைக்கு அதுவேதான் காரணம்.'

சரண்சிங் பாஞ்ச்சி ஒப்புக்கொண்டார். உடனடியாக பஞ்சாபில் இருந்த போர்க்குணம் மிக்க சீக்கிய இளைஞர்களுக்கு விஷயம் ரகசியமாகத் தெரிவிக்கப்பட்டது. காலிஸ்தான் கோரிக்கையைக் கொண்டைக்குள் சொருகிக்கொண்டிருந்த சீக்கியத் தலைவர்கள் அத்தனை பேரையும் ஐ.எஸ்.ஐயின் ஏஜெண்டுகள் தனித்தனியே சந்தித்துப் பேசினார்கள். பஞ்சாபுக்குள் போராட்டத்தை முன்னெடுத்துச் சென்று தலைமை தாங்கும் தளபதியாக இருக்கக்கூடியவர் ஜக்கி என்கிற ஜகஜித் சிங் சௌஹான் என்பதை ஐ.எஸ்.ஐ. கண்டுபிடித்தது.

அவருடன் பல சுற்றுப் பேச்சுவார்த்தைகள் நடத்தப்பட்டன. முதல் கட்டமாக இருநூறு சீக்கிய இளைஞர்களை ராவி நதிக்கு அந்தப்

பக்கம் உள்ள பாகிஸ்தானிய பஞ்சாப்புக்கு அழைத்துச் சென்று போர்ப்பயிற்சி அளிப்பது என்று ஏற்பாடானது.

ஐ.எஸ்.ஐ. முன்னின்று நடத்திய இந்தப் பயிற்சிக்கு அமெரிக்க உளவுத்துறை சி.ஐ.ஏவின் பலத்த ஆதரவு இருந்தது. அப்போது அமெரிக்க அதிபராக இருந்தவர் ரிச்சர்ட் நிக்ஸன். இந்திய - பாகிஸ்தான் பிராந்தியங்களில் சி.ஐ.ஏவின் பலத்தை அதிகரிக்க மிகவும் விருப்பம் கொண்டு, என்ன வேண்டுமானாலும் செய்துகொள்ளப் பச்சைக்கொடி காட்டியிருந்தார். சி.ஐ.ஏ., ஐ.எஸ்.ஐயைத் தன் அடிப்பொடி ஆக்க விரும்பியது. ஐ.எஸ்.ஐ. காலிஸ்தான்காரரர்களைத் தங்கள் ஆயுள் சந்தா விசுவாசிகளாக்கிக்கொள்ள விரும்பியது. தீர்ந்தது விஷயம்.

அதுநாள் வரை தன்னிஷ்டத்துக்குக் கத்தி, கபடா தூக்கிச் சுற்றிக்கொண்டிருந்த சீக்கியப் போராளிகள் முறைப்படி துப்பாக்கி ஏந்தப் பயிலத் தொடங்கினார்கள். இயந்திரத் துப்பாக்கியை வெடித்துக்கொண்டே நூறு மீட்டர், இருநூறு மீட்டர் உருண்டு உருண்டு ஓடப் பழகினார்கள். அப்படி ஓடும்போதும் குறி தவறாமல் சுடுவதற்குப் பயிற்சி செய்தார்கள். பல்லில் கடித்து குண்டு வீசக் கற்றார்கள். ஆறடி, ஏழடி உயரச் சுவரை ஒரு குச்சி உதவி கூட இல்லாமல் அலேக்காகத் தாண்டிக் குதிக்கப் பயின்றார்கள். இரவு நேரங்களில் கெரில்லா தாக்குதல் நடத்தக் கற்றுக்கொண்டார்கள். கண்ணீர்ப் புகை குண்டுகளிலிருந்து தப்பிப்பது எப்படி என்பதைத் தெரிந்துகொள்வதற்காக நாளெல்லாம் கண்ணீர் விட்டுக்கொண்டிருந்தார்கள்.

பாகிஸ்தானில் அவர்கள் தங்குவதற்குப் பாதுகாப்பான கூடாரங்கள் ஏற்பாடு செய்யப்பட்டிருந்தது. ஒவ்வொருவருக்கும் தலா இரண்டு செட் டிரெஸ் கொடுத்திருந்தார்கள். மூன்று வேளை சாப்பாடு. காப்பி பலகாரங்களுக்குக் குறைச்சல் இல்லை. எல்லாவற்றைவிட முக்கியம், மிகக் கவனமாக சீக்கியர்களின் மன / மத உணர்வுகள் எவ்வகையிலும் புண்படாதவாறு பார்த்துக்கொண்டார்கள்.

ஒருபக்கம் இந்தப் பயிற்சிகள் நடந்துகொண்டிருந்த அதே சமயம், காலிஸ்தான் குழுவினருக்குத் தேவையான பணப்பட்டுவாடாக்கள் தவணை முறையில் அனுப்பப்படத் தொடங்கின. ஐ.எஸ்.

ஐயின் காஷ்மீர் பிரிவு அதிகாரிகளுள் இரண்டு பேர்வசம் இந்தப் பொறுப்பு வழங்கப்பட்டது. கிழக்கு பஞ்சாபில் இருக்கும் ஸ்டேட் பாங்க் ஆஃப் பாகிஸ்தான் கிளை ஒன்றில் காலிஸ்தானுக்கான நிதி உதவியை ஒரு தனி நபர் அக்கவுண்ட்டில் போட்டுக்கொண்டே வரவேண்டும். அந்த நபர் இந்தியப் பகுதி பஞ்சாபில் இருக்கும் சில அரிசி மற்றும் பருத்தி வர்த்தகர்களுடன் வர்த்தக உறவுகளை உருவாக்கிக்கொண்டு அவர்களுக்குப் பணத்தை அனுப்பிக்கொண்டிருக்க வேண்டியது. பஞ்சாபில் இருக்கும் ஐ.எஸ்.ஐ. ஏஜெண்டுகள், வந்து சேரும் பாகிஸ்தான் கரன்ஸியை இந்திய ரூபாயாக மாற்றிக்கொடுக்க உதவி செய்வார்கள்.

இந்த ஏற்பாடு அற்புதமாக வேலை செய்தது. மிகக் குறுகிய காலத்தில் காலிஸ்தான் போராளிகள் தனிப்பட்ட முறையிலும் சரி, போராட்டத் தளத்திலும் சரி, வசதி மிக்கவர்களாக ஆகிப் போனார்கள். பிரசாரத்துக்கு அவர்களுக்கு நிறையப் பணம் வேண்டியிருந்தது. பஞ்சாபின் ஒவ்வொரு கிராமத்துக்கும் நேரில் சென்று காலிஸ்தான் பிரசாரத்தை மேற்கொண்டார்கள். இளைஞர்கள்தான் டார்கெட். அவர்கள் மூலம் அவரவர் பெற்றோர்.

உலகிலேயே மக்களிடம் நிதி வசூல் என்று இறங்காமல் தனிநாடு போராட்டத்தில் இறங்கிய ஒரே கோஷ்டி காலிஸ்தான் கோஷ்டிதான். வேண்டிய நிதி அனைத்தையும் ஐ.எஸ்.ஐ. கொண்டுவந்து கொட்டியிருந்தது. எப்படியாவது இவர்களைக்கொண்டு இந்திய அரசுக்கு நிரந்தரமானதொரு அவமானத்தை உண்டாக்கிவிட வேண்டும் என்று அவர்கள் கங்கணம் கட்டிக்கொண்டிருந்தார்கள்.

வேலை மெனக்கெட்டு ஐரோப்பா, அமெரிக்கா முழுக்க சுற்றி எங்கெல்லாம் சீக்கியர்கள் உண்டோ, அவர்களிடமெல்லாம் சென்று, காலிஸ்தான் குறித்த கனவுகளை விதைத்து, அத்தனை பேரையும் போராட்டத்துக்கு ஆதரவாகத் திரட்டியதும் ஐ.எஸ்.ஐ.தான். ஒரு வேள்வி மாதிரி செய்தார்கள். எங்கே சீக்கியர்களைப் பார்த்தாலும் சிநேகபூர்வமாக ஒரு புன்னகை. கைகுலுக்கலில் ஒரு அனுசரணை, அக்கறை, அன்பு. எக்காலத்திலும் காலிஸ்தானுக்கு பாகிஸ்தான் ஆதரவளிக்கும் என்பதுதான் பேச்சின் அடிப்படை சாரம்.

ஐ.எஸ்.ஐ. என்கிற உளவுத்துறை மிகவும் ப்ரொஃபஷனலாகக் கையாண்டு மிகப்பெரிய வெற்றி கண்ட ப்ராஜக்ட் இது.

காலித்தனம் என்று நாம் சொல்லுவோம். ராஜதந்திரம் என்று ஆட்சி பரமாத்மாக்கள் சொல்வார்கள்.

அறுபதுகளில் தொடங்கி, எண்பத்தி நாலில் பிந்தரன் வாலே & கோவை பொற்கோயில் வளாகத்தில் ஆப்பரேஷன் ப்ளூ ஸ்டார் என்கிற பெயரில் இந்திரா காந்தியின் ராணுவம் சுட்டுத் தள்ளி காலிஸ்தான் கோரிக்கைக்குச் சமாதி கட்டும் வரை, சுமார் இருபது வருடங்கள் அந்த இயக்கத்தைக் கட்டிக்காத்து, வளர்த்து, வார்த்தெடுத்த முழுப்பெருமையை ஐ.எஸ்.ஐ. ஏந்திக்கொண்டது.

கண்டிப்பாக காலிஸ்தான் என்றொரு தேசம் உருவாகும் வாய்ப்பில்லை என்பது ஐ.எஸ்.ஐக்குத் தெரியும். பாகிஸ்தான் அரசுக்கும் தெரியும். எந்த மொழிப் பிரச்னையை முன்வைத்து, போராட்டம் சூடு பிடித்ததோ, அந்தப் பிரச்னை 1966ம் ஆண்டே தீர்க்கப்பட்டுவிட்டது. மெஜாரிடி பஞ்சாபியர்களின் நீண்ட நாள் ஜனநாயக ரீதியிலான போராட்டத்தின் விளைவாக அந்த வருடம் பஞ்சாபின் எல்லைகள் திருத்தி அமைக்கப்பட்டன. பஞ்சாபின் தெற்குப் பகுதி மக்கள் பேசும் மொழி அடிப்படையில் பிரிக்கப்பட்டு, ஹரியானாவாக்கப்பட்டது. வடக்கே அதே மாதிரி பஹாரி, காங்ரி மொழி பேசும் பழங்குடி மக்கள் வசிக்கும் பிராந்தியங்கள் ஒன்று சேர்க்கப்பட்டு ஹிமாசல பிரதேசத்துடன் இணைக்கப்பட்டது. இப்போது கச்சிதமான பஞ்சாப் ரெடி! பஞ்சாபி பேசும் பஞ்சாப். சீக்கியர்களின் பஞ்சாப். ஹிந்தித் திணிப்பு வாபஸ் பெறப்பட்டது. நீங்கள் பஞ்சாபியே பேசிக்கொள்ளுங்கள். இஷ்டமிருந்தால் மட்டும் ஹிந்தி படிக்கலாம். அதுகூட அவசியமில்லை. ஹிந்தி சினிமா பார்த்து கதிமோட்சம் அடைந்தாலே போதும்.

ஒரு விஷயம் கவனிக்க வேண்டும். போராளிகள் எப்போதும் சிறுபான்மையினர். பொதுமக்கள்எப்போதும்அமைதி விரும்பிகள். தங்கள் எதிர்பார்ப்பு பூர்த்தியாகும் வரை மட்டுமே அவர்களுக்குப் போராட்டத் தாகம் இருக்கும். குறைந்தபட்ச அளவிலாவது தங்கள் மீது அரசு அக்கறை செலுத்தத் தொடங்குகிறது என்று தெரியவந்துவிட்டால், கோஷம் போடுவதை நிறுத்திவிடுவார்கள்.

எழுபதுகளின் தொடக்கத்திலேயே பஞ்சாப் சீக்கிய மக்கள் காலிஸ்தான்காரர்களுக்குக் காது கொடுப்பதைக் கொஞ்சம்

கொஞ்சமாகக் குறைத்துக்கொள்ளத் தொடங்கிவிட்டார்கள். இது போராட்டக்காரர்களுக்குத் தெரியவில்லை. ஆனால் ஐ.எஸ்.ஐ. கவனித்துவிட்டது. மக்கள் ஆதரவு இல்லாத எந்த ஒரு போராட்டமும் தோற்றுத்தான் போகும் என்பது மற்ற யாரைவிடவும் பாகிஸ்தானியர்களுக்குத் தெரியும். காஷ்மீர் ஒரு உதாரணம் போதாதா?

ஆனால், அதற்காகப் போராட்டக்காரர்களை வி.ஆர்.எஸ்ஸில் வீட்டுக்குப் போகச் சொல்லிவிட முடியாது. அவர்கள் போராடிக்கொண்டிருக்கும் வரைதான் ஐ.எஸ்.ஐக்கு அங்கே பிழைப்பு. காலிஸ்தான் கோரிக்கை ஊத்தி மூடினாலும், ஐ.எஸ்.ஐக்கு அந்தப் பதினைந்து இருபது ஆண்டுகால இடைவெளியில் இந்தியாவில் வலுவாகக் காலூன்ற ஒரு வாசல் திறந்துவைக்கப்பட்டது என்பதை ஒப்புக்கொண்டுதான் தீரவேண்டும். இந்தியாவின் வடமாநிலங்கள் பலவற்றை ஆழமாகப் புரிந்துகொள்ளவும், நிர்வாக அமைப்பை, நிலவும் அரசியல் சூழலை, ஊழலை ஆராயவும் பஞ்சாபில் இருந்த காலம் அவர்களுக்குப் பேருதவி புரிந்தது.

பஞ்சாபில் கவனம் செலுத்திக்கொண்டிருந்த காலத்தில்தான் அவர்கள் வடகிழக்கு எல்லை மாகாணங்களின் அரசியலையும் உற்றுநோக்க ஆரம்பித்தார்கள். உல்ஃபா உள்ளிட்ட அந்தப் பிராந்தியத்துப் போராளி இயக்கங்களை அணுகி, அவர்களுக்கும் உதவி செய்யத் தயார் என்று விசிட்டிங் கார்டு கொடுத்துவிட்டு வந்தார்கள். உல்ஃபாவுடன் பேசும்போது காலிஸ்தானை உதாரணம் காட்டிப் பேசினார்கள். எப்படி பஞ்சாபியர்களுக்குத் தனிநாடு பெற்றுத்தர உதவுகிறோமோ, அதே மாதிரி சுதந்தர அஸ்ஸாம் - சே, அஸோம் உருவாகவும் உதவி செய்வோம்.

காலிஸ்தான் காலாவதி ஆன காலகட்டத்தில் சடாரென்று உல்ஃபாவை கெட்டியாகப் பிடித்துக்கொண்டு அஸ்ஸாமில் போராட்டம் வலுப்பெறத் தம்மாலான திருப்பணிகளைச் செய்யத் தொடங்கிவிட்டார்கள்.

இந்தியாவில் பிரிவினை கோரிக்கைகளுக்குப் பஞ்சமே கிடையாது. வேற்றுமையில் ஒற்றுமை இருக்கிறவரை வேட்டியில்

கிழிசல்களும் இருந்தே தீரும். அது ஐ.எஸ்.ஐக்குப் புரிந்துவிட்டது. எங்கே யார் ஜிந்தாபாத் போட்டாலும் உடனே, ஐயா அடியேன் ஆஜர் என்று போய் நின்றுவிடுவதை ஒரு வழக்கமாகவே அவர்கள் கொண்டுவிட்டார்கள்.

இன்றுவரை உல்ஃபாவுக்கு ஐ.எஸ்.ஐ தொடர்பு உண்டு. அஸ்ஸாம் தவிர, நாகாலாந்து, அருணாசல பிரதேசத்துப் போராளி இயக்கங்கள் பலவற்றுக்கும் ஐ.எஸ்.ஐயின் உதவியும் ஆசீர்வாதமும் அவசியம் உண்டு. இதையெல்லாம் வைத்து, சுதந்தர தாகம் கொண்டோருக்கு இளநீர் கொடுக்கிற அமைப்பு என்று நினைத்துவிட முடியாது. எங்கே எது வேண்டுமோ அது. பஞ்சாபிலும் அஸ்ஸாமிலும் தனி நாடு கோரிக்கையா? சரி, அங்கே ஒரு கை. ஆனால் மகாராஷ்டிரம்? மும்பை?

அது தாதாக்களின் பிராந்தியம். எனவே ஐ.எஸ்.ஐ. அந்த வளாகத்தில் லுங்கியை மடித்துக் கட்டி அண்டர்வேர் கோடுகள் தெரிவது பற்றிக் கவலைப்படாதிருக்கும் ஒரு தாதா அவதாரமே எடுக்க முடிவு செய்தது.

6. கடலோரக் கலவரங்கள்

பாகிஸ்தானின் மும்பை என்று கராச்சியைச் சொல்லலாம். இந்தியாவின் கராச்சி, மும்பை. இரண்டுமே கடற்கரை நகரங்கள். இரண்டுமே வர்த்தகம் கொழிக்கும் பிராந்தியம். இரண்டு நகரங்களிலும் பணப்புழக்கம் தறிகெட்டுப் போகும். ஆகவே இரண்டு இடங்களிலும் குற்றங்கள் மிகுதி. இரு நகரங்களுக்கும் இடையில் இருக்கும் அரபிக் கடலில் பொங்கும் அலைகள்தான் இந்தப் பிராந்தியங்களில் நிகழ்த்தப்படும் குற்றங்களுக்கு மிகப்பெரிய சாட்சி.

ஆனால் ஒரு வித்தியாசம். மும்பையைப் போலவே இந்தியாவின் வேறு முக்கியத் துறைமுக நகரங்களான கொல்கத்தாவிலும் சென்னையிலும் அத்தனை பெரிய பொருளாதார வளர்ச்சி கிடையாது. மும்பைக்கு மட்டும் அந்தப் பிராப்தி எப்படி வாய்த்தது என்று சில வரிகள் பார்த்துவிடலாம். அப்போதுதான் ஐ.எஸ்.ஐ. ஏன் மும்பையைக் குறிவைத்தது என்பது புரியவரும்.

மும்பையின் பொருளாதாரத்துக்கு அடிப்படை துறைமுக வர்த்தகம். இந்த வர்த்தகத்தில் ஆரம்பக் காலம் முதலே ஈடுபட்டுக் கொழித்தவர்கள் பார்ஸி இன மக்கள். வீர மராட்டியர்கள் ஆங்கிலேயர்களுக்கு எதிராக வாள் அல்லது வேல் பிடித்த காலத்திலேயே இந்த இரானிய பார்ஸி இனத்தவர்கள், பிரிட்டிஷாரை அனுசரித்து, அந்தப் பிராந்தியத்தில் வர்த்தக லைசென்ஸ் நிறைய வாங்கி, திரைகடலோடி திரவியம் தேடத் தொடங்கிவிட்டார்கள். இதனாலேயே ஆதி மராட்டியர்களுக்குப் பார்ஸிகளைக் கண்டால் அவ்வளவாக ஒத்துக்கொள்ளாது.

பார்ஸிகளுக்கு அடுத்தபடியாக குஜராத்திகள். படேல் என்று பெயர் வைத்துக்கொள்ளும் குஜராத்தி ஹிந்துக்களும் மேமோன் என்று முடியும் குஜராத்தி முஸ்லிம்களும் (டைகர் மேமோன்!) மும்பை துறைமுகத்தின் சௌகரியம் புரிந்து தாமும் அங்கே வர்த்தகம் செய்ய முன்வந்தார்கள். அப்புறம், ராஜஸ்தானிகள். பாலைவனப் பகுதிகளில் விவசாய வாய்ப்புகள் இல்லாத மார்வாரிகள் மெல்ல மெல்ல மும்பைக்கு இடம் பெயர்ந்து வர்த்தகத்தில் ஈடுபட ஆரம்பித்தது சுதந்தரத்துக்குச் சற்று பிந்தித்தான். ஆனால் வெகு சீக்கிரத்தில் இவர்களும் கணிசமான வளர்ச்சி பார்த்தார்கள்.

மும்பையில் இவர்கள் முனைந்து நிறைய தொழிற்சாலைகளை உருவாக்கினார்கள். ஏற்றுமதிக்குப் பிரச்னையே கிடையாது. லைசென்ஸோடும் செய்யலாம், கள்ளத்தோணியும் ஓட்டலாம். கடல்தாய் கவிழ்க்கவே மாட்டாள்.

இப்படித் தொடங்கி நல்ல பிசினஸ், கெட்ட பிசினஸ் இரண்டும் மும்பையில் செழிக்கத் தொடங்கியது. வேலை கேட்டு யார் போனாலும் ஒரு உத்தியோகம் கண்டிப்பாக உண்டு. இதனாலேயே மும்பையின் மக்கள் தொகை பெருகத் தொடங்கியது. மும்பை ஸ்டாக் எக்ஸ்சேஞ்ச் உருவாக்கப்பட்ட பிறகு நகரத்தின் மதிப்பு இன்னும் கூடியது. டெல்லி அரசியல் தலைநகரம் என்றால், இந்தியாவின் பொருளாதாரத் தலைநகரம் மும்பைதான் என்றாகிப் போனது.

மும்பையின் பொருளாதாரம் வளரத்தொடங்கிய அதே காலத்தில்தான் அங்கே நிழலுலகமும் உருவாகி வளர ஆரம்பித்தது. கரீம் லாலா, ஹாஜி மஸ்தான், வரதராஜ முனுசாமி என்கிற வரதராஜ முதலியார் போன்ற முதல் தலைமுறை கடத்தல்காரர்களால் தொடங்கிவைக்கப்பட்டு தாவூத் இப்ராஹிம் மற்றும் அவரது வழித்தோன்றல்களால் முன்னெடுத்துச் செல்லப்பட்ட நிழல் உலகம்.

கடத்தல் ஒரு பிசினஸ். ரியல் எஸ்டேட் இன்னொரு பிசினஸ். சினிமா மூன்றாவது. மூன்றுமே லட்சுமி கொழிக்கும் துறைகள். எனவே மூன்றிலுமே மும்பை நிழல் உலகம் தன்னை ஈடுபடுத்திக்கொண்டிருந்தது.

கராச்சியிலும் கிட்டத்தட்ட இதேதான் நிலைமை. சினிமா மட்டும் அங்கே கிடையாது. கடத்தலும் ரியல் எஸ்டேட்டும் டிட்டோ.

என்ன செய்தாலும் இந்த நிழல் மனிதர்களை முற்றிலுமாக ஒழித்துவிட முடியாது என்பது காவல் துறைக்குத் தெரியும். கொசுக்களையும் குற்றவாளிகளையும் நிரந்தரமாகக் கழித்துக்கட்டுவது என்பது பூமிப்பந்தில் சாத்தியமில்லை. ஆனால் மும்பை காவல் துறை தன்னால் இயன்ற அதிகபட்ச உழைப்பை இந்த விஷயத்தில் செலுத்தி வந்திருக்கிறது. எத்தனை எத்தனை என்கவுண்ட்டர்கள்! எத்தனை எத்தனை ரெய்டுகள்! கடத்தல் கோஷ்டிகளே மோதிக்கொண்டு செத்துப்போன சம்பவங்களும் நிறைய. ஆள்கள் எண்ணிக்கையில் அவ்வப்போது குறைவு ஏற்படுமே தவிர குற்றம் குறைந்ததில்லை. மும்பை நகர தாதாக்கள் ஏகபோகமாகக் கொழித்துக்கொண்டுதான் இருந்தார்கள்.

அவர்களுள் முஸ்லிம்களும் இருந்தார்கள், இந்துக்களும் இருந்தார்கள். நிழல் உலகில் யாரும் ஜாதி, மத சர்டிபிகேட் கேட்பதில்லை. பிளேடு பிடிக்கத் தெரிந்தால் ஒரு ரேட். துப்பாக்கி பிடிக்கத் தெரிந்தால் ஒரு ரேட். அடித்துப் போட ஒரு ரேட். அழித்து ஒழிக்க ஒரு ரேட். கடத்தல் செய்ய ஒரு ரேட். கவிழ்த்துப் போட ஒரு ரேட்.

ஆனால் அவர்கள் அத்தனை பேருக்கும் கராச்சி தொடர்பு இருந்தது. கடத்தல் வர்த்தகத்தின் தலைமையகம் அது. பெட்ரோல், டீசல், பருத்தி, வாசனைப் பொருள்களில் ஆரம்பித்து, கஞ்சா, அபின், கொகெயின் போன்ற போதை வஸ்துக்கள் வரை எங்கிருந்து என்ன கடத்தி வரப்பட்டாலும் கராச்சி துறைமுகத்தை அடைந்துவிட்டால் பாதுகாப்பு உறுதி. அங்கே உரியவர்களுக்கு உரிய கப்பம் செலுத்தி முடித்தால், சரக்கு எங்கே போகவேண்டுமோ, அங்கே போய்விடும்.

தாவூத் இப்ராஹிம் கோஷ்டியின் கராச்சித் தொடர்பு இப்படி ஆரம்பித்ததுதான். 1979ம் ஆண்டு காபிபோசா *(Conservation of Foreign Exchange Prevention of Smuggling Act - COFEPOSA)* என்கிற அந்நிய செலாவணி மோசடி மற்றும் கடத்தல் தடுப்புச் சட்டத்தின் கீழ் கைது செய்யப்பட்டு கொஞ்சகாலம் எரவாடா சிறையில் இருந்தார். (மகாத்மா காந்தி இருந்த சிறை!) அப்போதுதான் முதல் முதலில்

ஐ.எஸ்.ஐயின் பார்வை தாவூத் மீது விழுந்தது. காபிபோசாவில் கைதான யாரும் அத்தனை சீக்கிரம் வெளியே வரமுடியாது. ஆனால் தாவூத் சரியாக ஒரே வருஷத்தில் தட்டிக்கொண்டு வெளியே வந்துவிட, முழு நிழலுலகமே வியப்பில் வாய் பிளந்தது.

ஒரு நாலு வருஷம் கோஷ்டி மோதல்களில் கழித்துவிட்டு மீண்டும் 1983ம் வருஷம் மறுபடியும் அதே அன்னியச் செலாவணி மோசடிச் சட்டத்தில் கைதாகி சிறைக்குப் போனார். ஆனால் இம்முறை ஒரு வருடம் கூட இல்லை. மிகச் சில மாதங்கள் மட்டுமே. ரைட் ராயலாக வெளியே வந்து, போதும் மும்பை என்று குவைத்துக்குப் போய் உட்கார்ந்துவிட்டார். குவைத்தில் இருந்தபடி மும்பையின் கடத்தல் சாம்ராஜ்ஜியத்தை நிர்வகிப்பது தாவூதுக்கு சௌகரியமாக இருந்தது. கிளிகளுடன் கிரிக்கெட் மேட்ச், கிலி கிளப்பும் கடத்தல்கள், ஹவாலா, ஜாலிக்கு பார்ட்டிகள், ஜோலிக்கு லூட்டிகள் என்று வாழ்க்கை அங்கே அவருக்குப் பரம சுகமாக இருந்தது.

மும்பையில் சில ஏஜெண்டுகள். கராச்சியில் சில ஏஜெண்டுகள். குவைத்தில் தலைமை அலுவலகம். போதாது? யதேஷ்டம். சௌக்கியமாக பிசினஸ் பண்ணிக்கொண்டிருந்த தாவூதை ஐ.எஸ்.ஐ. அப்போதும் கூர்ந்து கவனித்துக்கொண்டுதான் இருந்தது. அணுகவில்லை. அதற்கு ஒரு சந்தர்ப்பம் வேண்டும். வாகான தருணம். வாழைப்பழத்தை உரித்து வாயில் வைக்கிற தருணம்.

ஆனால் கராச்சியில் தாவூதின் சரக்குகள் எவ்வித சிக்கலுக்கும் உள்ளாகாமல் நகர்ந்துகொண்டிருக்கத் தன்னாலான உதவிகளை ஐ.எஸ்.ஐ. மறைமுகமாகச் செய்துகொண்டிருந்தது. இது தாவூதுக்கும் தெரியும். எப்படியும் யாருக்காவது லாபம் இருக்கும், அதற்குப் பிரதி உபகாரம் என்றுதான் முதலில் நினைத்தார். ஆனால் ஜெராக்ஸ் பிரதி அல்ல, அதுவேதான் மூலப்பிரதி என்பது அவருக்குப் புரிய சில காலம் ஆனது.

தாவூதின் மும்பை சாம்ராஜ்ஜியம் எப்படியோ, அதே மாதிரி கராச்சியிலும் சிலருக்குப் பிரத்தியேகமான கடத்தல் ராஜ்ஜியங்கள் உண்டு. இரு தரப்புக்கும் அவ்வப்போது மோதல்கள் நேரும். யாராவது முக்கியஸ்தர்கள் நடுவில் புகுந்து சமரசம் செய்துவைத்துவிட்டுப் போவார்கள். அந்த சமரச பிரகஸ்பதிகள்

யார் என்பது அநேகமாக வெளியே தெரியாது. தெரிந்த வரையில் ஐ.எஸ்.ஐயின் கராச்சி பிரிவு அதிகாரிகள்தான் என்று ஒரு வதந்தி உண்டு. வதந்திதான். என்ன காரணத்தாலோ அவர்கள் தொடர்ந்து கடத்தல்காரர்கள் விஷயத்தில் மறைமுக ஆதரவாளர்களாகத்தான் முதலிலிருந்தே இருந்துவந்திருக்கிறார்கள்.

எண்பதுகளின் இறுதியில் தாவூதின் வர்த்தகம் தடையின்றிக் கொடிகட்டிப் பறக்க ஐ.எஸ்.ஐ செய்த உதவிகள் எல்லாம் தொண்ணூறுகளின் தொடக்கத்தில் சட்டென்று ஒருநாள் நின்று போனது. இதற்கும் என்ன காரணம் என்று யாருக்கும் அப்போது புரியவில்லை.

பிறகு புரிந்தது. தாவூத் இப்ராஹிமை வளைப்பதற்கு ஐ.எஸ்.ஐ. மேற்கொண்ட பல்வேறு முயற்சிகள் பற்றிய யூகங்களும் தேவதைக் கதைகளும் நிறைய உண்டு. ஆதாரங்கள் இல்லாத அவற்றால் நயா பைசாவுக்குப் பிரயோஜனம் கிடையாது. ஆனால் தனது தொழிலுக்கு அப்பாற்பட்ட அரசியல் காரணங்களுக்காக பாகிஸ்தான் உளவுத் துறையுடன் இணைந்து பணியாற்ற தாவூத் தொடர்ந்து மறுத்து வந்திருப்பதை கவனிக்க முடியும்.

தாவூதுக்கு அரசியல்வாதிகளின் தொடர்புகள் உண்டே தவிர, அரசியல் அத்தனை நெருக்கம் கிடையாது. விருப்பமும் கிடையாது. பிறப்பால் அவர் ஒரு முஸ்லிமே தவிர, ஆழ்ந்த மதப்பற்றோ, வெறியோ கிடையாது. அவர் ஐந்து வேளை தொழுகை நடத்தும் சுத்த முஸ்லிம் இல்லை. கடத்தல் அவரது மதம். காசு அவரது கடவுள். அவ்வளவுதான்.

இதனால்தான் ஐ.எஸ்.ஐயின் நடவடிக்கைகள் தாவூத் இப்ராஹிமிடம் எடுபடாமலேயே போய்க்கொண்டிருந்தது. அதன் மறைமுக உதவிகளால் பயனில்லை என்றானபிறகு நேரடியாகத் தங்களுக்கு இந்தியாவில் உதவ முடியுமா என்று ஏஜெண்டுகளை அனுப்பிக் கேட்டுப்பார்த்தார்கள். ம்ஹூம். மறுத்துவிட்டார். மும்பையைப் பொறுத்த அளவில் தாவூத் ஒருவர்தான் தான் நினைக்கிற காரியத்தைச் சரியாகச் செய்யக்கூடியவர் என்று ஐ.எஸ்.ஐ. நினைத்தது. அவர்களுக்குப் பணம் ஒரு பிரச்னை இல்லை. ஆயுதங்கள் பிரச்னை இல்லை. ஆனால் செய்து முடிக்க

ஆள் வேண்டியிருந்தது. பலம் மிகுந்த ஆள். ஒரு சாம்ராஜ்ஜியத்தின் சக்கரவர்த்தியைத் தனது அடியாளாகக் கொண்டுதான் மும்பையில் தான் செய்ய உத்தேசித்திருந்த காரியத்தைச் செய்து முடிக்க முடியும் என்று ஐ.எஸ்.ஐ. நினைத்தது. ஆனால் தாவூத் மசியாத காரணத்தால் 1991ம் ஆண்டு வேறு வழியில்லாமல், கராச்சிக்கு வரும் தாவூத் சரக்குகளை பத்திரமாகக் கொண்டு சேர்ப்பதில் இருந்த தன் பங்களிப்பை வாபஸ் பெற்றுக்கொண்டது ஐ.எஸ்.ஐ.

இதற்கு உடனடி விளைவு இருந்தது. தாவூதின் ஒரு குறிப்பிட்ட மிகப்பெரிய சரக்கு ஒன்றை கராச்சியில் யாரோ லவட்டிக்கொண்டு போய்விட்டார்கள். அடித்தவர்கள் யாரென்று கண்டுபிடிப்பது பெரிய விஷயமில்லை. ஆனால் மீட்பது சிரமம். தாவூத் இருப்பது குவைத்தில். சரக்கு புறப்பட்ட இடம் இந்தியா. வழியில் கராச்சியில் இறங்கி, அங்கிருந்து சாலை வழி எடுத்து மத்தியக் கிழக்கு நாடுகளுக்குப் போகவேண்டிய பொருள் அது. (என்ன பொருள் என்று தெரியவில்லை. வைரம் என்று சொல்லுவார்கள். ஆனால் ஊர்ஜிதப்படுத்த முடியாத தகவல்.)

கராச்சியில் களவாடப்பட்ட பொருளை, ஐ.எஸ்.ஐயின் உதவி இல்லாமல் மீட்க முடியாது. இது தாவூதுக்குத் தெரியும். எனவே பேசிப்பார்த்தார். சுத்தமாக மறுத்துவிட்டார்கள். கடத்தலா? சரக்கா? அடச்சே, நான் நல்ல பிள்ளை. இந்த கெட்ட ஆட்டத்துக்கு நான் வரலை.

எனவே தாவூத் இறங்கிவரவேண்டியதானது. சரி, உங்களுக்கு நான் என்ன செய்யவேண்டும்?

அது 1992ம் ஆண்டின் டிசம்பர் மாதம். ஆறாம் தேதிச் சம்பவம் முடிந்து மேற்கொண்டு ஏழு நாள்கள் கழிந்திருந்தன. அயோத்தியில் பற்றிய தீ அன்னை பாரதம் முழுதும் பரவிக்கொண்டிருந்தது. ஹிந்து - முஸ்லிம் கலவரம். குளிர்காய இதைக்காட்டிலும் பொருத்தமான இன்னொரு தருணம் கிடைக்க வாய்ப்பில்லை என்று நினைத்தது ஐ.எஸ்.ஐ. இந்தியா என்றென்றைக்கும் மறக்கமுடியாதபடிக்கு ஒரு காரியத்தை அவர்கள் மும்பையில் செய்ய நினைத்தார்கள். இதற்குமுன் செய்திராதது. முயற்சி செய்துகூடப் பார்த்ததில்லை. விழுந்தால் மலை. போனால் க்ராப். ஆனால் விழுவது உறுதி என்று

நினைத்தார்கள். அது தாவூதால் மட்டும்தான் முடியும் என்றும் நம்பினார்கள்.

எனவே இறங்கி வந்து பேரம் பேசத் தயாரான தாவூதுக்கு விளக்கமாகப் புரியவைக்க ஆரம்பித்தார்கள். நீ கடத்தல்காரனாக இருக்கலாம். ஆனால் ஒரு உண்மையான முஸல்மான் என்பதை மறந்துவிடாதே. இந்தியாவில் என்ன நடக்கிறது? மும்பையில் என்ன நடக்கிறது? உன்னுடைய முஸ்லிம் சகோதரிகளுக்கு அங்கே நேர்கிற கதியைப் பார்த்தாயா? பால் தாக்கரே எங்கு எகிறி, எங்கே குதிக்கிறார் என்று கவனித்தாயா? சிவசேனைகளும் பஜ்ரங் தளத்துக் கும்பலும் எத்தனை அட்டூழியம் செய்துகொண்டிருக்கிறது என்பது உனக்குத் தெரியுமா? அத்வானி ஓட்டிய ரதம் நமது முஸ்லிம் சமூகத்து மக்களின் முதுகில் ஓடிய கதை அறிவாயா? பாரம்பரியம் மிக்க பாபர் மசூதி இன்றைக்கு இல்லை. இடிக்கப்பட்டுவிட்டது. அந்த வேதனை உனக்கு இல்லை? உன் கடத்தல் தொழில் என்றைக்கும் இருக்கத்தான் போகிறது. ஆனால் முற்றிலுமாக உணர்ச்சிகளைக் கொன்றுவிட்டு உன்னால் எப்படி இயங்க முடிகிறது? கேவலம் ஒரு பெட்டி சரக்கு காணாமல் போனதற்குப் பதறுகிறாய். அங்கே நம் இனமே பூண்டோடு அழிந்துகொண்டிருக்கிறது. நீ பிறந்த மும்பை. நீ வளர்ந்த மும்பை. உன்னை நம்பி அங்கே எத்தனை நூற்றுக்கணக்கான குடும்பங்கள் இன்றைக்கும் பிழைத்துக்கொண்டிருக்கின்றன? அவர்களிலேயே எத்தனை பேர் கலவரங்களில் இறந்துபோனார்கள் என்பது உனக்குத் தெரியுமா?

தாவூத் என்கிற வெறும் கடத்தல்காரனை முதல் முதலில் மதரீதியில் சிந்திக்கச் செய்து உணர்ச்சிவசப்படவைத்தது ஐ.எஸ்.ஐயின் மிக முக்கியமான சாதனை.

சரி, நான் என்ன செய்யவேண்டும் என்று கேட்டார் தாவூத். கொடுக்கும் சரக்கை மும்பைக்குக் கொண்டு சேர்த்தால் போதும் என்றார்கள் ஐ.எஸ்.ஐ அதிகாரிகள். மும்பையில் அவர்கள் திட்டமிட்டிருந்த காரியத்தைச் செய்து முடிக்க டைகர் மேமோனை முன்னதாக ஏற்பாடு செய்திருந்தார்கள்.

தாவூதைப் போலவே டைகரும் பிரசித்தி பெற்ற கடத்தல்காரன். தாவூதின் நெருங்கிய நண்பனும் கூட. எனவே பிரச்னை

இருக்காது என்று கணக்கிட்டது ஐ.எஸ்.ஐ. அவர்களுக்கு தாவூதால் ஆகவேண்டிய காரியம் ஒன்றுதான். வெடிபொருள்களை சேதாரம் இல்லாமல் மும்பைக்கு எடுத்துச் சென்றாக வேண்டும். அங்கே கொண்டு இறக்கிவிட்டால், டைகர் மேமோனின் ஆள்கள் மிச்சத்தைப் பார்த்துக்கொள்வார்கள்.

பாகிஸ்தானிலிருந்து இந்தியாவுக்கு வர விமான வழி இருக்கிறது. கடல் மார்க்கமாகக் கப்பல் போக்குவரத்து இருக்கிறது. வாஜ்பாயி போய்வந்த பஸ் ரூட் இருக்கிறது. பொடி நடையாக காஷ்மீரில் நடந்தே கடக்கிற தீவிரவாதிகள் எத்தனையோ பேர் இருக்கிறார்கள்.

ஆனால் இவை எதுவும் வெடி மருந்துகளைப் பாதுகாப்பாக எடுத்துச் செல்ல சிலாக்கியமான வழிகள் அல்ல. அந்தப் பாதை தாவூதுக்கு மட்டுமே தெரியும். அவர் கப்பலில்தான் கொண்டுபோவாரோ, கையில் தூக்கிக்கொண்டு சஞ்சீவி மலையுடன் பறந்த ஆஞ்சநேயர் மாதிரி பறந்துதான் போவாரோ. ஆனால் காரியம் முடிந்துவிடும். கண்ணும் கண்ணும் வைத்தமாதிரி கச்சிதமாக முடிந்துவிடும்.

இந்த நம்பிக்கையால்தான் தாவூதை விடாமல் பிடித்து இழுத்தது ஐ.எஸ்.ஐ. அவர் சரி என்று சொன்னபிறகு, உன் சரக்கு கெட்டுப்போகாது, ஒழுங்காக வந்துசேரும் போ என்று உத்தரவாதம் கொடுத்து அனுப்பிவைத்தார்கள்.

பிசினஸ்! ஐ.எஸ்.ஐ. தன் காரியத்தைச் சாதித்துக்கொள்ள என்னவிதமான உத்திகளையும் கையாளக்கூடிய ஓர் அமைப்பு. அப்படிச் செய்வதில் பிழையில்லை என்று அவர்களுக்கு பாலபாடம் சொல்லிக்கொடுத்தது சி.ஐ.ஏ.

அது கிடக்கட்டும். ஒப்புக்கொண்டபடி தாவூத் இப்ராஹிமின் ஏஜெண்டுகள் ஐ.எஸ்.ஐயிடமிருந்து வெடிமருந்துப் பெட்டிகளைப் பெற்றுக்கொண்டு ரசீது கொடுத்தார்கள். கவலைப்பட வேண்டாம். தாவூத் பாய் பார்த்துக்கொள்வார். பூமி தன்னைத்தானே நாலைந்து முறை சுற்றி முடிப்பதற்குள் சரக்கு மும்பைக்குப் போய்ச் சேர்ந்துவிடும். அப்புறம் உங்கள் பாடு.

கராச்சியிலிருந்து புறப்பட்டு மும்பைக்கு வெளியே மிகவும் தள்ளி குஜராத் எல்லையோரம் கடலில் பாறைகள் மிகுந்த

ஒரு பகுதியில் சரக்குகளைக் கொண்டுவந்து ஒப்படைப்பதாக ஏற்பாடு. பொதுவாகக் கப்பல்கள் நெருங்கமுடியாத கடல் பகுதி அது. படகுப் போக்குவரத்து கூட சாத்தியமில்லை. கட்டுமரம் போகும். நல்ல நீச்சல் தெரிந்த மீனவர்கள் போய் குளித்துவிட்டோ, மீன் பிடித்துக்கொண்டோ வரலாம். பண்டமாற்றெல்லாம் சாத்தியமில்லை. ஆழம் குறைவு. ஆனால் அபாயங்கள் அதிகம்.

சரக்குக் கப்பல் நடுக்கடலில் தேமே என்று வந்து நிற்கும். கரையிலிருந்து யாராவது படகு தள்ளிக்கொண்டு போய் இறக்கி எடுத்து வரவேண்டும். அப்புறம் தரைவழிப் போக்குவரத்து. மும்பைக்கு அது வந்து சேர்ந்தால் சித்தி வினாயகருக்குத் தேங்காய் உடைக்க வேண்டியதுதான் பாக்கி.

ஜனவரி 1993, 29ம் தேதி. டைகர் மேமோனின் ஏஜெண்டுகள் சரக்கு வந்து இறங்கும் பகுதியைச் சேர்ந்த போலீசாருக்கு உரிய லஞ்சம் கொடுத்து அவர்களை லீவில் போகவைத்தார்கள். அல்லது ஸ்டேஷனிலேயே ஜோஜோ பாடி தூங்கப் பண்ணினார்கள். ஒருநாளல்ல, இரண்டு நாளல்ல. ஐந்து நாளைக்குத் தூங்கியாக வேண்டும். கப்பல் எப்போது வரும் என்று சொல்லமுடியாது.

ஒருவழியாக பிப்ரவரி மூன்றாம் தேதி கப்பல் வந்துவிட்ட செய்தி மேமோனுக்கு வந்து சேர்ந்தது. ஏஜெண்டுகள் தயாரானார்கள். சிறு படகு எடுத்துக்கொண்டு கடலுக்குள் போனார்கள். நள்ளிரவு தாண்டி இரண்டு மணிநேரம் கடந்திருந்தது. ஓடம் கடலினிலே, ஒருத்தன் மட்டும் கனவினிலே. ஐ.எஸ்.ஐ. அதிகாரிகள் நகம் கடித்துக் காத்திருந்தார்கள்.

இந்த ப்ராஜக்டுக்காக மேமோன் தேர்ந்தெடுத்திருந்த ஏஜெண்ட் பாஸ்லே என்பவன், சிறு பிசகும் இல்லாமல் சரக்குகளைக் கப்பலிலிருந்து இறக்கி, கடற்கரைக்கு எடுத்து வந்து சேர்த்தான். பொழுது விடிவதற்குள் அந்தப் பெட்டிகள் மும்பைக்கு வந்து சேர்ந்து பெருங்காய டப்பாவில் சங்கமமாகிவிட்டன.

ஏகே 56 ரகத் துப்பாக்கிகள். கையெறி குண்டுகள். ஆர்.டி.எக்ஸ் ரக வெடி மருந்துகள். சில கைத்துப்பாக்கிகள். தோட்டாக்கள். அனைத்தும் பாகிஸ்தான் தயாரிப்பு. ஐ.எஸ்.ஐ. தரம்!

முன்னதாக, வந்து சேர்ந்திருக்கும் வெடிபொருள்களைக் கலந்து பிசைந்து எப்படி சப்பாத்தி சுடுவது என்பதைக் கற்றுத் தேர்வதற்காக டைகர் மேமோனின் ஆள்கள் பத்தொன்பது பேர் துபாய் வழியாக பாகிஸ்தான் போய்ச் சேர்ந்திருந்தார்கள். ஐ.எஸ்.ஐ.யின் கராச்சி பிரிவில் அவர்களுக்கு வெடிபொருள் தயாரிக்க வகுப்புகள் நடத்தப்பட்டன. சரியான கலவை விகிதங்கள் சொல்லித்தரப்பட்டன. எப்படி குண்டு வைக்க வேண்டும், எப்படி நேரம் செட் பண்ணவேண்டும், அது எப்படி வெடிக்கும், வெடித்தால் என்ன ஆகும் என்று படம் வரைந்து பாகம் குறித்துக் கற்பித்தார்கள்.

படித்து முடித்தபிறகு பரீட்சை எழுதுவதற்காக அவர்கள் மீண்டும் துபாய் சென்று அங்கிருந்து மும்பை வந்து இறங்கினார்கள். தேதி 4, மார்ச் மாதம்.

ஐ.எஸ்.ஐயின் திட்டம் இதுதான். நெரிசல் மிகுந்த மும்பைப் பகுதிகளில் ஒரே நாளில் அடுத்தடுத்து குண்டுகள் வெடிக்க வேண்டும். ஏதாவது வாகனங்களில் குண்டுகளைப் பொறுத்தி, சந்தடி மிக்க இடத்தில் நிறுத்திவிட்டுப் போய்விடவும். வெடித்து முடித்த செய்தி காற்று வழியே வந்து சேரும்.

திட்டத்தைச் செயல்படுத்துவதற்கான செலவுகளுக்கென்று மிகப்பெரிய தொகை மேமோனுக்கு அளிக்கப்பட்டது. அந்தப் பணம் எப்படி, யார் மூலம் வந்தது என்று தெரியவில்லை. ஆனால் மேமோன் பெரிய மனசு பண்ணி, ஊரார் வாகனங்களைப் பயன்படுத்தாமல் சொந்தமாகவே பல அம்பாசிடர் கார்களையும் மாருதி மற்றும் மஹேந்திரா வேன்களையும் பஜாஜ் ஸ்கூட்டர்களையும் வாங்கி, குண்டு பொருத்தி வெடிக்கச் செய்ததிலிருந்து, பாய்ந்த பணத்தின் பலத்தைப் புரிந்துகொள்ள முடியும்.

குண்டுகள் வெடிக்கவேண்டிய தேதி மார்ச் 12 என்று முடிவு செய்தது ஐ.எஸ்.ஐ.தான். மேமோன், முன்னதாகத் தனது குடும்பத்தாரை குவைத்துக்கு அனுப்பிவைத்துவிட்டு, அவரும் மார்ச் 11ம் தேதி கிளம்பி குவைத்துக்குப் போய்விட உதவி செய்ததும் ஐ.எஸ்.ஐ.தான்.

ஜாவேத் ஸிக்னா என்பவனின் பொறுப்பில் திட்டம் அரங்கேறும் என்று ஏற்பாடாகியிருந்தது. பன்னிரண்டாம் தேதி காலை ஒன்பது மணிக்கு அவர்கள் ஆரம்பித்தார்கள். மும்பையின் அதிமுக்கியமான பிராந்தியங்களை ஒவ்வொன்றாகப் பார்த்துப் பார்த்து கவனமாகத் தேர்ந்தெடுத்துத் தங்கள் கார்களையும் ஸ்கூட்டர்களையும் கொண்டு நிறுத்தினார்கள்.

காலை முதல் மாலை வரை போதிய இடைவெளியில் பத்து குண்டுகள் வெடித்தன. அதுதவிர கொசுறாக சஹாரா ஏர்போர்ட்டில் சில கையெறி குண்டுகள் வீசப்பட்டன. மும்பை நகரமே உருக்குலைந்து போயிற்று. 275 பேரின் மரணமும் 713 பேரின் உயிர் ஊசலாட்டமும் அன்றைய மாலை தினசரிகளின் தலைப்புச் செய்தியானது. யாராலும் எதுவும் செய்ய முடியவில்லை. வெடித்தது வெடித்ததுதான். பின்னால் விசாரணை கமிஷன், தீர்ப்புகள், சஞ்சய் தத் குற்றவாளியா இல்லையா என்கிற கேள்விகள் ஏகப்பட்டது அரங்கேறினாலும் ஒரு சிறு பிசிறும் இல்லாமல் ஐ.எஸ்.ஐ. இந்தத் திட்டத்தைச் சாதித்தது இங்கே கவனிக்கப்பட வேண்டிய விஷயம்.

இந்திய உளவுத்துறை என்ன செய்துகொண்டிருந்தது என்கிற கேள்வி இங்கே இயல்பாக எழும். உண்மையில் இப்படியொரு தாக்குதலை யாரும் எதிர்பார்க்கவில்லை என்பதுதான் பதில். பாபர் மசூதி இடிக்கப்பட்டதை ஒட்டி தேசமெங்கும் எழுந்திருந்த கலவரத்தில் காவல் துறையும் உளவுத்துறையும் முழி பிதுங்கிக்கொண்டிருந்தன. கலவரக்காரர்களின் அரசியல் முகத்தை அவர்கள் கவனித்துக்கொண்டிருந்த சமயத்தில் கடத்தல்காரர்கள் கைவரிசை காட்டிவிட்டுப் போய்விட்டார்கள். இது எதிர்பாராதது.

ஆனால் இப்படியொரு சாத்தியம் இருக்கிறது என்று யோசித்து, குறுகிய காலத்தில் திட்டமிட்டுச் சாதித்து முடித்த ஐ.எஸ்.ஐக்கு இதனால் பாகிஸ்தான் அரசு வட்டாரத்தில் மிகப்பெரிய செல்வாக்கு உண்டானது. எப்போதுமே மேலோங்கிய செல்வாக்குதான். ஆனால் 93 குண்டுவெடிப்புகளுக்குப் பிறகு அது எட்டிப்பிடிக்க முடியாத உயரத்துக்குப் போனது என்பது மறுக்கமுடியாத உண்மை.

—

1993 குண்டு வெடிப்புச் சம்பவத்துக்குப் பிறகு நாளது தேதி வரை சிறியதும் பெரியதுமாக மும்பையில் ஆறு குண்டுச் சம்பவங்கள் நடந்திருக்கின்றன. 93 சம்பவத்தின் விசாரணையில் - குறிப்பாக டைகர் மேமோனின் ஆள்கள் அளித்த வாக்குமூலங்களின் அடிப்படையில் ஐ.எஸ்.ஐயின் தொடர்பு சந்தேகத்துக்கு இடமின்றி நிரூபிக்கப்பட்டபிறகு, அங்கே ஒரு வெங்காய வெடி வெடித்தாலும் ஐ.எஸ்.ஐ. சதி என்கிற கூக்குரல் எழத் தொடங்கிவிட்டது.

ஐ.எஸ்.ஐ. செய்யாது என்பதல்ல விஷயம். ஆனால் ஒரு பெருநகரத்தில் வெளிதேசத்து உளவு அமைப்பொன்று ஒரு தாக்குதலைத் திட்டமிடுகிறதென்றால் அதிலுள்ள சிக்கல்கள் அதிகம். வெத்துக்கு இரண்டு பேர், மூன்று பேரைக் கொல்லவெல்லாம் ஐ.எஸ்.ஐ. வரிந்துகட்டிக்கொள்ளாது. மும்பை என்றில்லை. இந்தியாவில் பல பிராந்தியங்களில் ஐ.எஸ். ஐக்கு ஏஜெண்டுகளும் தாதா தொண்டர்களும் இருக்கிறார்கள். அவர்களிடம் உதவி பெறும் லோக்கல் அரை பிளேடுகளும் நிறைய உண்டு. அரை பிளேடுகளிடம் அரை பிளேட் பிரியாணிக்காக வேலை செய்யும் கால் பிளேடுகள் உண்டு. யாரும் என்ன காரணத்துக்காகவும் குண்டு வைக்கலாம். வைக்கிற குண்டெல்லாம் ஐ.எஸ்.ஐ.தான் வைக்கிறது என்று சொல்வது இந்தியாவில் ஒரு மரபாகிவிட்டது.

உண்மையில் மும்பையைப் பொறுத்தவரை 1993க்குப் பிறகு ஐ.எஸ்.ஐ. ஈடுபாட்டுடன் நிகழ்த்தப்பட்ட மாபெரும் தாக்குதல் என்பது 2005ம் ஆண்டு நடந்த ரயில் குண்டு வெடிப்புச் சம்பவங்கள்தான். இதுவும் ஒரு தொடர் தாக்குதல். பதினொரு நிமிட இடைவெளியில் ஏழு ரயில்களில் முதல் வகுப்புப் பெட்டிகளில் அந்தக் குண்டுகள் வெடித்தன. அனைத்தும் ஆர். டி.எக்ஸ் ரகம்.

காஷ்மீரில் குடித்தனம் நடத்தும் பாகிஸ்தான் தீவிரவாத இயக்கமான லஷ்கர் ஏ தொய்பாவும் உத்தர பிரதேசத்தை மையமாகக் கொண்டு இந்தியா முழுக்க இயங்கும் (அவ்வப்போது தடைசெய்யப்படும்) சிமி என்கிற இஸ்லாமிய மாணவர் அமைப்பும் இணைந்து நடத்திய தாக்குதல் இது என்று சொல்லப்பட்டது. இடையே 'லஷ்கர்-ஈ-கஹார்' (Lashkar-e-Qahhar) என்கிற வேறொரு அமைப்பு, தானே

திட்டத்துக்குப் பொறுப்பு என்று சொல்லி ஆஜ் தக் சேனலுக்கு ஒரு கடுதாசி போட்டது. தொய்பாவின் புனைபெயர்களுள் ஒன்றுதான் கஹார் என்று சொன்னார்கள். அதெல்லாம் இல்லை, நாங்கள் இதைச் செய்யவே இல்லை என்று லஷ்கர் தலைமை லாஹூரிலிருந்து அறிக்கை விட்டது. எங்கப்பன் குதிரில்தான் இருக்கிறான் என்று பாகிஸ்தான் அரசும் தாக்குதலைக் கண்டித்து அறிக்கை விட்டது.

வழக்கு முடிந்தபாடில்லை. ஆனால் ஐ.எஸ்.ஐயின் உத்தரவில்லாமல் லஷ்கர் எந்தக் காரியத்தையும் செய்வதில்லை என்கிற பேருண்மையின் அடிப்படையில் பார்த்தால் மும்பையின் பொருளாதாரத்தை, பங்குச் சந்தையைச் சீர்குலைக்கும் விதத்தில் ஐ.எஸ்.ஐ. இதுவரை நிகழ்த்திய தாக்குதல்களில் இதுதான் இரண்டாவது. இதற்கு அப்புறம் இன்றைக்குவரை இன்னொன்று இல்லை.

7 மிஷன் காஷ்மீர்

ஐ.எஸ்.ஐயின் பிறப்புக்கு அடிப்படைக் காரணம் காஷ்மீர். இதை முதலிலேயே பார்த்தோம். பாகிஸ்தானின் வெளி விவகாரங்கள் அனைத்துக்கும் பொதுவான உளவு அமைப்பு என்று சொல்லப்பட்டாலும் காஷ்மீர்தான் பிரதானம். இதில் சந்தேகமில்லை. காஷ்மீரில் உத்தியோகம் பார்த்து, மிச்சம் மீதி ஏதாவது சமயமிருந்தால் வேறு தேசங்களின் பக்கம் கவனம் செலுத்துவார்கள். அதெல்லாம் பொதுவாக நல்லுறவு வளர்க்கிற காரியமாகத்தான் இருக்கும்.

முக்கியமாக சீனாவுடன், சில கிழக்கு ஐரோப்பிய நாடுகளுடன், மத்தியக் கிழக்கின் பல்வேறு தேசங்களுடன் இன்றைக்கு வரை பாகிஸ்தான் நல்லுறவு பேண முடிவதற்கு ஐ.எஸ்.ஐ. போட்ட பட்டுச்சாலைதான் காரணம். இன்ன வகையில் தான் அவர்களுக்கெல்லாம் உதவி செய்வார்கள் என்றில்லை. என்ன கேட்டாலும் செய்வார்கள். கேட்காமலும் செய்வார்கள். ஐ.எஸ். ஐக்கு இந்தியா தவிர பெரும்பாலான வெளி தேசங்களில் நல்ல பிள்ளை இமேஜ் உண்டு என்பது உங்களுக்குத் தெரியுமா? சோமாலியா பஞ்சம், சூடான் பஞ்சம், எத்தியோப்பியப் பஞ்ச காலத்திலெல்லாம் அமெரிக்க உதவிக் கப்பல்களில் பாகிஸ்தான் சரக்குகள் நிறைய போயிருக்கின்றன. எங்கெல்லாம் அமெரிக்கா அமைதி அல்லது அதிரடியை நிலைநிறுத்தப் படைகள் அனுப்புகிறதோ, அங்கெல்லாம் ஐ.எஸ்.ஐயின் படையும் நிழல் மாதிரி பின்னால் செல்லும்.

இதனால் அமெரிக்காவின் அன்புக்குப் பாத்திரமாவது ஒரு பக்கம் இருக்க, சம்பந்தப்பட்ட தேசங்களில் பாகிஸ்தான் குறித்த நல்ல அபிப்பிராயம் உருவாகிறது என்பதை மறுக்கமுடியாது.

ஆனால் இந்தியாவை - குறிப்பாக காஷ்மீரைப் பொறுத்தவரை ஐ.எஸ்.ஐயின் முகம் வேறு. முற்றிலும் வேறு. நேரடி யுத்தங்களானாலும் சரி. நிழல் யுத்தங்களானாலும் சரி. வெறும் கலவர கலாட்டாக்களானாலும் சரி. முன்னணி, பின்னணி எல்லாவற்றிலும் ஐ.எஸ்.ஐதான் நிற்கும். இதில் ஒளிவு மறைவு ஏதும் கிடையாது. பாகிஸ்தான் ராணுவத்துக்கு காஷ்மீரப் பாதை போட்டுக்கொடுப்பது ஐ.எஸ்.ஐ.தான். எல்லையில் உட்கார்ந்துகொண்டு தீயும் தீவிரவாதமும் வளர்க்கும் இயக்கங்களுக்கு உதவி செய்வதும் ஐ.எஸ்.ஐ.தான்.

எப்படி இதை அவர்கள் செய்கிறார்கள் என்பது சுவாரசியமானது.

இந்தியாவுக்கும் பாகிஸ்தானுக்கும் இடையே இதுவரை நான்கு நேரடி யுத்தங்கள் நடந்திருக்கின்றன. 1947ல் சுதந்தம் பெற்ற கையோடு தொடங்கிய முதல் யுத்தம். அப்போதுதான் பாகிஸ்தான் காஷ்மீரில் ஒரு பகுதி வரை முன்னேறி வந்து கையகப்படுத்திக்கொண்டது. கில்கிட் மலைப்பகுதிகளும் முஸஃபராபாத்தை ஒட்டிய ஒரு கேரளா சைஸ் நிலப்பரப்பும்.

இந்த யுத்தத்துக்குப் பிறகுதான் ஐக்கிய நாடுகள் சபையின் அமைதி முயற்சிகள் எல்லாம் அரங்கேறி, எதுவும் வேலைக்கு ஆகாமல் போய், எல்லைக் கட்டுப்பாட்டுக் கோடு என்று ஒன்றை இழுத்ததுடன் திருப்திகொள்ள வேண்டியதானது.

இந்த யுத்தத்தில் பாகிஸ்தானின் ராணுவ உளவுத்துறை சொதப்பிவிட்டது என்று காரணம் காட்டி, ஐ.எஸ்.ஐ உருவாக்கப்பட்டதை முதல் அத்தியாயத்தில் பார்த்தோம்.

இதன்பிறகு பதினேழு வருடங்கள் கழித்து 1965ம் ஆண்டு காஷ்மீருக்காக இரண்டாவது யுத்தத்தை மேற்கொண்டது பாகிஸ்தான். மூன்றாவதாக பங்களாதேஷ் விடுதலைக்காக இந்தியா உதவி செய்யப் போக, அதன் விளைவாக காஷ்மீரிலும் அரங்கேறிய யுத்தக் காட்சிகள். நான்காவது நமக்கு நெருக்கமான கார்கில் யுத்தம்.

இந்த நான்கில் 1965 யுத்தத்துக்கான ப்ளூ ப்ரிண்ட் போட்டது ஐ.எஸ்.ஐ. கதை, திரைக்கதை, வசனம், எழுதி, இயக்கி, தயாரித்து,

மிகத் திறமையாகச் செயல்பட்டார்கள். ஆனால் யுத்தத்தில் பாகிஸ்தான் தோற்றது. பழி ஐ.எஸ்.ஐயின் மீதே விழுந்தது. இம்முறையும் உளவுத்திறமை பத்தாது என்று சொல்லிவிட்டார்கள்.

உண்மையில் யாரையும் மூக்குமேல் விரல் வைக்கச் செய்துவிடும் ஜகஜ்ஜால காரியம்தான் அவர்கள் செய்திருந்தார்கள்.

அது அயூப் கான் ஆட்சிக்காலம். பாகிஸ்தானில் ஐ.எஸ். ஐயின் பொற்காலத் தொடக்கம் என்றும் சொல்லலாம். அவர்களுக்கிடையே ஒரு அண்டர்ஸ்டாண்டிங் இருந்தது. ஒரே மாதிரி யோசித்தார்கள். அயூபும் சரி, அவருடைய அப்போதைய வெளிவிவகாரத் துறை அமைச்சராக இருந்த ஜுல்பிகர் அலி புட்டோவும் சரி, ஐ.எஸ்.ஐயும் சரி. காஷ்மீர் விஷயத்தில் அந்த வருடம் ஏதாவது ஒரு சிறு வெற்றி கிடைத்தால் கூட அது அரசுக்கு மிகப்பெரிய உபயோகமாக இருக்கும் என்று அவர்கள் நம்பினார்கள்.

ஒரு ராணுவ ஆட்சியாளராகப் பதவிக்கு வந்த அயூப் 1962ல் சுமாரான ஒரு அரை ஜனநாயகத்தைத் தம் தேசத்துக்கு அறிமுகப்படுத்தியிருந்தார். பாராளுமன்ற ஜனநாயகம் மாதிரிதான். ஆனால் தேர்ந்தெடுக்கும் விதம் மாறுபட்டது. நாடு முழுதும் பஞ்சாயத்து பிரசிடெண்டுகள் மாதிரி சுமார் எண்பதாயிரம் பேரைத் தேர்ந்தெடுத்தார்கள். இந்த எண்பதாயிரம் பேர் வோட்டுப் போட்டு அதிபரைத் தேர்ந்தெடுப்பார்கள். பிரதமரையும் அமைச்சரவையையும் அதிபர் தேர்ந்தெடுப்பார் என்பது அந்தப் புதிய ஏற்பாட்டின் ஒரு பேரா சுருக்கம்.

இதற்கு அயூப் Guided Democracy என்று பெயர் வைத்தார். ஆனால் உள்ளுக்குள் ஓர் உதைப்பு இருந்தது. எங்காவது அந்த எண்பதாயிரம் பிரகஸ்பதிகளும் தனக்கு அல்வா கொடுத்துவிடுவார்களோ என்கிற பயம். நல்லவேளை மக்கள் அவரை ஏமாற்றவில்லை. அயூப் தனது ராணுவ ஆட்சியாளர் முகத்தைக் கழற்றி பீரோவில் வைத்துவிட்டு முறைப்படி அதிபர் என்கிற பதவியில் அமர்ந்தார்.

1965ல் பாகிஸ்தானில் அதிபர் தேர்தல் சமயம் வந்தது. கெய்டட் டெமாக்ரஸி முறையை அறிமுகப்படுத்தி, அதன் பரிசாக அதிபரான அயூப் தொடர்ந்து அதிபராக நீடிக்க முடியுமா?

மக்கள் அவரை நல்லவரு, வல்லவரு என்று ஒப்புக்கொண்டு இருக்கிறார்களா? அப்படியே ஒப்புக்கொண்டாலும் அந்தச் சமயம் அவருக்கு இன்னொரு பெரிய பிரச்னை இருந்தது. தேர்தலில் அவரை எதிர்த்துப் போட்டியிட்டவர், முஹம்மதலி ஜின்னாவின் சகோதரி பாத்திமா ஜின்னா. பிராந்தியத்தில் அவரை 'தேசத்தின் தாய்' என்றுதான் சொல்லுவார்கள். அத்தனை செல்வாக்கு மிக்க பெண்மணி. அவரைத் தோற்கடித்துத் தேர்தலில் வெற்றிபெற முடியுமா? என்னத்துக்கு இந்தப் பாழாய்ப் போன தேர்தலும் மண்ணாங்கட்டியும்? நானே ஆட்சியாளன். தீர்ந்தது விஷயம். ஏன் அப்படியே இருந்துவிடக் கூடாது?

ஆனால் ஐ.எஸ்.ஐ. அயூபுக்கு நம்பிக்கை அளித்தது. கவலைப்படாதீர்கள். கண்டிப்பாக நீங்கள்தான் வெற்றி பெறுவீர்கள். பாத்திமா ஜின்னா, தேசப்பிதாவின் சகோதரியாக இருக்கலாம். ஆனால் இப்போது பாகிஸ்தானுக்குத் தேவை வலுவான தலைமை தானே தவிர புகழ்பெற்ற தலைமை இல்லை என்பதை மக்களுக்குப் புரியவைப்போம்.

சொன்னதுடன் நிறுத்தவில்லை. அந்தத் தேர்தலில் அயூபின் வெற்றிக்கு ஐ.எஸ்.ஐ. மிகக் கடுமையாக உழைத்தது. மூலை முடுக்கெல்லாம் பரவி, பிரசாரம் செய்தார்கள். அயூபை ஒரு தேசிய ஹீரோவாக முன்னிறுத்தும் போஸ்டர்களை மிகக் கவனமாக ஐ.எஸ்.ஐ. தலைமையே வடிவமைத்தது. புகழ்பெற்ற உருது கவிஞர்கள்,எழுத்தாளர்களிடம் பிரசார சுலோகன்களை எழுதிவாங்கினார்கள். இது அந்தக் காலகட்டத்தில் மிகப் புதுமையான முயற்சி. அயூப் மக்கள் முன் எப்படித் தோன்றவேண்டும், எப்படிப் பேசவேண்டும், எப்படிச் சிரிக்க வேண்டும், அந்தச் சிரிப்பு மத்தியில் தனது கம்பீரத்தையும் எப்படிச் சேர்த்துக் காட்டவேண்டும், எது கம்பீரமாகத் தெரியும், எது ஆணவமாகப் பார்க்கப்படும் என்று அங்குலம் அங்குலமாக யோசித்துத் தேர்தல் பிரசாரத்தை வடிவமைத்தது ஐ.எஸ்.ஐ.

யாரும் எதிர்பார்க்கவில்லை. அயூபே கூட. 61 சதவீத வோட்டுகள் பெற்று அந்தத் தேர்தலில் அவர் மகத்தான வெற்றி கண்டிருந்தார்.

அப்போதுதான் அவரை சந்தோஷத்தில் ஓய்வெடுக்கக் கூடாது என்று சொல்லித் தட்டியெழுப்பி, காஷ்மீருக்காக இன்னொரு

யுத்தம் என்று பிள்ளையார் சுழி போட்டது ஐ.எஸ்.ஐ. பாகிஸ்தான் மக்கள் உணர்ச்சிவசப்படக்கூடிய ஒரே விஷயம் காஷ்மீர். உள்ளூர் அரசியல் எத்தனை நாறினாலும் அவர்களுக்குப் பிரச்னை இல்லை. காஷ்மீர் அவர்களுக்குக் கனவு பூமி. பிறந்த குழந்தைக்குக் கூட மொட்டைமாடியில் நின்று நிலவு காட்டி அங்கே சோறூட்ட மாட்டார்கள். அதோ, அங்கே பார், அதுதான் காஷ்மீர் என்று சொல்லித்தான் பிரியாணி போடுவார்கள்.

எனவே ஒரு தேர்தல் வெற்றிக்கு பதில் மரியாதையாக அயூப் செய்யவேண்டியது என்ன? காஷ்மீருக்காக ஒரு யுத்தம். ஐ.எஸ்.ஐ.யின் இந்த யோசனைக்கு அப்போதைய வெளிவிவகாரத்துறை அமைச்சர் புட்டோவும் பலத்த ஆதரவு தெரிவித்தார். புட்டோவைப் பற்றிப் பின்னால் பார்க்கப் போகிறோம். அவர் பின்னாளில் அங்கே எம்.ஜி.ஆர். மாதிரி ஒரு மக்கள் தலைவராக உருவானவர். அவரை உருவாக்கிய ஐ.எஸ். ஐயே அவரை உருத்தெரியாமல் அழிக்கவும் செய்த கதை அப்புறம் வரும்.

இப்போதைக்கு காஷ்மீரை கவனிப்போம்.

இந்தியா அப்போது தயங்கித் தடுமாறிக்கொண்டிருந்த சமயம். 62ல் சீனாவுடன் யுத்தம். அதில் ஒரு தோல்வி. காஷ்மீரின் வட கிழக்குப் பகுதி சீனாவுக்குப் போய்விட்டதில் மனமுடைந்த பிரதமர் நேரு, அப்படியே படுத்து, அப்படியே காலமாகியிருந்தார். சாது சாஸ்திரி பிரதமராகியிருந்தார். இதெல்லாம் நடந்துகொண்டிருந்தபோதே ஐ.எஸ்.ஐ ஒரு திட்டத்துடன் சீனாவுடன் நல்லுறவு வளர்க்கும் ப்ராஜெக்ட் ஒன்றைக் கையில் எடுத்து அதில் கணிசமான வெற்றியும் பெற்றிருந்தது.

புட்டோ ஒன்றிரண்டு சந்தர்ப்பங்களில் சீனாவுக்குச் சென்று வந்திருந்தார். அயூபும் ஒரு முறை ஆயுதப் பரிமாற்ற ஒப்பந்தத்தில் கையெழுத்திட சீனா போய்வந்தார். ஒரு நெருக்கடி என்று வருமானால் சீனாவின் உதவி பாகிஸ்தானுக்கு அவசியம் தேவைப்படும் என்று ஐ.எஸ்.ஐ. சொன்னது. அயூப் ஏற்றுக்கொண்டார்.

இந்தப் பின்னணி பலங்களுடன் தான் 1965 யுத்தத்தில் அடியெடுத்து வைத்தது ஐ.எஸ்.ஐ. திட்டம் இதுதான்:

முதலில் குஜராத் - கட்ச் பகுதியில் பாகிஸ்தான் ராணுவத்தைக் கொண்டு சில்லறைச் சண்டைகளை ஆரம்பிக்க வேண்டும். பெரும்பாலும் அது அங்கே தினசரிக் கடமைகளுள் ஒன்றுதான் என்றபோதிலும் சற்றுத் தீவிரமாகச் செய்யவேண்டும். காஷ்மீரில் மட்டுமல்ல பிரச்னை; இந்தியாவுடன் எல்லைத்தொல்லைகள் மிக நீளமானவை என்கிற நினைவை மக்களுக்கு ஊட்டும் விதத்தில் மோதல்கள் அமையவேண்டும்.

இந்திய அரசும் ராணுவமும் கட்ச் பகுதியை கவனிக்கத் தொடங்கும். இந்திய உளவுத்துறையும் அங்கே கவனம் குவிக்கும். அதுதான் சந்தர்ப்பம். சடாரென்று தலைக்கு மேலே கொண்டைக்குள் நெளியும் பேன் மாதிரி நாம் காஷ்மீருக்குள் ஊடுருவிவிட வேண்டும்.

யார், ராணுவமா என்று கேட்டார் ஜுல்ஃபிகர் அலி புட்டோ.

இல்லை. ராணுவம் உள்ளே நுழையாது. மாறாக ஆஸாத் காஷ்மீர் போராளிகளைஆயுதமில்லாமல் உள்ளேஅனுப்புவோம். அவர்கள் ஸ்ரீநகர், ஜம்மு பகுதிகளில் சென்று வாடகைக்கு வீடெடுத்துத் தங்கட்டும். மக்களோடு மக்களாகக் கலந்து வாழட்டும். ஆனால் அவர்கள் போவது செந்தாழம் பூவில் வந்தாடும் தென்றல் என்மீது மோதுதம்மா என்று கவிதை பாடிக்கொண்டிருப்பதற்கு அல்ல. மெல்ல மெல்ல அரசுக்கு எதிரான கலவரங்களைத் தூண்டிவிட ஆரம்பிக்க வேண்டும். அரசியல் கூட்டங்களில் குழப்பம் விளைவிக்கலாம். ஹிந்துக்கள் வசிக்கும் பகுதிகளில் மசூதிக்கு அடிக்கல் நாட்டலாம். அடிக்கல் நாட்ட முடியாது போனாலும் அடிக்கடி கல் வீசவாவது செய்யலாம். என்னவாவது செய்யட்டும். காவல் துறை கவலைப்பட வேண்டும். கலவரக் காரர்களைக் கைது செய்யத் தயாராகவேண்டும்.

ஐயோ, இதென்ன விபரீதம்? கைது செய்வதற்கா அவர்களை வேலை மெனக்கெட்டு காஷ்மீருக்குள் அனுப்புகிறோம்?

ஆமாம் என்றார்கள் ஐ.எஸ்.ஐ. அதிகாரிகள். கைது செய்யட்டும். அதுதான் நமக்கு வேண்டும். அப்படி நம் ஆள்கள் கைதாகும் சமயத்தில் காவல் துறையின் அடக்குமுறைக்கு எதிராக மக்கள் பொங்கி எழுவார்கள். ஆயுதங்களுடன் ஒன்று திரள்வார்கள்.

யார்? காஷ்மீர் மக்களா?

சந்தேகமில்லை. அவர்களும் காஷ்மீர் மக்கள்தான். ஆனால் ஆஸாத் காஷ்மீர். ஐயா தயவுசெய்து புரிந்துகொள்ளுங்கள். நமது வசமிருக்கும் காஷ்மீரிலிருந்து அந்தச் சந்தர்ப்பத்தில் நாம் ஜிஹாதிகளை ஸ்ரீநகர் நோக்கி அனுப்பத் தொடங்குவோம். ஆயுதங்களுடன் அவர்கள் சென்று கைதானவர்களை மீட்கும் பாவனையில் காஷ்மீரைக் கலவர பூமியாக்குவார்கள். காவல் துறை ஒடுக்குமுறை அதிகரிக்கும். உடனே அவர்கள் காஷ்மீர் முஸ்லிம்களை ஹிந்து போலீசிடமிருந்து காப்பாற்றுங்கள் என்று அலறுவார்கள். யாரைப் பார்த்து? உலக மக்களைப் பார்த்து. பிறவி எடுத்ததே கஷ்டப்படுகிறவர்களை ரட்சிப்பதற்குத்தான் என்று வாழுகிற பரமாத்மாக்களைப் பார்த்து.

அதுதான் சந்தர்ப்பம். காஷ்மீர் மக்களைக் காப்பாற்றும் கடமையுடன் நமது ராணுவம் உள்ளே நுழைய வேண்டியது. போராளிகள் அங்கே நமக்கு உதவி செய்வார்கள். காஷ்மீர் இயக்கங்களும் உதவும். நமது ராணுவம், துணை ராணுவம், ஆஸாத் காஷ்மீர் இயக்கங்கள், காஷ்மீர் போராளி இயக்கங்கள் என்று பெரும்படை நம்முடையதாக இருக்கும்.

தோராயமாக?

ராணுவத்தில் முப்பதாயிரம் பேர். ஆஸாத் காஷ்மீர்க்காரர்கள் மூவாயிரம். வேண்டுமானால் பதான்களில் ஒரு கொத்து கிள்ளிக்கொள்ளலாம். வாசனைக்குக் கருவேப்பிலை ஆச்சு. ஆனால் இதெல்லாம் பிரமாதமில்லை. பொறுத்திருந்து பாருங்கள். காஷ்மீர் மக்களே இம்முறை நம்பக்கம் இருக்கப் போகிறார்கள்.

'எப்படிச் சொல்லுகிறீர்கள்?' என்று கேட்டார் அயூப் கான்.

அது ஒரு எளிய கணக்கு. போலீஸ் அடக்குமுறை மட்டும்தான் மக்களுக்கு முதலில் தெரியப்போகிறது. கலவரம் செய்தவர்கள் திட்டமிட்டு நுழைந்தவர்கள் என்கிற விவரம் யாருக்கும் தெரியப்போவதில்லை. பல மாத இடைவெளியில் சிறிது சிறிதாக காஷ்மீர் முழுதும் அவர்கள் பரவி, வசிக்கத் தொடங்கப் போகிறார்கள். எனவே சந்தேகம் எழ வாய்ப்பே இல்லை என்றார் ஐ.எஸ்.ஐ. தலைவர்.

எல்லாம் தயாரானது. கட்ச் வளைகுடாப் பகுதியில் முதற்கண் பாகிஸ்தான் ராணுவம் ரொட்டி சுடத் தொடங்கியது. சிறு கலவரங்கள் மூண்டன. எந்தக் கணமும் அவை பெரிதாகும் என்று தெரிந்தது. இந்தியா கவலைப்படத் தொடங்கிய அதே சமயம், ஐ.எஸ்.ஐயின் காஷ்மீர் கண்காணிப்புப் பிரிவு இறுதிக் கட்ட ஆயத்தங்களில் இறங்கியது. முஸஃபராபாத்தில் முகாமிட்டிருந்த போராளி இயக்கங்களைச் சேர்ந்த வீரர்களை ஒருங்கிணைத்து எல்லையில் கொண்டு குவித்தார்கள். முன்னதாக இந்தியப் பகுதி காஷ்மீருக்கு அனுப்பிவைக்கப்பட்டிருந்த கலவரக்காரர்களுக்கு சிக்னல் கொடுக்கப்பட்டது. ஜம்முவிலும் ஸ்ரீநகரிலும் இருந்த ஐ.எஸ்.ஐயின் ஏஜெண்டுகள் அவர்களைத் தனித்தனியே தொடர்புகொண்டு என்ன செய்யலாம், எங்கு செய்யலாம் என்று சொல்லிக்கொடுத்தார்கள்.

உத்தம புத்திரர்களான அவர்கள் சொன்ன பேச்சு மீறாமல் ஊரெல்லாம் கலவரத்துக்கு சாம்பிராணி போட்டார்கள். எல்லாமே உப்புப்பெறாத காரணம். ஆனால் உறைப்பு அதிகம் இருந்த கலவரம்.

பூஞ்ச்சில் ஒரு கடைவீதியில், கடைக்காரர் நிறுத்த எடையில் சரியில்லை என்பதைச் சாக்கிட்டு, முஸ்லிம்களை ஏமாற்றுகிறாயா, உன்னை என்ன செய்கிறேன் பார் என்று எடைக்கல்லால் கடைக்காரர் மண்டையைப் பிளந்து திறப்புவிழா நடத்தி வைத்தார்கள். ஜம்முவில் ஒரு முஸ்லிம் பெண் குழந்தைக்கு (எப்படியும் பதினாலு, பதினைந்து வயது இருக்கும்) ஒரு ஹிந்து சுற்றுலாப் பயணி அன்பொழுக நெற்றியில் முத்தம் கொடுத்துவிட்டார் என்று சொல்லி, சுற்றுலா பேருந்து ஒன்றையே ஏரியில் முக்கி ஜலக்ரீடை செய்தார்கள்.

காரணம் என்று கண்டுபிடிக்கவா முடியாது? அடித்து தூள் கிளப்பிவிட்டார்கள்.

திட்டமிட்டபடியே காவல்துறை துப்பாக்கியுடன் ஸ்தலத்தில் ஆஜராகி, கலவரக்காரர்களை நோக்கிக் கண்ணீர்ப்புகை குண்டுகளைப் பிரயோகம் செய்தது. பலபேர் கைது செய்யப்பட்டார்கள்.

இதெல்லாம் நடந்துகொண்டிருக்கும்போதே அவசர அவசரமாக எல்.ஓ.சிக்கு அந்தப் பக்கத்துப் புண்ணியாத்மாக்கள் ஸ்ரீநகரையும் ஜம்முவையும் நோக்கி முன்னேறத் தொடங்கிவிட்டார்கள். சொந்தச் சகோதரர்கள் துன்பத்தில் சாதல் கண்டு சிந்தை இரங்காமல் என்ன புடலங்காய் வாழ்க்கை?

இங்கேதான் முதல் சறுக்கல். அவர்கள் புறப்பட்ட நேரம் சரியில்லை. அநேகமாக எமகண்டத்தின் மத்தி. இப்போது புறப்படு என்று உள்ளூர் ஐ.எஸ்.ஐ. தகவல் அளிக்காமல் கிளம்பியது மடத்தனம். அல்லது அளித்த தகவல் சரியாகப் போய்ச் சேரவில்லையோ என்னமோ. நேராகப் புறப்பட்டார்கள். சொய்யாவென்று ஸ்ரீநகர் ஏர்போர்ட்டிலும் ரேடியோ ஸ்டேஷனிலும் வந்து இரண்டு படைகளாக இறங்கினார்கள். படபடவென்று துப்பாக்கிச் சூடு. தடதடவென்று மிதித்து முன்னேறி ஆக்கிரமிப்பு. எல்லாம் க்ஷண நேரம். இரண்டு தலங்களும் அந்தக் கூலிப் படையினரின் வசமாகிப் போயின.

சந்தோஷக் கொக்கரிப்பு. காஷ்மீர் ஜிந்தாபாத். இந்தியா முர்தாபாத். அடடே, நடுவில் ஏதோ ஒரு பாத் வந்ததே? அதென்ன? ஆங், பாகிஸ்தான் ஜிந்தாபாத்.

புரிந்துவிட்டது. இவர்கள் சொந்தச் சகோதரர்களுக்காக வந்த சமர்த்து காஷ்மீரிகள் அல்லர். கலவரத்தில் குளிர் காய்ந்து மேலும் கொஞ்சம் கொளுத்திப் போட்டுவிட்டுப் போக வந்திருக்கும் பாகிஸ்தான் கூலிப் படையினர். தகவல் உளவுத்துறை மூலம் காஷ்மீர் போலீஸ் தலைமையகத்துக்குப் பறந்தது. அங்கிருந்து ராணுவத் தலைமையகம். அங்கிருந்து புது தில்லி. அடுத்த நாளே அகில உலகம்.

உடனடியாக இந்திய ராணுவம் குவிக்கப்பட்டது. எப்படியும் பாகிஸ்தான் ராணுவம் பின்னால் வந்துகொண்டிருக்கும் என்று தெரியும். எனவே குவியும்போதே ஸ்ரீநகர் மற்றும் காஷ்மீர் பள்ளத்தாக்குப் பகுதிகளுக்கு மேற்கிலிருந்து வரும் அத்தனை சாலைகளிலும் மூட்டை மூட்டையாகக் குவித்துக்கொண்டே வந்தார்கள். மறுபுறம் பஞ்சாபின் எல்லையிலிருந்து தனியொரு பட்டாலியன் அப்படியே எறும்பு மாதிரி எல்லைக்கோட்டைத் தொட்டுக்கொண்டு நகர்ந்து போக உத்தரவு பிறப்பிக்கப்பட்டது.

அடிக்கத் தொடங்கினார்கள். முதலில் களவுபோன அந்த விமான நிலையம் மற்றும் ஆல் இந்தியா ரேடியோவின் ஸ்ரீநகர் வானொலி நிலையம். ரவுண்டு கட்டித் தாக்கியதில் உள்ளே இருந்த தீவிரவாதிகள் ஒருத்தர் பாக்கியில்லாமல் அமரர் ஆனார்கள்.

இந்தச் சண்டை நடந்துகொண்டிருந்த விஷயம் ஐ.எஸ்.ஐக்குத் தெரியச் சற்று காலதாமதம் ஆகிவிட்டது. ஊரெல்லாம் கலவரம் என்று தெரியும். நண்பர்கள் வானொலி மற்றும் விமான நிலையங்களை வளைத்து உள்ளே போய்விட்டார்கள் என்பது தெரியும். ஆனால் அங்கே ஒரு சண்டை தொடங்கிவிட்டது என்கிற விவரம் அவர்களுக்குத் தெரிய தாமதமாகிவிட்டது. சண்டை தொடங்கிவிட்டதால், உள்ளிருந்து தகவல் வராமல் போனது.

இதனால், எல்லையில் நகம், விரல் எல்லாம் கடித்துக்கொண்டு காத்திருந்த பாகிஸ்தானிய ரெகுலர் ராணுவத்துக்கு சலோ சிக்னல் கொடுக்க லேட்டாகிப் போய்விட்டது. அதற்குள் இந்திய ராணுவம் முன்னேறிவிட்டது. மாநிலமெங்கும் பரவியிருந்த கலவரக்காரர்கள் அத்தனை பேரையும் கண்ணைமூடிக்கொண்டு சுட்டார்கள். ஒரே நாள். ஒரு பகல். ஓரிரவு. பாவாத்மாக்கள் இருந்த இடம் தெரியவில்லை. இறந்து போனவர்கள் கொஞ்சம். கைதானவர்கள் கொஞ்சம். தப்பிக்க நினைத்த மிகச் சிலரையும் மறுநாள் நாஷ்டா வேளைக்கு முன்னால் பிடித்து நல்லடக்கம் செய்துவிட்டார்கள்.

ஐ.எஸ்.ஐ. தவித்துக்கொண்டிருந்தது. பிசகி விட்டது. குறி தவறிவிட்டது. நிலைமை கைமீறிப் போய்விட்டது. என்ன செய்வது என்று தடுமாறினார்கள். புறப்பட்டு வாருங்கள் என்று தகவல் கொடுக்கக்கூட வழியில்லாமல், மாநிலம் முழுதும் தகவல் தொடர்புகள் முற்றிலுமாகத் துண்டிக்கப்பட்டிருந்தது. கலவரக்காரர்கள் கொஞ்சம் திருப்பணி செய்திருந்தார்கள் என்றால் இந்திய உளவுத்துறையே, முன்னெச்சரிக்கை நடவடிக்கையாக டெலிபோன் லைன்களை முடக்கி, மின்சாரத்தையும் துண்டித்து வைத்தது.

அங்கே எல்லையில் காத்திருந்து காத்திருந்து காலங்கள் போன பாகிஸ்தான் ராணுவம், என்னமோ விபரீதம் என்று மோப்பம்

பிடித்துக் கிளம்புவதற்குள் ஆகஸ்டு 5ம் தேதி பிறந்துவிட்டது. ஆனால் ஒரு காரியம் செய்தார்கள். மொத்தமாக ஒரு வழியில் உள்ளே வராமல், பகுதி பகுதியாகப் பிரிந்து காஷ்மீருக்குள் ஏழெட்டு மூலைகளில் ஊடுருவ ஆரம்பித்தது பாகிஸ்தான் படை. சாலை வழியே பாதிபேர். சர்வேஸ்வரன் குடியிருக்கும் மலை முகடுகளின் வழியே மீதிபேர்.

அவர்கள் ஊடுருவிய வழியெல்லாம் இந்திய ராணுவம் முன்னதாகக் குவிக்கப்பட்டுத் தயார் நிலையில் இருந்தபடியால் வரவேற்பு அமோகமாக இருந்தது. குன்றுப் பகுதிகளை ஆக்கிரமித்து முன்னேறிக்கொண்டிருந்த படைப்பிரிவுகளைத் தவிர, தரைப்பிரிவு பாக். வீரர்கள் அத்தனை பேரையும் துவம்சம் பண்ணிவிட்டது இந்திய ராணுவம். குன்றுகளில் இருப்போருடன் யுத்தம் செய்வது கஷ்டம். அங்கே பீரங்கிகள் வேண்டும். இடம் பார்த்துத் தாக்கும் ராக்கெட் லாஞ்ச்சர்களின் உபயோகம் மிக அதிகம். அதிக அபாயம் இல்லாத பறங்கிமலை போன்ற குன்று என்றால் ராணுவ வீரர்கள் (இரு தரப்பினரும்!) சரசரவென்று சுவர் பல்லி மாதிரி தவழ்ந்து தவழ்ந்தே ஏறிவிடுவார்கள். பனி சறுக்கும் என்றெல்லாம் பார்த்துக்கொண்டிருக்க மாட்டார்கள். ஆனால் ஏறமுடியாத அபாயச் சரிவுகள் மிக்க குன்றுகளில் அதெல்லாம் சாத்தியமில்லை. தேசம் முக்கியம். அதைக் காப்பதற்கு உயிர் அதிமுக்கியம்.

ஆகஸ்ட் 5ம்தேதி அஃபிஷியலாகத் தொடங்கிய யுத்தம் செப்டெம்பர் 21 வரை இடைவெளி இல்லாமல் நீடித்தது. பாகிஸ்தான் தரப்பில் எல்லா கோஷ்டிகளுமாகச் சேர்ந்து சுமார் முப்பத்தையாயிரம் வீரர்கள் உள்ளே புகுந்திருந்தார்கள். இந்தியா அனுப்பிய ராணுவத்தினரின் எண்ணிக்கை ஐம்பதாயிரத்துக்குச் சற்றுக் குறைவு.

எனவே விகிதாசாரப் பிரதிநிதித்துவத்தின்படி அவர்களால் தாக்குப் பிடிக்க முடியாமல் போனது.

இதற்குள் யுத்தத்தை நிறுத்தச் சொல்லி சர்வதேச தேவதைகள் குரல் கொடுக்கத் தொடங்கிவிட்டன. லால் பகதூர் சாஸ்திரிக்கு என்ன? அவர் சமர்த்து சாஸ்திரி. ஆஹா, எனக்கென்ன? காத்திருக்கிறேன் அல்லவா என்று சொல்லிவிட்டார்.

நிறுத்தாது போனால், ஒரு வீரரும் உயிருடன் திரும்பமாட்டார்கள் என்பது அயூப் கானுக்குத் தெரிந்துவிட்டது. ஏராளமான இழப்புகளுக்குப் பிறகு மீண்டும் ஒரு தோல்வி. விழுங்க முடியாமல் தத்தளித்தார். எல்லாம் ஐ.எஸ்.ஐயால் வந்த வினை என்று அப்படியே பிளேட்டைத் திருப்பி வசந்த முல்லை போலே வந்து அசைந்து ஆடினார் ஜுல்பிகர் அலி புட்டோ.

22ம் தேதி போர் நிறுத்தப்பட்டது. ஆனால் கூலிப்படையினர் கட்ச் வளைகுடா முதல் காஷ்மீர் வரை பரவி நடத்திக்கொண்டிருந்த தாக்குதல்கள் முற்றிலுமாக நிற்க மேலும் ஒருவார காலம் ஆனது. ராணுவத்தினர் தவிர, யுத்தத்தில் ஈடுபட்ட அத்தனை பாகிஸ்தான் தீவிரவாதிகளும் சுட்டுக்கொல்லப்பட்டிருந்தனர். நிறைய போர்க்கைதிகளால் ராணுவச் சிறைச்சாலைகள் நிரம்பி வழிந்தன.

அப்புறம் அமைதிப் பேச்சு. தாஷ்கண்ட் ஒப்பந்தம். உன்னால நான் கெட்டேன், என்னால நீ கெட்ட என்று பாக். அரசும் ஐ.எஸ்.ஐயும் மோதிக்கொண்ட உணர்ச்சிமயமான காட்சிகள்.

ஐ.எஸ்.ஐ யோசித்தது. மற்ற காரியங்களெல்லாம் சரியாகத்தான் நடக்கின்றன. யுத்த சமயத்தில் மட்டும் எங்கோ சொதப்பிவிடுகிறது. எங்கே?

பாகிஸ்தான் அரசியல்வாதிகள் ஐ.எஸ்.ஐ. சரியில்லை என்கிற பாட்டை மட்டுமே திரும்பத் திரும்பப் பாடிக்கொண்டிருந்தார்கள். ஆனால் சுய பரிசோதனை செய்து பார்த்ததில், தகவல் திரட்டுவதிலோ, திரட்டிய தகவல்களைச் சரிபார்ப்பதிலோ, தகவல் பரிமாற்றத்திலோ தன்னாலான அதிகபட்ச நேர்த்தியை அளிப்பதாகத்தான் ஐ.எஸ்.ஐ. அதிகாரிகள் தெரிவித்தார்கள்.

'நம்மால் நமது ராணுவத்தைச் சமாளிக்க முடியும் என்றுதான் தோன்றுகிறது. அவர்களுக்கு உருப்படியான தகவல்களை நம்மால் தரமுடியும். அல்லது நாம் அளிக்கும் தகவல்கள் அவர்களுக்குக் கண்டிப்பாக உபயோகமாக இருக்கும். எங்கே பிரச்னை என்றால், ஆஸாத் காஷ்மீர் போராளிகளால்தான் நமது தகவல்களையும் உதவிகளையும் சரியாகப் பயன்படுத்திக்கொள்ள முடியவில்லை' என்று ஐ.எஸ்.ஐயின் ஏஜெண்ட் ஒருவர் எழுதிய ஒரு கடிதத்தில் குறிப்பிடப்பட்டிருக்கிறது.

போராளிகள் ப்ரொஃபஷனல்கள் இல்லை. அது தெரியாத விஷயமல்ல. ஆனால் அவர்களை ப்ரொஃபஷனல்களாக மாற்றுவது எப்படி?

1965 யுத்த காலம் தொடங்கி, அதிக இடைவெளி இல்லாமல் ஐந்தாண்டு காலத்துக்குள்ளாகவே நடைபெற்ற 1971 பங்களாதேஷ் யுத்த காலம் வரையிலும் ஐ.எஸ்.ஐ. இந்த விஷயத்தைத்தான் தீவிரமாக யோசித்துக்கொண்டிருந்தது. யோசிக்கத் தான் முடிந்ததே தவிர, உருப்படியாக ஒரு தீர்வைப் பிடிக்க முடியவில்லை. பாகிஸ்தானில் ஏற்பட்ட உள்நாட்டு அரசியல் குழப்பங்கள் எந்தத் தீர்வுக்கும் கொண்டு செல்லாமல் அலைக்கழித்துக்கொண்டிருந்தன.

ஐ.எஸ்.ஐயின் முக்கியஸ்தர்கள் பெரும்பாலும் அக்காலத்தில் டாக்காவிலேயே முகாம் போட வேண்டியிருந்தது. முஜிபுர் ரஹ்மானின் அவாமி லீகை ஒரு வழி பண்ணிவிட்டுத் தான் திரும்பவேண்டுமென்று உத்தரவு. தவிரவும் யுத்தத்தின் தோல்விக்குப் பிறகு அயூப், ஐ.எஸ்.ஐ.யின் அமைப்பில் சில மாறுதல்களையும் செய்திருந்தார். தலைமைப்பீடம் மட்டுமல்லாமல், ஃபீல்ட் ஒர்க்கர்ஸ் பிரிவிலும் சில பேர் அதிபருடன் நேரடித் தொடர்பு கொள்ளும் வசதி செய்துகொடுக்கப்பட்டது. வருகிற தகவல்களே வழியில் வடிகட்டப்படுகிறதோ என்கிற சந்தேகத்தை புட்டோ கிளப்பியிருந்ததுதான் காரணம். இதனால், ஐ.எஸ்.ஐக்குள் புட்டோ எதிர்ப்புப் பிரிவு ஒன்று ரகசியமாக உருவாகத் தொடங்கியிருந்தது. அது மேலதிகாரிகள் மட்டத்திலான ராணுவ ஆபீசர்கள் தரப்பில் என்பது அயூபுக்கு மிகவும் கவலை அளித்தது.

அவருக்கு அதைவிடப் பெரிய கவலை, ஐ.பி. என்கிற இன்னொரு உளவுப் பிரிவு. அதன் டாக்கா பிரிவில் பணியாற்றும் கிழக்கு வங்காள ஆபீசர்கள் அரசுக்கு எதிராகக் களமிறங்கியிருக்கிறார்களோ என்கிற சந்தேகம். இல்லாவிட்டால் கிழக்கு வங்காளத்தில் அவாமி லீக் அத்தனை பெரிய எழுச்சியைப் பெற சாத்தியமே இல்லை என்று அவர் நினைத்தார்.

–

கிழக்கு வங்காளப் பிரச்னை என்பதைப் புரிந்துகொள்ள அதிக சிரமமே பட வேண்டாம். மிகவும் எளிமையானது. இரண்டு

நாடுகளைப் பிரிக்க ஒரு கோடு போதும். ஆனால் முஸ்லிம் மெஜாரிடி உள்ள பிராந்தியங்கள் அனைத்தையும் இணைத்து பாகிஸ்தான் உருவாக்கப்படும் என்று தீர்மானிக்கப்பட்டபடியால், கிழக்கே ஒரு கோடு, மேற்கே ஒரு கோடு என்று போட்டார் பிரிட்டிஷ் வழக்கறிஞர் ராட்க்ளிஃப். பாகிஸ்தானின் இரண்டு பகுதிகளுக்கு நடுவே இந்தியா. எனவே இயல்பாக கிழக்கு வங்காளத்தின் மீதான பாகிஸ்தான் மத்திய அரசின் கவனம் சிதறிப் போனது. அவர்களை இரண்டாந்தரப் பிரஜைகளாகவே நடத்திக்கொண்டிருந்தார்கள். நலத்திட்டங்கள் எதுவும் அங்கே போய்ச் சேரவே சேராது. நாடாளுமன்றத்துக்கு வரும் கிழக்கு வங்காளப் பிரதிநிதிகள் எல்லோரும் என்னமோ வெளிநாட்டுக்குச் சுற்றுலா வந்து போவது போலத்தான் உணர்வார்கள்.

இப்படி ஆரம்பித்த வேறுபாடுதான் அது. காலப்போக்கில் தங்கள் பிரதிநிதித்துவத்தை அதிகப்படுத்தக் கேட்டு, தங்களுக்கான நிதியை அதிகப்படுத்தக் கேட்டு, இன்னும் பல கேட்டு அவர்கள் போராட ஆரம்பித்தார்கள். எதையுமே பாகிஸ்தான் அரசு சட்டை பண்ணவில்லை. மாறாக, கிழக்கு வங்காளத்தில் அடக்குமுறை அதிகப்படுத்தப்பட்டது. ஏற்கெனவே கட்சி அரசியல் என்றால் பாகிஸ்தானுக்கு அலர்ஜி. அங்கே வங்காளத்தில் அவாமி லீக் உருவாகி, பெரிய அளவில் முன்னேற ஆரம்பித்த அடிப்படையே அவர்களுக்குப் பிடிக்கவில்லை. முஜிபுருடன் நிகழ்த்திய பேச்சுவார்த்தைகள் எதுவும் பலனில்லாமல் போய்விட்டது. வெத்துக்கு பாகிஸ்தானுடன் ஒட்டிக்கொண்டிருப்பதைக் காட்டிலும் வெட்டிக்கொண்டு போய்விடலாம் என்று தீர்மானித்துவிட்டார்கள் கிழக்கு வங்காளிகள்.

பெயர் தயார். பங்களாதேஷ். ராணுவம் தயார். முக்திபாஹினி. அதற்குப் போர்ப்பயிற்சி அளிக்க அப்போதைய இந்திரா காந்தி தலைமையிலான இந்திய அரசு முன்வந்தது. நீ காஷ்மீர் தீவிரவாதிகளை ஊக்குவிக்கிறாயா? நான் உன் பேட்டை தாதாக்களுக்கு பீர் வார்க்கிறேன் என்கிற மனோபாவம் மட்டும்தான் இதற்கு ஒரே காரணம்.

அரசியல் ரீதியில் பங்களாதேஷ் பாகிஸ்தானிலிருந்து பிரிவதில் இந்தியாவுக்குச் சில லாபங்கள் இல்லாமல் இல்லை. முக்கியமாக

இரண்டு பக்கத் திருகுவலி இருக்காது. இரண்டு எல்லைகளில் கண் விழித்து ஐயனார் வேலை செய்யவேண்டிய அவசியம் இருக்காது. பங்களாதேஷிகள் எல்லோரும் உத்தம புத்திரர்களா என்பதில்லை விஷயம். ஆனால் அங்கே முகாமிட்டுக்கொண்டு ஐ.எஸ்.ஐ. நிகழ்த்தும் திருவிளையாடல்களைக் கணிசமாகக் குறைக்க முடியும். முக்கியமாக இந்தியாவின் வடகிழக்கு எல்லை மாகாணங்களில் செயல்படும் தீவிரவாத இயக்கங்கள் ரொம்ப ஆடாமல் அடக்கிவைக்க முடியும். அவர்களை பங்களாதேஷ் எல்லைக்குள் அழைத்துச் சென்று ஐ.எஸ்.ஐ. அப்போது போர்ப்பயிற்சி அளிக்க ஆரம்பித்திருந்தது. இந்தியாவுக்குள் சாத்தியமுள்ள அத்தனை விதங்களிலும் பிரச்னை உண்டாக்குவது ஒன்றே பிறவிக்கடன் என்று செயல்பட்டுக்கொண்டிருந்தார்கள்.

பங்களாதேஷின் விடுதலைக்கு ஒத்துழைப்பு தருவதன் மூலம் இந்தியாவின் கிழக்குப் பகுதியில் ஐ.எஸ்.ஐயின் ஆதிக்கத்தை வேரறுக்கலாம். பங்களாதேஷுடன் நல்லுறவு கொள்வதன் மூலம் பாகிஸ்தானின் தலையில் கொஞ்சம் தட்டிவைக்க முடியும்.

இதெல்லாம் பெரிய அரசியல். உள்ளே புகுந்தால் ஐ.எஸ்.ஐக்குத் தாத்தாக்களெல்லாம் அரசியல் தளத்தில் உலவிக்கொண்டிருப்பதை தரிசிக்க முடியும். நமது நோக்கம் ஐ.எஸ்.ஐ. மட்டுமே என்கிறபடியால் இந்தளவில் நிறுத்திக்கொண்டு விட்டதைத் தொடரலாம்.

1971ம் ஆண்டு பங்களாதேஷ் விடுதலைப் போராட்டம் தீவிரமடைந்தது. மார்ச் 27ம் தேதி மேஜர் ஜெனரல் ஜியாவுர் ரெஹ்மான் என்கிற கிழக்கு வங்காளத் தளபதி, முஜிபுர் ரஹ்மான் சார்பில் பங்களாதேஷ் இனி சுதந்தர தேசமாக இயங்கும் என்று பிரகடனம் செய்தார். எப்படியும் பாகிஸ்தான் ராணுவம் அடக்குமுறைக்கு வரத்தான் போகிறது. அதற்குமுன்னால் ஒரு பிரகடனம் செய்வதில் பெரிய பிழை இல்லையே? தலைக்குமேல் போன வெள்ளம் முழம் போனாலென்ன, மீட்டர் போனாலென்ன?

அவர்களிடம் ஒரு சுமாரான ராணுவம் இருந்தது. இந்தியாவிடம் பயிற்சி பெற்ற ராணுவம். தவிரவும் முன்னர் பார்த்த முக்தி பாஹினி என்கிற கெரில்லா அமைப்பு. என்ன ஆனாலும் கைவிடமாட்டேன்

என்று தலையிலடித்து சத்தியம் செய்திருந்த இந்திரா காந்தியின் அரசு கொடுத்த நம்பிக்கை. ஆகவே, துணிந்து இறங்கிவிட்டார்கள்.

ஒரு விஷயம். பங்களாதேஷ் சுதந்தரப் போராட்டத்தில் இந்தியா தலையிடாமல் இருந்திருந்தால், அவர்களால் வெற்றி கண்டிருக்க முடியாது. ஆத்தா சத்தியமாக முடியாது. பாகிஸ்தானின் ஒரு பகுதியில் ஏற்பட்ட ஒரு பெரிய கலவரம் என்கிற அளவில் ராணுவத்தையும் உளவுத் துறையையும் அனுப்பி ஒடுக்கியிருப்பார்கள். முஜிபுர் ரஹ்மானைப் பிடித்து, கண்காணாத பிராந்தியத்தில் சில வருஷம் உள்ளே போட்டால் தீர்ந்தது விஷயம். ஆனால் அது தர்மகாரியமாக இருக்கமுடியாது. புவியியல் ரீதியிலும் சரி, அரசியல் ரீதியிலும் சரி. கிழக்கு வங்காளம், பாகிஸ்தானிலிருந்து துண்டிக்கப்பட்ட ஓர் உறுப்பாகத்தான் அத்தனை வருடங்களும் இருந்துவந்தது. தனித்து இயங்க விரும்பியது மிகவும் இயல்பே. அதனை மனத்தில் கொண்டுதான் இந்தியா அந்த சந்தர்ப்பத்தைப் பயன்படுத்திக்கொண்டது.

பங்களாதேஷ் யுத்தம் எப்படி நடந்தது என்பதை இங்கே விவரித்துக்கொண்டிருக்க அவசியமில்லை. மிகக் கோரமான யுத்தம் என்று சொன்னால் போதும். அயூப் பதவி விலகி, அடுத்த ராணுவரான யாஹியா கான் ஆட்சிப்பொறுப்புக்கு அப்போது வந்திருந்தார். அவருக்கு அது தன்மானப் பிரச்னை. எப்படியாவது யுத்தத்தில் வெல்லவேண்டும் என்று தவித்துக்கொண்டிருந்தார். ஆனால், தோற்பது உறுதி என்று தெரிந்தபிறகு, உடனடியாக ஐ.எஸ்.ஐயை அழைத்து, கையோடு காஷ்மீரில் தாக்குதலுக்கு ஏற்பாடு செய்யச் சொல்லிவிட்டார். தோற்றுத் திரும்புவதுதான் திரும்புகிறோம், கொஞ்சமாவது கொத்தித் தின்றுவிட்டுப் போனாலென்ன என்கிற எண்ணம்.

ஐ.எஸ்.ஐ அதிகாரிகள் உட்கார்ந்து திட்டம் தீட்டத் தொடங்கினார்கள். காஷ்மீர் என்றால் அவர்களுடைய உடனடி பெட், முஸஃபராபாத் தீவிரவாதிகள். அவர்களை முன்னால் வைத்துத்தான் எந்தத் திருப்பணியையுமே தொடங்குவது வழக்கம். இந்தமுறை ப்ளானைச் சற்று மாற்றிப் பார்க்கலாம் என்று முடிவு செய்தார்கள்.

இந்தியாவைப் பொறுத்தவரை காஷ்மீரில் எப்போது யுத்தமென்றாலும் ராணுவத்தை அனுப்புகிற விஷயத்தில் இரு விதமான பாணிகள் உண்டு. ஊடுருவல்காரர்கள் தீவிரவாதிகள் என்று தெரிந்தால் அதற்கு ஒரு பாணி. ரெகுலர் பாகிஸ்தான் ராணுவம் என்றால் வேறு பாணி.

பெரும்பாலும் தீவிரவாதிகள்தான் முதலில் வருவார்கள் என்பதால் கனரக ஆயுதம் தாங்கிய ராணுவ வீரர்கள் முதலில் போவார்கள். தீவிரவாதிகளின் இயல்பு, எப்போதும் ஏதாவது குன்றுப் பகுதியில் ஏறி நின்று ஒரு கொடியை நட்டுவிட்டு, அங்கிருந்து தாக்கத் தொடங்குவது. கீழே இருக்கும் இந்தியப் படை, மேலே இருக்கும் எதிரியைத் தாக்குவது கஷ்டம். பீரங்கிகளும் இயந்திரத் துப்பாக்கிகளும்தான் அதிகம் வேண்டியிருக்கும். தவிர மலையேற உதவும் கருவிகள்.

பாகிஸ்தான் ரெகுலர் ராணுவம் என்றால், பெரிய பிரச்னை கிடையாது. எதிரி என்றாலும் அவர்களும் ப்ரொஃபஷனல் வீரர்கள். அபத்தமான மூவ் எதையும் செய்யமாட்டார்கள். ஒரு கையால் சுட்டுக்கொண்டு இன்னொரு கையால் கத்தி வீசமாட்டார்கள். கச்சாமுச்சா என்று குண்டுகளை வீணாக்கமாட்டார்கள். ஒரு பாதையை உடைப்பது என்றால்கூட திட்டமிட்டு, பொறியியல் ஞானத்துடன் உடைப்பார்கள். திருப்பிக் கட்டுவதில் பிரச்னை வராது.

இதையெல்லாம் இந்தியா யோசிக்கும் என்று ஐ.எஸ்.ஐக்குத் தெரியும். எனவே எப்போதும் போலல்லாமல் பாகிஸ்தான் ராணுவத்தையே முதலில் சண்டையிட அனுப்பிவைத்து, தீவிரவாதிகள் கோஷ்டியை செகண்ட் இன்னிங்ஸுக்குக் காத்திருக்க ஏற்பாடு செய்தார்கள்.

இதையெல்லாம் செய்துவிட்டு இன்னொரு காரியமும் செய்தார்கள். மிகப்பெரிய ராஜதந்திரம் அது.

பனிப்போர் காலமல்லவா? அமெரிக்க - சோவியத் உறவுகள் பாரம்பரிய மாமியார் - மருமகள் உறவுகளைக் காட்டிலும் மிக மோசமாக இருந்தது. எப்போது கவிழ்க்கலாம், எப்படிக் கவிழ்க்கலாம் என்று இரு தரப்புமே கண்ணில் மண்ணெண்ணெய்

விட்டுக்கொண்டு தருணங்களை எதிர்பார்த்துக்கொண்டிருந்த நேரம்.

பனிப்போர் ப்ராஜக்ட்களில் ஒன்றாகத்தான் ஐ.எஸ்.ஐயைத் தத்தெடுத்து அமெரிக்க உளவுத்துறை பயிற்சியளித்துக் கொண்டிருந்தது. இதனை யோசித்த ஐ.எஸ்.ஐ. அதிகாரிகள், உடனடியாக அதிபருடன் கலந்து பேசினார்கள்.

ஒரு திட்டம். இப்படிப் பாருங்கள். நமக்கு இப்போது அமெரிக்கா ஆயுதங்கள் அளிக்கிறது. சீனா நல்லுறவு காட்டுகிறது. சீன உறவுகள் குறித்து அமெரிக்காவுக்கு சில அபிப்பிராய பேதங்கள் இருந்தாலும் பெரிய அளவில் அவர்கள் நம்மைப் படுத்துவதில்லை. இது யுத்த காலம். நீங்கள் நிக்ஸனுடன் இப்படிப் பேசிப்பாருங்கள். பங்களாதேஷில் நடக்கிற யுத்தத்தின் தொடர்ச்சியாக இந்திய ராணுவம் மேற்கு பாகிஸ்தானுக்குள் ஊடுருவிட்டால் என்னாகும்?

யோசித்தார்கள். என்ன ஆகும்? பாகிஸ்தானுக்கு அமெரிக்க ஆதரவு இருப்பது போல இந்தியாவுக்கு ரஷ்ய ஆதரவு இருக்கிறது. இந்தியப் படை பாகிஸ்தானுக்குள் புகுந்துவிட்டால், சோவியத் யூனியன் வரிந்து கட்டிக்கொண்டு அவர்களுக்கு உதவி செய்ய முன்வரும். பங்களாதேஷிலேயே இதை நேரில் பார்த்தாகிவிட்டது. சோவியத்தைப் பொறுத்தவரை இந்தியாவும் பாகிஸ்தானும் ஒரு பொருட்டே அல்ல. பாகிஸ்தான் என்றால் அதன் பின்னால் தனது பரம வைரியான அமெரிக்கா நிற்கிறது என்பது மட்டும்தான் அவர்கள் புத்தியில் படும்.

ஒருவேளை இந்தியப் படைகள் பாகிஸ்தானுக்குள் சோவியத் உதவியுடன் நுழைந்து கபளீகரம் செய்யுமானால், தெற்காசியாவில் அமெரிக்காவின் கை ஓங்க ஒரு வாய்ப்பே இல்லாமல் போய்விடும். இந்தியாவும் பாகிஸ்தானும் இல்லாமல் தெற்காசியாவில் அமெரிக்காவுக்கு ஒரு தெருமுனை பிள்ளையார் கோயில் சைஸ் தளம் கூட சித்திக்காது.

அரசாங்கத் தரப்பில் இந்த விஷயம் விவாதிக்கப்பட்ட அதே சமயம் ஐ.எஸ்.ஐயின் மூத்த அதிகாரிகள் சிலர் சி.ஐ.ஏவின் தென் பிராந்தியப் பிரதிநிதிகளுடன் கலந்து பேசி அவர்கள் மூலமாகவும் நிக்ஸன் கவனத்க்கு இதனை எடுத்துச் சென்றார்கள்.

நிக்ஸன் யோசித்தார். சரிதான். சோவியத் யூனியன் ஒருக்காலும் பாகிஸ்தானுக்குள் நுழையக் கூடாது. அதில் அபிப்பிராய பேதமே இல்லை. எனவே, ஏற்கெனவே பாகிஸ்தானுக்கு அளிக்கப்பட்டுக்கொண்டிருந்த உதவிகளைக் கணிசமாக அதிகரிக்க முடிவு செய்தவர், அதுநாள் வரை ரகசியமாகச் செய்துகொண்டிருந்ததையெல்லாம் பகிரங்கமாக்கினார். ஜோர்டனிலிருந்தும் இரானிலிருந்தும் பாகிஸ்தானுக்கு ராணுவத் தளவாடங்களைக் கப்பல் கப்பலாக அனுப்பத் தொடங்கியது அமெரிக்கா.

அத்தோடு விட்டார்களா என்றால் இல்லை. நிக்ஸனே சீன அரசை அழைத்து, பாகிஸ்தானுக்கு இன்னும் உதவி செய்யுங்கள் என்று பிரத்தியேகமாகக் கேட்டுக்கொண்ட கூத்தும் நடந்தது.

1971ம் ஆண்டு யுத்தத்தைப் பொறுத்த அளவில் ஐ.எஸ்.ஐயின் தெளிவான, தீர்க்கமான திட்டங்கள் சந்தேகத்துக்கு இடமில்லாமல் அற்புதமானவை. ஆனால் பாகிஸ்தான் ராணுவம் சொதப்பியது இம்முறை. பங்களாதேஷில் அவர்களால் தாக்குப் பிடிக்க முடியவில்லை. பங்களாதேஷின் ரெகுலர் ராணுவம், முக்தி பாஹினி கெரில்லா ராணுவம், இந்திய ராணுவம், சோவியத்தின் உதவிக் கப்பல்கள் எல்லாம் சேர்ந்து பாகிஸ்தான் படைகளை துவம்சம் பண்ணிவிட்டன.

யுத்தத்தில், பாகிஸ்தானின் போர்க்கப்பல்களில் சரிபாதி அழிக்கப்பட்டுவிட்டன. விமானப்படையில் நான்கில் ஒரு பங்கு நாசமாகிப் போனது. மூன்றில் ஒரு பங்கு ராணுவ வீரர்கள் யுத்தத்தில் கொல்லப்பட்டிருந்தார்கள். இவை தவிர போர்க்கைதிகளாக 93,000 பேரை இந்திய ராணுவம் பிடித்துவைத்திருந்தது.

அமெரிக்க உதவி, சீனாவின் உதவி எல்லாம் இருந்தும் பாகிஸ்தான் ராணுவத்தின் கட்டுக்கோப்பின்மை அந்த யுத்தத்தில் அவர்களுக்குத் தோல்வியைக் கொடுத்தது. பங்களாதேஷிலிருந்து காஷ்மீர் வரை நீண்ட யுத்தத்தில் தோற்றுத் திரும்பியபோது அங்கே மீண்டும் ஒரு ஆட்சி மாற்றம் ஏற்பட்டது.

இம்முறை ஜுல்ஃபிகர் அலி புட்டோ.

—

பங்களாதேஷில் தோற்ற அவமானம், காஷ்மீர் கண்ணாமூச்சி தொடரும் ஆத்திரம், அமெரிக்க சப்போர்ட் இருந்தும் உருப்படியாக ஏதும் சாதிக்க முடியவில்லையே என்கிற வேதனை. இந்த மூன்றும் பாகிஸ்தான் தலைவர்களுக்கு மட்டுமல்ல, உளவுத்துறைக்கு மட்டுமல்ல, ராணுவத்துக்கு மட்டுமல்ல - முழு தேசத்து மக்களுக்குமே இருந்தது.

ஏதாவது ஒரு காரியம். உருப்படியாக. உற்சாகமுடன். உத்வேகத்துடன். இந்தியா வெலவெலத்துப் போகிற விதமாக. என்றென்றைக்கும் இந்தியர்கள் கவலைகொள்ளத் தக்க வகையில். என்ன செய்யலாம்?

பங்களாதேஷ் யுத்தம் முடிந்ததிலிருந்து சிந்திக்கத் தொடங்கிய ஐ.எஸ்.ஐக்கு எண்பதுகளின் இறுதி வருடங்களில் அதற்கான தெளிவான, தீர்மானமானதொரு பாதை அகப்பட்டது.

அன்றைய தேதியில் காஷ்மீரில் நிலவிய மோசமான அரசியல் சூழ்நிலை, அந்தப் பக்கம் ஆப்கனிஸ்தானில் நடந்துகொண்டிருந்த சோவியத் - ஆப்கன் யுத்தத்தில் முஜாஹிதின்களுக்குக் கிடைத்த மகத்தான வெற்றி இரண்டையும் சேர்த்து வைத்து சிந்தித்து உருப்படியாக ஒரு திட்டம் தீட்டினார்கள்.

ஐ.எஸ்.ஐக்கு காஷ்மீர் போராளிகளுடன் எப்படித் தொடர்போ, அதே மாதிரி ஆப்கனிஸ்தான் முஜாஹிதீன்களுடனும் நெருக்கம் அதிகம். சொல்லப்போனால் ஒரு படி மேலே. அந்த க்ளோஸப்பின் நேசப் பிணைப்பை அடுத்த பகுதியில் விரிவாகப் பார்க்கலாம். இப்போது இந்த இரண்டு தரப்பினரையும் வைத்து என்ன ஐந்தாண்டுத் திட்டம் தீட்டினார்கள் என்று கவனிப்போம்.

அது ஃபாரூக் அப்துல்லா காஷ்மீரின் முதல்வராக இருந்த சமயம். மத்தியில் இருந்த இந்திரா காங்கிரஸ் அரசுடன் ஒரு மாதிரி பகுதி நேரக் காதல், பகுதி நேர ஊடல் என்று ஓடிக்கொண்டிருந்தது. வைத்துக்கொள்வதா, வேண்டாமா என்று காங்கிரசுக்கும் குழப்பம், ஃபாரூக்கின் தேசிய மாநாட்டுக் கட்சிக்கும் குழப்பம். காஷ்மீரில் ஓரளவுக்காவது சீட்டுகள் கிடைக்க வேண்டுமென்றால் ஃபாரூக்குடன் கூட்டணி வைத்தால்தான் சாத்தியம் என்பது காங்கிரசுக்குத் தெரியும். ஃபாரூக்குக்கு என்ன பிரச்னை என்றால், காங்கிரஸ் கூட்டை காஷ்மீர் மக்கள் ஏற்பார்களா மாட்டார்களா என்பது.

தேசிய மாநாடு - காங்கிரஸ் உறவு மற்றும் விரிசல்களின் கதை தனிப்புத்தகத்துக்கானது. அதற்குள்ளே இப்போது போகவேண்டாம். தெரிந்துகொள்ள வேண்டிய விஷயம், எண்பத்தி ஏழில் காஷ்மீரில் நடைபெற்ற பொதுத்தேர்தலில் இந்த இரண்டு கட்சிகளும் கூட்டணி வைத்துப் போட்டியிட்டன என்பதுதான்.

இந்தக் கூட்டணி காஷ்மீரத்து மக்களுக்குப் பிடிக்கவில்லை. மக்கள் உணர்வுக்கு முற்றிலும் எதிரானதொரு சந்தர்ப்பவாத அரசியல் கூட்டணி என்று அது வருணிக்கப்பட்டது. இந்திரா காங்கிரஸ் அரசு காஷ்மீரைத் தொடர்ந்து புறக்கணித்துக்கொண்டும் தேவையற்ற திணிப்பு நடவடிக்கைகள் பலவற்றை மேற்கொண்டு வந்ததும் அங்கே ஓர் அதிருப்தி அலையை உருவாக்கியிருந்தது. ஃபாரூக் அப்துல்லா ஒரு காஷ்மீரியாகவும் முஸ்லிமாகவும் இருந்தும் காஷ்மீர் முஸ்லிம்களின் மன உணர்வுகளைப் புரிந்துகொள்ளாமல் காங்கிரசுடன் கூட்டணி வைத்த கோபம் அவர்களுக்கு. அவரும் ஒரு சராசரி அரசியல்வாதி போலவே நடந்துகொண்டதால் விளைந்த கோபம்.

எனவே தேர்தலில் ஃபாரூக் - காங்கிரஸ் கூட்டணிக்கு ஒரு நல்ல பாடம் சொல்லித்தரலாம் என்று முடிவு செய்து ஐக்கிய முஸ்லிம் முன்னணி என்கிற பெயரில் ஒரு புதிய அமைப்பை உருவாக்கி, தேர்தலில் களமிறங்கினார்கள்.

காஷ்மீரின் மெத்தப்படித்த அத்தனை முஸ்லிம்களும் இந்தக் கூட்டணியை ஆதரித்தார்கள். படிப்பறிவே இல்லாத அப்பாவி கிராமத்து மக்களும் ஆதரித்தார்கள். ஆண்கள், பெண்கள் பாகுபாடு கிடையாது. வோட்டுப்போடும் வயதைத் தொட்ட அத்தனை பேரின் மனத்தையும் இந்தப் புதிய அமைப்பு தொட்டது. காஷ்மீர் மக்களால், காஷ்மீர் மக்களுக்காகச் செய்யப்பட்ட ஒரு திடீர் ஏற்பாடு; இந்தக் கூட்டணி வென்றால்தான் காஷ்மீர் முஸ்லிம்களின் பிரச்னைகள் தீரும் என்று சொல்லப்பட்டது. அப்படிச் சொன்னதை மக்கள் நம்பினார்கள் என்பதுதான் முக்கியம்.

கருத்துக் கணிப்புகளில் தேசிய மாநாட்டுக் கட்சி பின்னுக்குத் தள்ளப்பட்டு, ஐக்கிய முஸ்லிம் முன்னணியே பெருவாரியான இடங்களில் வெற்றி பெறும் என்று ரிசல்ட் வந்தது.

இது ஃபாரூக்குக்குப் பெரும் கவலை கொடுத்தது. தேர்தலில் தோற்றால் அவமானம் என்பது மட்டுமல்ல; முற்றிலும் புதிய அமைப்பொன்று தேர்தலில் வெற்றி பெற்றுவிடுமானால், மாநிலத்தைத் தாண்டி, தேசிய அளவில் தன் கட்சியின் இமேஜ் அதல பாதாளத்துக்குப் போய்விடும் என்று அஞ்சினார். தன் அரசியல் வாழ்வே அத்தோடு காலியாகிவிடும் என்கிற பயமும் அவருக்கு இருந்தது.

எனவே ஆத்மசுத்தியுடன் தேர்தல் தகிடுதத்தங்களில் இறங்கலாம் என்று தே.மாவும் காங்கிரசும் முடிவு செய்தன.

தேர்தல் சமயத்தில் பல இடங்களில் வாக்குச் சாவடிகளைக் கைப்பற்றினார்கள். அடி தடி அமர்க்களங்கள் அரங்கேறின. வன்முறை தலைவிரித்தாடியது. ஐக்கிய முஸ்லிம் முன்னணி வேட்பாளர்கள் பலபேர் தாக்கப்பட்டார்கள், கடத்தப்பட்டார்கள். தேர்தல் முடிவு வெளியானபோது ஐக்கிய முஸ்லிம் கட்சியினர் மிகவும் பின் தள்ளப்பட்டு காங்கிரஸ் - ஃபாரூக் கூட்டணியே வெற்றி பெற்றதாக அறிவிக்கப்பட்டது.

இந்தச் சம்பவம் காஷ்மீர் முஸ்லிம் இளைஞர்கள் அனைவரையும் மிகுந்த அவநம்பிக்கை கொள்ளச் செய்தது. இனிமேல் இந்திய அரசியல்வாதிகளை நம்பிப் புண்ணியமில்லை. ஃபாரூக் அப்துல்லாவை நம்பியும் பைசா பயனில்லை. ஆயுதம் ஏந்தி காஷ்மீரின் விடுதலைக்குப் போராடுவதுதான் ஒரே வழி.

அப்படிப் பிறந்தவைதான் காஷ்மீர் போராளி இயக்கங்கள். முன்னதாக அங்கொன்றும் இங்கொன்றுமாகச் சில இயக்கங்கள் இம்மாதிரி உருவாகியிருந்தன என்றாலும் மிகத் தீவிரமாக ஆயிரக் கணக்கில் இளைஞர்கள் ஒருங்கிணைந்து ஆயுதமேந்த முன்வந்ததற்குக் காரணமான சம்பவம் இதுதான்.

காஷ்மீரின் இந்தச் சூழலை ஐ.எஸ்.ஐ. மிகக் கவனமாக உற்று நோக்கியது. இதனைக் காட்டிலும் ஒரு சிறந்த சந்தர்ப்பம் கிடைக்காது என்று முடிவு செய்தார்கள். ஆயுததாரிகளான அத்தனை காஷ்மீர் முஸ்லிம் இளைஞர்களுக்கும் போர்ப்பயிற்சி தரத்தயார் என்று காஷ்மீர் முழுதும் செய்தி பரப்பப்பட்டது.

அப்போது ஜம்மு காஷ்மீர் விடுதலை முன்னணி (JKLF) அங்கே மிகவும் பலம் வாய்ந்த போராளி அமைப்பு. இவர்கள் காஷ்மீரை பாகிஸ்தானுடன் இணைக்க விரும்பும் முயற்சிகளுக்கு எதிரானவர்கள். காஷ்மீர், பாகிஸ்தானுக்கும் கிடையாது, இந்தியாவுக்கும் கிடையாது, அது ஒரு சுதந்தர, தனி தேசமாக மலரவேண்டும் என்கிற கருத்தாக்கம் கொண்டவர்கள்.

ஜே.கே.எல்.எஃப். நீங்கலான பிற அமைப்புகளில் பெரும்பாலானவை பாகிஸ்தான் ஆதரவு நிலை எடுத்தவை.

ஐ.எஸ்.ஐக்கு என்ன? வேண்டியது காஷ்மீரில் ஒரு கலாட்டா. மாநில அரசைத் தூக்கியடிப்பது. போராளிகளைக் கொண்டு போர் தொடுத்து முழு காஷ்மீரையும் கைப்பற்றுவது. அவ்வளவுதானே? இதுதானே நீண்டநாள் செயல்திட்டம்? இப்போது செயல்படுத்த ஒரு சந்தர்ப்பம்.

விடக்கூடாது என்று முடிவு செய்தார்கள். பாகிஸ்தானின் பல்வேறு பகுதிகளில் இயங்கிவந்த பல இயக்கங்களை கூண்டோடு காலி பண்ணவைத்து முஸஃபராபாத்துக்குப் புதுக்குடித்தனம் போக யோசனை சொன்னார்கள். உதாரணமாக லஷ்கர் ஈ தொய்பா. ஹிஸ்புல் முஜாஹிதீன். ஹர்கத் உல் அன்ஸார். (இப்போது இதன் பெயர் ஹர்கத் உல் முஜாஹிதீன்.) லஷ்கர் ஈ தாபர்.

இதற்குஇன்னொருஇணைப்புக்காரணமும்உண்டு. லஷ்கர்போன்ற இயக்கங்கள் அப்போது லாகூரைத் தலைமையிடமாகக் கொண்டு செயல்பட்டுக்கொண்டிருந்தன. அமெரிக்க நிர்ப்பந்தங்கள் காரணமாக அந்த இயக்கங்களின் செயல்பாட்டையும் நிதியையும் பாகிஸ்தான் அரசு (அப்போது நவாஸ் ஷெரீஃப்) முடக்கிவைத்தாக வேண்டிய நிர்ப்பந்தம் இருந்தது. வளர்ப்புப் பிள்ளைகளை வாயில் அடிக்கலாமோ? எனவே, கண்காணாத முஸஃபராபாத்துக்குப் போய்விடுங்கள், அங்கிருந்து காஷ்மீர் கூப்பிடுதூரம்தான் என்று ஐ.எஸ்.ஐ யோசனை தெரிவித்தது.

தவிரவும் இந்த இயக்கங்களுக்குப் போர்ப்பயிற்சி அளிப்பதுடன் கூட, காஷ்மீரிலேயே புதிதாகப் பிறந்து வளர்ந்து வரும் இயக்கங்களையும் அரவணைத்துப் பயிற்சி கொடுக்கலாமே என்பதுதான் திட்டம். ஐ.எஸ்.ஐயின் டைரக்டர் ஜெனரலாக

அப்போது இருந்தவர் லெஃப்டினண்ட் ஜெனரல் ஹமீத் குல் *(Lieutenant General Hameed Gul)*. அவரிடம் இந்த யோசனையைத் தெரிவித்தபோது அவர் இதற்கு ஒரு பின்னிணைப்பு சேர்த்தார்.

காஷ்மீர் இயக்கங்களுக்குப் பயிற்சி அளிக்கலாம். ஆனால் நாம் நேரடியாக அதைச் செய்யவேண்டாம். ஆப்கனிஸ்தான் முஜாஹிதீன்களைக் கொண்டு செய்வது நல்லது.

இந்த யோசனை நவாஸ் ஷெரீஃபுக்கும் பிடித்திருந்தது. சோவியத் யுத்தத்தின் வெற்றி, ஆப்கன் முஜாஹிதீன்கள் அத்தனை பேரையுமே பரவசத்தில் ஆழ்த்தியிருந்த சமயம் அது. ஒரு பக்கம் அல் காயிதா உருப்பெறத் தொடங்கியிருந்தது. இன்னொரு பக்கம் யுத்தத்தில் பங்கெடுத்த பல நாட்டுப் போராளிகள் தத்தம் ஊர்களுக்குத் திரும்பி புதிய புதிய இயக்கங்களைத் தோற்றுவித்துக்கொண்டிருந்தார்கள். ஒரு மாபெரும் இஸ்லாமியப் புரட்சிக்கான சாத்தியங்கள் மிக வெளிச்சத்தில் தெரிந்தன. அகண்ட இஸ்லாமிய சாம்ராஜ்ஜியம். மேற்கே பாலஸ்தீனிலிருந்து கிழக்கே காஷ்மீர் வரை. ஒரு முயற்சி செய்தால் தூரக் கிழக்கு தேசங்கள் வரை கூட சாத்தியமே.

ஆனால், பாகிஸ்தான் மத்தியக் கிழக்கு தேசங்களைப் போல இஸ்லாமிய ஆட்சி நடத்தும் தேசமல்ல. அவர்களுக்கு அந்த எண்ணமும் இல்லை. பாகிஸ்தானுக்கு அமெரிக்கச் சார்பு உண்டு. மேற்கத்திய நாகரிகம், கலாசாரத்தில் மோகமும் தாக்கமும் உண்டு. பாகிஸ்தான் ராணுவத்தை ஸ்பான்சர் பண்ணிக்கொண்டிருந்ததே அமெரிக்காதான். தவிர, கம்யூனிஸ்டு தேசமான சீனாவுடனும் நட்பும் நெருக்கமும் கொண்டவர்கள். இதெல்லாம் பிற இஸ்லாமிய தேசங்களின் கண்ணை உறுத்தும் விஷயங்கள் என்பதும் தெரியும். ஆனால் அவர்களுக்கு வேறு வழி கிடையாது. புலி வாலைப் பிடித்த புண்ணியாத்மாக்கள். ஒரு சில தாற்காலிக சந்தோஷங்களை அளிப்பதன்மூலம் தம்மீது யாரும் கடும்கோபம் கொள்ளாமல் இருக்கும்படி பார்த்துக்கொள்வது அந்த தேசத்தின் வழக்கம். ஆப்கன் முஜாஹிதீன்களையும் காஷ்மீர் போராளிகளையும் ஒரு நேர்க்கோட்டில் இணைக்க ஐ.எஸ்.ஐ முன்வைத்த யோசனையின் அடிப்படை இதுதான்.

இதன்மூலம் ஒசாமா போன்ற இஸ்லாமிய அடிப்படைவாதிகளைப் பெருமளவில் திருப்திப்படுத்த முடியும். ஆப்கனிஸ்தானுடன்

நல்லுறவு பேணமுடியும். யுத்தத்தில் ஆப்கனிஸ்தான் வெற்றி பெறப் பின்னணியில் இருந்து உதவிய அமெரிக்காவையும் திருப்திப்படுத்துவது போலாகும். எல்லாவற்றுக்கும் மேலாக, காஷ்மீர் விஷயத்தில் அமெரிக்கா முதல் மத்தியக் கிழக்கு தேசங்கள் வரை ஆர்வம் கொள்ளவும் கவனிக்கவும் இந்த ஏற்பாடு கணிசமாக உதவி செய்யும் என்று சொன்னார் ஐ.எஸ்.ஐயின் இயக்குநர்.

திட்டத்துக்குச் செயல்வடிவம் கொடுக்க ஆரம்பித்தார்கள். பாகிஸ்தானில் பிறந்து வளர்ந்த தீவிரவாத இயக்கங்களை முஸஃபராபாத் சுற்றுவட்டாரங்களில் கொண்டுவந்து சேர்த்த கையோடு, தேர்ந்தெடுத்த சில ஆப்கன் முஜாஹிதீன்களை விமானத்தில் ஏற்றி பாகிஸ்தானின் கிழக்கு எல்லைக்கு அழைத்து வந்து ராஜ உபசாரம் செய்தார்கள். ஒரு குருபீடம் அளித்து அவர்களுக்கு காஷ்மீர் விஷயத்தை எடுத்துச் சொல்லி, கற்ற வித்தைகளைக் கற்றுக்கொடுங்கள் என்று அன்புடன் கேட்டுக்கொண்டார்கள்.

மறுபுறம் பேட்ச் பேட்சாக காஷ்மீரிலிருந்து எல்லை தாண்டி வரத்தொடங்கியிருந்த புதிய போராளிகளுக்குத் தேவையான தங்குமிடங்கள், உணவு, உடை போன்ற வசதிகளுக்காக லட்சக்கணக்கில் பணத்தைக் கொண்டுவந்து முஸஃபராபாத்தில் இறக்கினார்கள். ஆயுதங்கள் லாரிகளில் வந்தன. ஆஸாத் காஷ்மீரின் ஆளும் வர்க்கத்திடம் ஐ.எஸ்.ஐ. வைத்த ஒரே கண்டிஷன் இதுதான்: பயிற்சி நடக்கும் பிராந்தியத்தில் பொதுமக்கள் யாரும் வந்து போகக்கூடாது. அதைத் தடைசெய்யப்பட்ட ஏரியாவாக்கிவிடுங்கள். போக்குவரத்தை முற்றிலுமாக நிறுத்திவிடவும். ஆடு, மாடு மேய்க்கிறவர்கள் கூட எட்டிப்பார்க்கக் கூடாது. மீறினால் ஆட்சி நிலைக்காது.

பேய்த்தனமாக உழைத்தார்கள். ஒரு நாளில் பதிமூன்று முதல் பதினாறு மணி நேரம் பயிற்சிகள் நடக்கும். ஐ.எஸ்.ஐயின் அதிகாரிகளும் தளபதிகளும் ஷிஃப்ட் போட்டுக்கொண்டு வந்து மேற்பார்வை பார்த்துக்கொண்டிருப்பார்கள். ஆப்கன் முஜாஹிதீன்கள் கற்றுத்தந்த தாக்குதல் உத்திகள் பெரும்பாலும் கெரில்லா வகையைச் சேர்ந்தவை. அவர்களுக்கு முறைப்படி போர்ப்பயிற்சி கிடையாது. ஏகலைவன் மாதிரி தனக்குத்தானே

மானசீகமாகச் சிந்தித்து, தமக்கான போர்க்கலையை உருவாக்கிக்கொண்டவர்கள். யுத்தத்தின் இறுதிக்காலங்களில் அமெரிக்க உளவுத்துறை உள்ளே நுழைந்து கொஞ்சம் சீதனமளித்தது ஒன்றுதான் சொல்லிக்கொள்ளும்படியான தகுதி.

எனவே, ஐ.எஸ்.ஐயின் சிறப்பு அதிரடிப் படை வீரர்களும் அவ்வப்போது அந்தப் பிராந்தியங்களில் டெபுடேஷனில் வரும் வாத்தியார்களாக மாறி வகுப்பெடுத்தார்கள். சுமார் பத்தாயிரம் காஷ்மீர் இளைஞர்களையாவது இந்தியாவுக்கு எதிராகத் தயாரித்துவிடவேண்டும் என்பது அவர்களுடைய திட்டம்.

ஆனால் துரதிருஷ்டவசமாக, பயிற்சிகள் ஆரம்பமான சொற்ப காலத்திலேயே அங்கே கோஷ்டி மோதல்களும் ஆரம்பித்துவிட்டன. கோஷ்டி மோதல் என்றால் இந்த இடத்தில் கொள்கை மோதல் என்று அர்த்தம்.

காஷ்மீர் விஷயத்தில் - அதற்காகப் போராடிக்கொண்டிருக்கும் ஒவ்வொரு இயக்கத்துக்கும் வேறு வேறு லட்சியங்கள் இருக்கின்றன. லஷ்கருக்கு அகண்ட இஸ்லாமிய சாம்ராஜ்ஜியம் - காஷ்மீரை உள்ளடக்கிய சாம்ராஜ்ஜியம் என்பது கனவு. ஹிஸ்புல் முஜாஹிதீனுக்கு காஷ்மீரை பாகிஸ்தானின் ஒரு மாநிலமாக ஆக்கிவிடும் கனவு. ஜே.கே.எல்.எஃப்புக்கோ, தனி நாடாக்கும் கனவு. சிலருக்கு இந்திய ஆட்சிக்குள்ளேயே, தனி உரிமைகள் பெற்ற, குட்டி சமஸ்தானமாகச் செயல்படவேண்டுமென்கிற எண்ணம்.

ஐ.எஸ்.ஐக்கு இதெல்லாம் தெரியும். ஆனால் காலப்போக்கில் அனைவரது கனவையும் ஒருங்கிணைத்து மிக்சியில் போட்டு அடித்து, ஒரே கனவாக உருட்டித் திரட்டி பொறித்து எடுத்துவிட முடியும் என்று அவர்கள் நம்பினார்கள்.

ஆனால் அந்த நம்பிக்கை முழுப்பலன் அளித்தது என்று சொல்வதற்கில்லை. பாலூட்டி வளர்த்த ஜேகேஎல்எஃப்பை ஒரு கட்டத்துக்கு மேல் சமாளிக்க முடியாமல், முற்றிலுமாக அவர்களை ஒழிப்பதற்காகவே ஹிஸ்புல் முஜாஹிதீனை காஷ்மீருக்கு அனுப்பினார்கள். விளைவு, காஷ்மீர் போராளி இயக்கங்களிலேயே மிகுந்த கட்டுக்கோப்பும் போர்த்தேர்ச்சியும்

பெற்ற அமைப்பாகக் கருதப்பட்ட ஜம்மு காஷ்மீர் விடுதலை முன்னணி தன் பெரும்பான்மை பலத்தைப் பல திடீர் துப்பாக்கிச் சூடுகளுக்குப் பறிகொடுத்தது.

அவர்களுக்காகப் பரிந்துகொண்டு ஹிஸ்புல் முஜாஹிதீனைத் தாக்குவதற்காக வேறு சில குட்டி இயக்கங்கள் வரிந்துகட்டிக்கொண்டு வந்து சேர, இயக்கங்களுக்கிடையே ஒருங்கிணைப்பு என்பது இறுதிவரை சாத்தியமில்லாமலேயே போயிற்று.

பேட்டை தாதாக்கள் மோதிக்கொண்டு சாவது போலத்தான். ஆனால் இது கொஞ்சம் ஹை-ஃபை மோதல்!

உரசல்கள் இருக்கும் என்று கணக்குப் போட்ட ஐ.எஸ்.ஐ., அது இத்தனை பெரிய மோதலாகும் என்று நினைக்கவில்லை. எங்கே தன் அடிப்படை நோக்கத்துக்குக் கேடு வந்துவிடுமோ என்று ஒரு கட்டத்தில் காஷ்மீரில் தோன்றி வளர்ந்த இயக்கங்களுக்குப் பயிற்சி அளிக்கும் மெகா திட்டத்தைத் தூக்கிக் கிடப்பில் போட்டுவிட்டது. பாகிஸ்தானில் பிறந்து வளர்ந்த இயக்கங்கள் மட்டும் போதும் என்று முடிவு செய்துவிட்டார்கள். ஒன்றிரண்டு வருட இடைவெளிக்குப் பிறகு, காஷ்மீரை பாகிஸ்தானுடன் இணைப்பதைக் கொள்கையளவில் ஒப்புக்கொள்ளும் இயக்கங்கள் மட்டும் எல்லை தாண்டிப் பயிற்சிக்கு வரலாம் என்று விதிகள் தளர்த்தப்பட்டன.

இந்தக் கூத்தெல்லாம் ஒரு பக்கம் இருந்தாலும், இன்றுவரை காஷ்மீரில் எத்தனை ஆயிரம் ராணுவத்தினரைக் கொண்டு குவித்தாலும் தொடர்ந்து தீவிரவாதிகளின் தாக்குதல் நடந்துகொண்டே இருப்பதற்கும், லஷ்கர், ஜெய்ஷ் ஏ முஹம்மது போன்ற இயக்கங்கள் லீஸுக்கு எடுத்த சத்திரத்தில் கொட்டமடித்துவிட்டுப் போவதுபோல் காஷ்மீருக்கும் காஷ்மீர் வழியே பிற பகுதிகளுக்கும் வந்து திருவிளையாடல் புரிந்துவிட்டுப் போவதற்கும் அன்றைக்குப் போட்ட ஆதிவிதைதான் முதல் காரணம். காஷ்மீரின் மூலை முடுக்குகளெங்கும் இந்த இயக்கங்களுக்கு ஆதரவாளர்கள் அல்லது அனுதாபிகள் உண்டு. எண்பத்தியேழு தேர்தலுக்குப் பிறகு, இந்திய ஜனநாயகத்தின்

மீது வெறுப்புக்கொண்டு பாகிஸ்தானுக்குப் பயிற்சிக்குப் போன ஆயிரக்கணக்கான முஸ்லிம் இளைஞர்களின் குடும்பங்கள் இன்றைக்கும் பழைய பாசம் மறக்காமல்தான் இருக்கிறார்கள்.

இன்றைக்கு அவர்களில் பலர் தம் போராளி முகத்தைத் துறந்தவர்களாக இருக்கலாம். கவர்மெண்ட் ஆபீசிலேயே கூட உத்தியோகம் பார்த்து மாதச் சம்பளம் வாங்குகிறவர்களாக இருக்கலாம். ஆனால் அடிமனத்தில் அந்தப் பழைய வாசனை இன்னமும் இருக்கத்தான் செய்கிறது. அதனால்தான், இந்திய அரசுக்கு எதிரான நடவடிக்கைகளில் தாம் நேரடியாக ஈடுபடாது போனாலும், பாகிஸ்தானிலிருந்து வரும் இயக்கங்களுக்குத் தம்மாலான உதவிகளைத் தொடர்ந்து செய்கிறார்கள். உதவி செய்யாது போனாலும் உபத்திரவமாக ஏதும் செய்யாமலாவது இருக்கிறார்கள்.

இந்த உறவுப்பாலத்துக்கு சிமெண்ட் மூட்டை இறக்கியது ஐ.எஸ். ஐதான் என்பதை மறுக்கவே முடியாது!

–

கார்கில். இதைப் பற்றிப் பேசாமல் ஐ.எஸ்.ஐயின் இந்தியக் காதல் குறித்த இந்த அத்தியாயம் நிறைவுறாது.

ஆனால் ஒரு வினோதம், கார்கில் யுத்தம் நடந்த காலத்தில் (மே 1999 முதல் ஜூலை 1999 வரை) ஐ.எஸ்.ஐக்குள்ளேயே ஒரு குட்டி யுத்தம் நடந்துகொண்டிருந்தது. ஐ.எஸ்.ஐயின் டைரக்டர் ஜெனரலாக அப்போதிருந்த க்வாஜா ஜியாவுத்தீன் (கி.வா.ஜ. இல்லை; Kwaja Ziauddin), பிரதமர் நவாஸ் ஷெரீஃபால் நியமிக்கப்பட்டவர். கார்கில் யுத்தத்தின் அடிப்படை நோக்கமே, நவாஸ் ஷெரீஃபை வீட்டுக்கனுப்ப வேண்டும் என்பதுதானே தவிர, காஷ்மீரைக் கைப்பற்றுவதல்ல.

அது பாகிஸ்தானின் உள்நாட்டுக் குளறுபடிகள் உச்சத்தில் இருந்த காலகட்டம். நவாஸ் ஷெரீஃபின் ஊழல் ஆட்சியை ஒழித்துவிட்டு மறுவேலை என்று முடிவு செய்தார் அப்போது ராணுவத் தளபதியாக இருந்த பர்வேஸ் முஷரஃப். ராணுவப் புரட்சிக்கு அவர் தயாராகியிருந்தார் என்றாலும், நவாஸ் மீது மக்களுக்கே

வெறுப்பு வரத்தக்க சூழல் ஒன்றை ஏற்படுத்தினால் இன்னும் நன்றாக இருக்குமே என்று மிகவும் க்ரியேட்டிவாக யோசித்து எடுத்த முடிவுதான் கார்கில் யுத்தம்.

நவாஸ் ஷெரீஃபும் இந்தியப் பிரதமர் வாஜ்பாயும் அப்போது நல்லுறவோ என்னமோ வளர்க்கலாம் என்று முடிவு செய்து பாகிஸ்தானுக்கு இங்கிருந்து பஸ்ஸெல்லாம் விட்டார்கள். முதல் பஸ்ஸில் வாஜ்பாயே டிக்கெட் வாங்கிக்கொண்டு ஏறி பாகிஸ்தான் போனார்.

அந்தப் பக்கம் நல்லுறவுக் காண்டம் அரங்கேறிக்கொண்டிருந்த அதே சமயம் இந்தப் பக்கம் கார்கிலுக்குள் ஆஸாத் காஷ்மீர் தீவிரவாதிகளை ஊடுருவவிட்டு, பின்னால் தன் ரெகுலர் ராணுவத்தையும் அனுப்பிவிட்டார் முஷரஃப்.

உலகம் சிரிக்காதோ? நவாஸ் ஷெரீஃபைப் பார்த்துக் காறித்துப்பாதோ? இதென்ன போலி நல்லுறவு என்று கேலி பேசாதோ?

அப்படித்தான் செய்தது. அமெரிக்காவே அவர் சட்டையைப் பிடித்து, மரியாதையாக உன் ராணுவத்தை வாபஸ் வாங்கு என்று மிரட்டியது. தளபதிக்கென்ன? பிரதமர் சொன்னார், படையெடுத்தேன். இப்போது வாபஸ் என்கிறார், திரும்பி வந்தேன் என்று சொல்லிவிட்டுப் போயே விட்டார்.

பாகிஸ்தானில் ஒரே நாளில் நவாஸ் ஷெரீஃபின் இமேஜ் டேமேஜ் ஆகி, இன்றைக்கு வரை அவர் இருக்குமிடம் தெரியாமல் இருப்பது வேறு கதை.

விஷயம் என்னவென்றால், நவாஸ் ஷெரீஃபுக்கும் முஷரஃப்புக்கும் ஆகாது. இத்தனைக்கும் முஷரஃபை ராணுவத் தளபதி ஆக்கியதே நவாஸ்தான். அதனால் என்ன? மார்பில் பாய்வதற்கு வளர்த்த கடாக்களைக் காட்டிலும் வேறு யாருக்கு உரிமை உண்டு?

எனவே முஷரஃப், ராணுவத்திலும் உளவுத்துறையிலும் தன் கட்சி ஆட்களைத் தனியே பொறுக்கி எடுத்து பிரதமருக்கு எதிரான தன்னுடைய திட்டத்தை விளக்கி, அதற்கு ஆயத்தம் செய்துகொண்டிருந்தார்.

ஆனால் நவாஸ் ஷெரீஃபால் ஐ.எஸ்.ஐயின் டைரக்டர் ஜெனரலாக நியமிக்கப்பட்ட ஜியாவுத்தீனுக்கு முஷரஃபின் போக்கு அவ்வளவாக ஒத்துவரவில்லை. அவர் நவாஸின் ஆள். ஆள் என்றால் அடிப்பொடி. தொண்டரடிப்பொடி. எனவே, நான் வரலை இந்த விளையாட்டுக்கு என்று சொல்லிவிட்டார். முஷரஃப் கார்கில் யுத்தத்துக்கான இறுதிக்கட்ட ஆயத்தங்களில் இருந்த சமயத்தில் யுத்தத்துக்கு உளவுத்துறை செய்யவேண்டிய பூர்வாங்கப் பணிகள் எதிலும் ஆர்வம் செலுத்தாமல் இருந்தார்.

முஷரஃப் யோசித்தார். அவர் ராணுவத் தளபதி. ஐ.எஸ்.ஐயின் டைரக்டர் ஜெனரலைவிடப் பெரிய பதவி அது. பிரதமருக்கு அடுத்தபடி என்று சொல்லலாம். எனவே தனது அதிகாரத்தைப் பயன்படுத்தி, ஐ.எஸ்.ஐயின் இயக்குநர் தயவில்லாமல், அவருக்கு அடுத்த நிலையில் இருந்த துணை இயக்குநர் அஜிஸ் கான் (*Aziz Khan*) என்பவரைப் பயன்படுத்திக்கொள்ள முடிவு செய்தார். அஜிஸ், ஒரு முஷரஃப் விசுவாசி.

முஷரஃப் மிகத் திறமையாக ஒரு காரியம் செய்தார். எல்லை விவகாரங்களில் தனக்கு ஒத்துழைக்க ஐ.எஸ்.ஐயில் இருந்து ஒரு டெபுடி லெவல் அதிகாரி வேண்டும் என்றும், அவர் நேரடியாகத் தனக்கு பதில் சொல்லக் கடமைப்பட்டவராகவும், ஐ.எஸ்.ஐயின் இயக்குநரிடம் கேட்டுக்கொண்டு செய்யவேண்டுமென்கிற அவசியமில்லாதபடியும் ஓர் உத்தரவு வேண்டும் என்று நல்ல பிள்ளையாக நவாஸிடம் கேட்டு அனுமதி வாங்கியிருந்தார்.

நவாஸுக்கு என்ன? தளபதி கேட்கிறார். எனவே சரியென்று சொல்லிவைக்க, முஷரஃப் உடனே தனது ஆளான அஜிஸை அந்தப் பதவிக்கு அமர்த்திவிட்டார்.

இதெல்லாம் வெகு கவனமாகத் திட்டமிடப்பட்டு கார்கில் யுத்தத்துக்குச் சுமார் எட்டு மாத காலத்துக்கு முன்னதாகவே செய்யப்பட்ட ஏற்பாடு.

யுத்தம் தொடங்கிய விஷயம் எப்படி நவாஸ் ஷெரீஃபுக்கு முதலில் தெரியாதோ, அதே மாதிரிதான் ஐ.எஸ்.ஐயின் டைரக்டருக்கும் தெரியாது. படு ரகசியமாக அஜிஸ் கான் தலைமையிலான ஐ.எஸ். ஐயின் ஒரு சிறு பிரிவு முஷரஃபுக்காக காஷ்மீர் பகுதியில் வேலை

செய்துகொண்டிருந்தது. அஜிஸ் அப்போது இஸ்லாமாபாத்தில்தான் இருந்தார். முஷரஃப், காஷ்மீர் எல்லையில் இருந்தார்.

ஊடுருவல் தொடங்கி இரண்டு நாள் ஆனபிறகு முஷரஃப் அவரை எல்லைக்கு வரச் சொல்லி, தொலைபேசியில் அழைத்தார்.

'திட்டமிட்டபடி நமது படைகள் உள்ளே போகத் தொடங்கிவிட்டன. நீங்கள் இப்போது வந்தால் சரியாக இருக்கும்'

'நமது படைகளா?'

'ஹா! ஆம். ஆஸாத் காஷ்மீரின் சுதந்தரப் போராட்ட வீரர்கள். பின்னணியில் நமது ராணுவம். திட்டத்தில் ஒரு பிசகும் இல்லை. இந்த வினாடிவரை நம்மீது யாருக்கும் சந்தேகம் எழவில்லை. இனியும் எழாது.'

முஷரஃப் பேசியது சரிதான். சந்தேகம் என்று யாருக்கும் எழவில்லை. ஆனால் தீர்மானமாகத் தெரிந்துவிட்டது. மேற்படி உரையாடல் நடந்துகொண்டிருந்தபோது ரேடியோ அலைவரிசையை இடைமறித்துக் கேட்டுக்கொண்டிருந்த இந்திய ராணுவத்தின் தொழில்நுட்பப் பிரிவினர், கார்கிலில் ஆபத்து என்பதை முதலில் தெரிந்துகொண்டுவிட்டார்கள். மேலும் சில ஆதாரங்களுக்காகக் காத்திருந்து, தொடர்ந்து பாகிஸ்தான் ராணுவத்தின் அலைவரிசைகளைக் குடைந்து பீறாய்ந்து உறுதிப்படுத்திக்கொண்டு எதிர்த்தாக்குதலுக்குத் தயாரானபோது ஊடுருவல்காரர்கள் கார்கிலில் பரவி, நிரம்பியிருந்தார்கள்!

முன்பே சொன்னதுபோல் கார்கிலில் முஷரஃபின் நோக்கம், வெற்றி அல்ல. கண்டிப்பாக அல்ல. நவாஸ் ஷெரீஃபுக்கு தர்மசங்கடம் உண்டாக்குவது ஒன்றுதான் அவரது குறி. அதை வைத்து அவரைப் பதவி நீக்கி, தான் ஆட்சிக்கு வருவது அவருடைய திட்டம், கனவு, லட்சியம்.

இந்த லட்சியத்துக்கு ஐ.எஸ்.ஐயின் ஒரு பகுதியினர் மட்டும் ஆதரவாக இருந்தார்கள். இயக்குநர் எதிரி என்கிறபடியால் பெரும்பாலான ஐ.எஸ்.ஐ. உளவாளிகளுக்கே கார்கில் போர் ஆரம்பித்த விஷயம் தெரியாமல் இருந்தது!

ஆனால் போரில் (அதாவது நவாஸ் - முஷரஃப் போர்!) முஷரஃபின் கை ஓங்குவது தெரிந்ததுமே ஒட்டுமொத்த உளவுத்துறை அதிகாரிகளும் வரிந்து கட்டிக்கொண்டு முஷரஃபுக்கு ஜே போட்டுவிட்டார்கள். எப்படியும் முஷரஃப்தான் அடுத்த ஆட்சியாளர் என்பது தெரிந்துவிட்ட நிலையில், அஜிஸ் கான் மட்டுமே ஐ.எஸ்.ஐயின் அடுத்த டைரக்டராக நியமிக்கப்படுவார் என்பது அப்பட்டமாகத் தெரிந்தது. ஆகவே, அந்த அப்பாவி ஜியாவுத்தீனை த்ராட்டில் விட்டுவிட்டு அத்தனை பேரும் அஜிஸ் கான் அணியில் சேர்ந்துவிட்டார்கள்!

ஆனால் முஷரஃப், அஜிஸ் கானை ஐ.எஸ்.ஐயின் டைரக்டர் ஆக்கவில்லை. மாறாக ராணுவத்திலேயே இன்னும் மேலே மேலே பதவிகளையும் பொறுப்புகளையும் அள்ளிக்கொடுத்தார். முஷரஃபின் ராணுவப் புரட்சி சமயம் நவாஸ் ஷெரீஃபைக் கைது செய்யப்போன படையில் அஜிஸ் இருந்தார். முஷரஃப் பதவிக்கு வந்தவுடன் அவரை லாகூர் கார்ப்ஸ் கமாண்டர் ஆக்கினார். செப்டெம்பர் 11 சம்பவத்துக்குப் பிறகு தீவிரவாதத்துக்கு எதிரான உலகு தழுவிய யுத்தம் என்று நாமகரணம் செய்து ஆப்கனிஸ்தானைத் தாக்குவதற்கு அமெரிக்கப் படை வந்தபோது ஜெனரல் அஜிஸ் கான், *Chairman of Joint Chiefs of Staff* என்று கிரீடம் சூட்டப்பட்டார். 2004ம் வருஷம் ரிடையர் ஆகி வீட்டுக்குப் போனார்.

அந்த பாவப்பட்ட ஐ.எஸ்.ஐ. தலைவர் ஜியாவுத்தீன் அப்புறம் என்ன ஆனார்?

முஷரஃபின் ராணுவப் புரட்சிக்குக் கொஞ்சம் முன்னால் விழித்துக்கொண்ட நவாஸ் ஷெரீஃப், என்ன செய்து இந்த ஆளை ஒடுக்கலாம் என்று யோசித்தார். வேறு வழியில்லை. பதவி நீக்குவது மட்டும்தான் ஒரே வழி என்று முடிவெடுத்தார்.

அந்த சமயம் இலங்கையில் ஏதோ ஒரு மாநாட்டில் கலந்துகொள்வதற்காக முஷரஃப் அரசு முறை சுற்றுப்பயணம் ஒன்றை மேற்கொண்டிருந்தார். அவருக்கும் தெரியும். வில்லாதி வில்லனல்லவா? எப்படியும் தாம் ஊரில் இல்லாத நேரத்தில் நவாஸ் ஷெரீஃப் ஏதாவது தகிடுதத்தம் செய்வார் என்று எதிர்பார்த்துக்கொண்டேதான் இலங்கைக்குப் போனார்.

எதிர்பாராத விஷயங்களைச் செய்யத் தெரியாத நவாஸ் ஷெரீஃப், தன் தொண்டரடிப் பொடியாழ்வாரான ஜியாவுத்தீனை அவசர அவசரமாக ராணுவத் தளபதியாக நியமித்து, முஷரஃபைப் பதவி நீக்கம் செய்வதாக அறிவித்துவிட்டார்.

பாகிஸ்தான் திரும்பிய முஷரஃபின் விமானத்தை எந்தத் தளத்திலும் இறக்க அனுமதி கிடைக்கவில்லை. நடுவானில் ஒரு நாடகம். இறுதியில் ஐ.எஸ்.ஐயிலும் ராணுவத்திலும் முஷரஃப் ஆதரவாளர்களாக இருந்தவர்கள் முயற்சி செய்து அவரது விமானத்தைத் தரையிறக்கினார்கள்.

அப்புறம் நடந்ததெல்லாம் நியூஸ் பேப்பரிலும் முஷரஃப் வாழ்க்கை வரலாறிலும் விரிவாக வந்துவிட்டது. முஷரஃபின் தளபதிகள் நவாஸ் ஷெரீஃபைக் கைது செய்தார்கள். 'ஓ, ராணுவத்தினரே, நான் தான் உங்கள் தளபதி! நீங்கள் என் சொல்பேச்சைத்தான் கேட்கவேண்டும். முஷரஃப் இப்போது பதவியில் இல்லை!' என்று அனாமத்தாக அலறிக்கொண்டிருந்த ஜெனரல் ஜியாவுத்தீனை குண்டுக்கட்டாகத் தூக்கிக்கொண்டு போய்விட்டார்கள்.

அவர் 'அப்புறப்படுத்த'ப்பட்ட வரைதான் வெளியே தெரிந்தது. சிறைக்குப் போனாரா, வீட்டுக்குப் போனாரா, வெளிநாடு எங்காவது போய்விட்டாரா என்று தெரியாது. ஆனால் ஃபீல்ட் அவுட். அது நிச்சயம்!

ஆப்கனில் ஐ.எஸ்.ஐ

8. நான் இருக்கிறேன், கவலைப்படாதே!

எண்பதுகளில் உலக முஸ்லிம் சமூகத்தினர் அத்தனை பேரையும் பாதித்த ஒரு விஷயம், ஆப்கனிஸ்தான் யுத்தம். சரித்திரம் அதற்கு முன்னாலும் பின்னாலும் அப்படியொரு யுத்தத்தைக் கண்டதில்லை.

பிரச்னை என்ன? ஆப்கனிஸ்தானை சோவியத் யூனியன் படைகள் ஆக்கிரமித்திருந்தன. அவர்களை விரட்டுவதற்கு ஆப்கன் முஜாஹிதீன்கள் ஆயுதமேந்தியிருந்தார்கள். இதுதான் ஒன்லைன். இதன் விரிவாக்கத்தில் ஏகப்பட்ட உணர்ச்சிமயமான காட்சிகளும் சம்பவங்களும் கலந்திருக்கின்றன.

ஆப்கன் முஜாஹிதீன்களுக்கு யுத்தத்தில் உதவி செய்வதற்கு உலகம் முழுவதிலுமிருந்து முஸ்லிம் இளைஞர்கள் வாலண்டியர்களாக ஆப்கனிஸ்தானுக்கு வரத் தொடங்கினார்கள். கூப்பிட்டு வந்தவர்கள் கொஞ்சம். கூப்பிடாமல் வந்தவர்கள் மிகுதி. எது அவர்களை ஆப்கனை நோக்கிச் சுண்டி இழுத்தது என்கிற கேள்விக்கு இன்றைக்கு வரை சரியான விடை கிடையாது. ஆப்கனிஸ்தான் அடிமைத்தளையில் இருந்தாலோ, சுதந்தர பூமியாக ஜாலி பண்ணிக்கொண்டிருந்தாலோ மற்றவர்களுக்கு அதனால் எந்த லாப நஷ்டமும் இல்லை. நமக்கேன் கஷ்டம் என்று யாரும் இருந்திருக்க முடியும். ஆனால் பத்து, நூறு பேரல்ல; ஆயிரம் பத்தாயிரக்கணக்கில் மேற்கு மூலையிலிருந்து கிழக்கு மூலை வரை பரவியிருந்த முஸ்லிம்கள் சொந்தக் காசு செலவு பண்ணி ஆப்கனிஸ்தானுக்கு வந்து, போர்ப்பயிற்சி எடுத்துக்கொண்டு யுத்தத்தில் பங்குபெற்றார்கள்.

உலகில் வேறு எத்தனையோ இடங்களில் எவ்வளவோ யுத்தங்கள் நடந்து இருக்கின்றன. நடந்துகொண்டும் இருக்கின்றன. ஆனால் எங்கும் இப்படியொரு சமூக எழுச்சி நடைபெற்றதில்லை. அது ஒரு காலம். அது ஒரு சூழ்நிலை. ஆப்கன் முஜாஹிதீன்கள், யுத்தத்தின் இறுதியில் சோவியத் படைகளைத் தோற்கடித்துத் திரும்பிப் போகச் செய்ததற்கு இரண்டு தரப்பினைக் காரணமாகச் சுட்டிக்காட்ட வேண்டும்.

முதலாவது ஒசாமா பின்லேடன் - அப்துல்லா அஸம் கூட்டணியின் ஆயுதப் பயிற்சி வகுப்புகள் மற்றும் நிதி உதவிகள். இரண்டாவது ஐ.எஸ்.ஐயின் சாதுர்யமான திட்டமிடல். இந்த இரண்டும் இல்லாதுபோனால் அன்றைக்கு ஆப்கனிஸ்தான் சோவியத் யூனியனின் ஒரு பகுதி ஆகியிருக்கும். கண்டிப்பாக. பின்னால் சோவியத் உடைந்த காலத்தில் பிரிந்து போயிருக்குமோ என்னமோ. ஆனால் குறுகிய காலத்துக்காவது அடிமைப்பட்டுக் கிடப்பதைத் தவிர்த்திருக்க முடியாது.

நடந்த கதையைச் சற்று சுருக்கமாகப் பார்த்துவிடலாம்.

–

ஆப்கனிஸ்தான் ஒரு முஸ்லிம் தேசம். இன்று நேற்றாக இல்லை. கி.பி. 882லிருந்து. ஆனால் இருபதாம் நூற்றாண்டின் தொடக்கத்திலிருந்தே அவர்களுக்கு சோவியத் ரஷ்யாவின் அன்பும் ஆசீர்வாதமும் இருந்தது. புரட்சிக்குப் பிந்தைய சோவியத். கம்யூனிஸ்டு சோவியத்.

ஒரு மத அடிப்படைவாத தேசத்துக்கு கம்யூனிஸ்ட் ரஷ்யா எப்படி ஆதரவளித்தது என்று கொஞ்சம் வியக்கத் தோன்றலாம். ஆனால் காரணம் இருக்கிறது. அன்றைய சோவியத் யூனியனின் எல்லைகள் ஆப்கனிஸ்தானைத் தொட்டுக்கொண்டிருந்தன. பின்னால்தானே உஸ்பெகிஸ்தான், கசகஸ்தான், துர்க்மெனிஸ்தான் எல்லாம் பிரிந்து போயின? பிரியாத சோவியத்துக்கு ஆப்கன் ஓரெல்லை.

அன்றைக்கு சோவியத் யூனியனின் ஆப்கன் எல்லையோர மாகாணங்களில் பெரும்பாலும் முஸ்லிம்களே வசித்துக்கொண்டிருந்தார்கள். தேசத்தின் மொத்த மக்கள்

தொகையில் இருபத்திரண்டு முதல் இருபத்தைந்து சதவீதம் பேர். கம்யூனிச அலர்ஜி இவர்களுக்கு இருந்தது. புரட்சிகர அரசாங்கத்தின் மீது அதிருப்திகள் இருந்தன. ஆனால் வெந்ததைத் தின்று விதி வழி போகச் சொல்கிற வாழ்க்கை.

இந்த அதிருப்தி சதவீதத்தைக் குறைப்பதற்காகவே கம்யூனிஸ்டு ரஷ்யா, ஆப்கனிஸ்தானைத் தத்தெடுத்துக்கொண்ட மாதிரி ராணுவ, அரசியல் உதவிகளை அவ்வப்போது செய்யத் தொடங்கியது. தனக்கு சௌகரியமான ஓர் இடது சாரி அரசை (People's Democretic Party of Afghanistan - PDPA) ஆப்கனில் ஆளவைத்து, பின்னணியில் இருந்து உதவி செய்துகொண்டிருந்தார்கள்.

1967ல் இந்த ஆப்கன் கம்யூனிஸ்ட் கட்சி இரண்டாகப் பிரிந்து உள்பகை வளர்க்கத் தொடங்கியது. ஆட்சி மற்றும் ஆள் கவிழ்ப்பு நடவடிக்கைகள் அரங்கேற ஆரம்பித்தன. நூர் முஹம்மது தராக்கி, அஃபிசுல்லா அமீன் என்கிற இரண்டு பெரிய தலைகள் ஒரு கோஷ்டியாகவும் பாப்ரக் கர்மால் என்பவர் தலைமையில் இன்னொரு கோஷ்டியும் உதித்தன. கட்சி ஒரு பக்கம் இருந்தாலும், மன்னர் எனப்பட்ட சுல்தான் ஒருவரும் இருந்தார். அவரது பெயரால்தான் ஆட்சி நடந்துகொண்டிருந்தது.

வழக்கமான ஊழல்கள், வழக்கமான உதவாக்கரை அறிக்கைகள், குடுமிபிடிச் சண்டைகள். கம்யூனிஸ்டுகளாக இருந்தால் என்ன? கடவுளே ஆனால்தான் என்ன? ஆட்சியாளர்கள். அவ்வளவுதான். தீர்ந்தது விஷயம். திடீரென்று ஒரு முகூர்த்த நாளில் தாவூத் என்கிற முன்னாள் பிரதமர் ஒருவர் வீரம் மிகக்கொண்டு புரட்சியில் இறங்கி, ஆட்சியைக் கவிழ்த்துவிட்டுப் பதவிக்கு வந்து உட்கார்ந்து விட்டார். இனிமேல் ஆப்கனில் சுல்தான் கிடையாது, மக்கள் ஆட்சிதான் என்று அறிவித்தார்.

இது நடந்தது 1973ல். ஒரு அஞ்சு வருஷம் அவரது ஆட்சி நடந்தது. பாலும் தேனும் ஓடியதோ இல்லையோ, ரத்த ஓட்டம் அதிகமில்லாத காலம் அது. மீண்டும் 78ல் பி.டி.பி.ஏவின் நூர் முஹம்மது தராக்கி ஒரு ராணுவப் புரட்சி செய்து ஆட்சிக்கு வந்தார். பழைய சோவியத் உறவுகள் புதுப்பிக்கப்பட்டு மீண்டும் கம்யூனிசம்.

ஆனால் நாட்டில் பொருளாதாரம் படுத்து, மக்கள் அன்றாட சாப்பாட்டுக்கே அவஸ்தைப்படும் அளவுக்கு நிலைமை மோசமானது. விளைவு, ஊருக்கொரு புரட்சிக்குழு, பேட்டைக்கொரு தாதா. நாட்டு மருந்துக் கடைகளில் கூட நாட்டுத்துப்பாக்கி கிடைத்தது. கையெறி குண்டுகள் குடிசைத் தொழில் போல் வீடு தோறும் தயாரிக்கப்பட்டன.

அத்தனை பேரும் ஆட்சியைக் கலைத்துவிட்டுத் தாம் அதிகாரத்தில் உட்கார ஆசைப்பட்டார்கள். என்னத்துக்கு அடுத்தவனுக்கு இடம் கொடுக்கவேண்டுமென்று, தராக்கியின் துணை அதிபராக அப்போது பதவி வகித்துக்கொண்டிருந்த சொந்தக் கட்சிக்காரர் அஃபிசுல்லா அமீன் தன் பங்குக்கு ஒரு ராணுவப் புரட்சி செய்து தராக்கியைக் கொன்று கடாசிவிட்டு ஆட்சியில் உட்கார்ந்தார்.

உட்கார்ந்ததும் செய்த முதல் காரியம், சோவியத்தின் நட்புக்கு குட்பை சொன்னது. முன்னதாக, இந்தமாதிரி விவகாரம் ஏதாவது வந்து தொலையப்போகிறதே என்று பயந்து தராக்கி, சோவியத்திடமிருந்து கணிசமான ராணுவ உதவிகள் வேண்டும் என்று வாரம் ஒரு லிகிதம் எழுதிக்கொண்டிருந்தார்.

சரியென்று முடிவு செய்து பத்துப் பதினைந்து ஹெலிகாப்டர்களையும் சில நூறு பீரங்கிகளையும் சில ஆயிரம் ராணுவ வீரர்களையும் ஆப்கனிஸ்தானுக்கு சோவியத் அனுப்ப முடிவு செய்த தருணத்தில்தான் மேற்படி ராணுவப் புரட்சி, தராக்கி படுகொலை இன்னபிற கசாப்புக் காரியங்கள் அரங்கேறியிருந்தன. எனவே ஒத்தாசைக்குப் புறப்பட்ட ராணுவத்தின் நோக்கத்தை அப்படியே திசை மாற்றி, அஃபிசுல்லா அமீனை ஒரு வழி பண்ணிவிட்டு வா என்று சொல்லிவிட்டது சோவியத் அரசு.

அப்படி ஆரம்பித்ததுதான் ஆப்கன் - சோவியத் யுத்தம். 1979 கடைசியில் ஆரம்பித்து சரியாகப் பத்து வருஷங்கள் நீண்ட யுத்தம் அது. 1989ல் சோவியத் படைகள் முழுவதுமாக ஆப்கனிலிருந்து வாபஸ் வாங்கிக்கொண்டு திரும்பிப் போனது வரையிலான காலகட்டத்தில் எத்தனை அரசியல் மாற்றங்கள்! அமெரிக்கா, மத்தியக் கிழக்கின் பல தேசங்களில் தனது ஈடுபாடுகளை அதிகரித்துக்கொள்ளத் தொடங்கியிருந்தது. சவூதி அரேபியாவுக்கு

ராணுவ உதவிகள். குவைத்துக்கு நேசக்கரம். ஜோர்டனிலும் இரானிலும் அமெரிக்காவுக்குப் பிரத்தியேக ராணுவத் தளங்களே இருந்தன. போதாக்குறைக்கு இஸ்ரேலையும் எகிப்தையும் எலி, பூனை உறவிலிருந்து மாற்றி ஓர் அமைதி ஒப்பந்தத்தில் கையெழுத்திட வைத்து, பின்னணியில் நின்று கைதட்டி மகிழ்ச்சி தெரிவித்த அமெரிக்காவை சோவியத் யூனியன் மிரட்சியுடன் தான் பார்த்துக்கொண்டிருந்தது. பனிப்போர். நீ எட்டடி பாய்ந்தால் நான் எட்டரை அடியாவது பாய்ந்தாக வேண்டும்.

என்ன செய்யலாம் என்று யோசித்துக்கொண்டிருந்தபோதுதான் ஆப்கன் வசமாக வந்து சிக்கியது. சோவியத் படைகள் உள்ளே புகுந்துவிட்டன.

எனவே, தன் பங்குக்கு என்ன திருப்பணி புரியலாம் என்று அமெரிக்க அதிபர் ஜிம்மி கார்ட்டர் யோசித்தார். அதிகம் யோசிக்க ஒன்றுமில்லை. உடனடியாக சி.ஐ.ஏவை அழைத்தார்.

'என்ன நடக்கிறது ஆப்கனிஸ்தானில்?'

'90,000 சோவியத் துருப்புகள் உள்ளே புகுந்துவிட்டன. ஆப்கன் முஜாஹிதின்கள் என்னவோ முயற்சி செய்து பார்க்கத் தொடங்கியிருக்கிறார்கள்.'

'என்ன முயற்சி?'

'சொல்லிக்கொள்ளும்படி ஏதுமில்லை. சோவியத்தை விரட்ட வேண்டுமென்று அவர்கள் நினைக்கிறார்கள். ஆனால் பலம் கிடையாது. பாகிஸ்தானின் ஐ.எஸ்.ஐ.யிடம் பயிற்சி கேட்டு நிற்கிறார்கள்.'

'ஐ.எஸ்.ஐ. என்ன செய்கிறது?'

எல்லையில் பயிற்சி முகாம்கள் அமைக்க ஆரம்பித்துவிட்டார்கள். எப்படியும் இன்னும் சில மாதங்களுக்குள் குறைந்தது நாலாயிரம் ஆப்கன் முஜாஹிதீன்களாவது ஐ.எஸ்.ஐயின் பயிற்சி முகாம்களுக்குப் போய்விடுவார்கள்.'

அமெரிக்க அதிபர் யோசித்தார். கண்டிப்பாக ஆப்கன் விஷயத்தில் குட்டையைக் குழப்பியே தீருவது என்று முடிவு செய்தார். தனது உதவியை இரண்டு கட்டமாகச் செய்ய முடிவு செய்தார்.

முதலாவது, பயிற்சியளிக்க ஆரம்பித்திருக்கும் ஐ.எஸ்.ஐக்கு வேண்டிய உதவிகள். இரண்டாவது முஜாஹிதீன்களுக்கு நேரடியாகச் செய்யக்கூடிய உதவிகள். இரண்டையும் அதிக இடைவெளி இல்லாமல் உடனடியாகச் செய்யச் சொல்லி உத்தரவிட்டுவிட்டார்கள்.

அப்போது ஒசாமா பின்லேடன் என்கிற சவூதி பணக்காரரைப் பற்றியோ, அவர் ஆப்கன் போராளிகளுக்கு உதவி செய்வதற்காக வந்து பாகிஸ்தானில் முகாமிட்டிருக்கிறார் என்கிற விஷயம் குறித்தோ, முன்னாள் பாலஸ்தீன் போராளி அப்துல்லா அஸமும் ஒசாமாவும் அங்கே ஒரு புதிய கூட்டணி அமைத்து, தம் பங்குக்குத் தனியே பயிற்சியளிக்கத் தொடங்கியிருக்கிறார்கள் என்பதோ அமெரிக்காவுக்குத் தெரியாது. அல்லது பொருட்படுத்தத் தகுந்த விஷயமாக அவர்களுக்கு அது படவில்லை.

டிசம்பர் 24, 1979 அன்று சோவியத் படைகள் ஆப்கனுக்குள் நுழைந்தன. உடனடியாக அஃபிசுல்லா அமீனைப் போட்டுத் தள்ளிவிட்டார்கள். ஒரே களேபரம். அப்புறம்தான் முஜாஹிதீன்கள் பாகிஸ்தான் உளவுத்துறையின் உதவி கேட்டுப் படையெடுத்தார்கள்.

இதெல்லாம் நடந்து இரண்டு மாதங்கள் ஆனபிறகு (தோராயமாக பிப்ரவரி 1980) அமெரிக்கா தன் உளவுத்துறைக்கு பச்சை சிக்னல் கொடுத்து ஆப்கனுக்கு அனுப்பியது.

அதற்குள் ஐ.எஸ்.ஐ. அங்கே வேலையை ஆரம்பித்துவிட்டிருந்தது.

–

இந்தியாவின் நட்பு நாடான சோவியத் யூனியன் ஆப்கனிஸ்தானில் வந்து டேரா போட்டிருப்பது பாகிஸ்தானின் அடிப்படை எரிச்சலுக்கு முதல் காரணம். வலப்பக்கம் காஷ்மீர் போலவே இடப்பக்கம் ஆப்கனும் தலையில் இடிக்கும் பிராந்தியமாகிவிட்டால், நடுவே நசுங்கிப் போவது தவிர வேறு வழி கிடையாது. ஏதாவது செய்து சோவியத் படைகளைத் தோற்கடித்தாலொழிய கதிமோட்சம் இல்லை.

அது மட்டுமல்லாமல் உலக முஸ்லிம் சமூகம் முழுவதும் ஆப்கன் முஜாஹிதீன்களுக்கு ஆதரவு தெரிவித்துக்கொண்டிருக்கும்போது

பக்கத்து பாகிஸ்தான் கைகட்டிக்கொண்டு சும்மா இருக்கமுடியாது. தவிரவும் ஆப்கனுக்கும் பாகிஸ்தானுக்குமான வர்த்தக, கலாசார, பாரம்பரிய உறவுகள் அதிகம். இயல்பாகவே போராளிகளை ஆதரிக்கும் குணம் கொண்ட பாகிஸ்தானுக்கு அந்தச் சந்தர்ப்பத்தில் சும்மா இருக்கும் எண்ணம் எழ வாய்ப்பே இல்லை.

ஜியா உல் ஹக் அப்போது பாகிஸ்தானின் ராணுவ ஆட்சியாளராக இருந்தார். புட்டோவைத் தூக்கிலிட்டுவிட்டு, குளித்து முழுகி ஆபீசுக்கு வந்திருந்த ஜியா ஆப்கன் விஷயத்தில் மிகத் தீவிரமாக இருந்தார். ஆப்கன் முஜாஹிதீன்களுக்கு உதவி செய்வதன் மூலம் பாகிஸ்தானுக்குப் பிற்காலத்தில் பல லாபங்கள் இருக்கக்கூடும் என்று அவர் கருதினார். காஷ்மீரையும் ஆப்கனையும் ஒரு நேர்க்கோட்டில் கொண்டுவந்து வைக்கிற கனவின் தொடர்ச்சியில் வந்தவர் அவர். எனவே ஐ.எஸ்.ஐ. இயக்குநராக அப்போதிருந்த ஜென்ரல் அக்தர் அப்துர் ரெஹ்மானை அழைத்து மிகத் தெளிவாக விளக்கினார்.

என்ன வேண்டுமோ செய்யுங்கள். கேட்பதுடன், கேட்காததையும் சேர்த்துச் செய்யுங்கள். செலவு பற்றிக் கவலையில்லை. ஆப்கனிஸ்தானிலிருந்து சோவியத் படைகள் விரட்டப்பட்டாக வேண்டும்.

ஜெனரல் அக்தர் அப்துர் ரெஹ்மான் *(Akhtar Abdur Rahman)*, லெஃப்டினண்ட் ஜெனரல் ஹமீத் குல்லுக்குப் பிறகு ஐ.எஸ்.ஐயின் இயக்குநர் ஆனவர். மிக நீண்ட ராணுவ அனுபவம் கொண்டவர். தவிரவும் அமெரிக்க உளவுத்துறை இயக்குநராக அப்போது இருந்த வில்லியம் காஸேவுடன் *(William Casey)* அவருக்கு நல்ல நட்பும் நெருக்கமும் இருந்தது. அமெரிக்காவுக்குச் சாத்தியமுள்ள அத்தனை உதவிகளையும் கேட்டுப்பெற்று, ஆப்கன் யுத்தத்தில் ஒரு ஆட்டம் ஆடிப்பார்த்துவிடுவது என்று அவர் முடிவு செய்து களத்தில் இறங்கினார்.

முதல் நடவடிக்கையாக ஆப்கன் - பாகிஸ்தான் எல்லைப்புறப் பகுதிகளில் வரிசையாக நூற்றுக்கணக்கான பயிற்சி முகாம்கள் தொடங்கப்பட்டன. போராளிகள் தங்குவதற்கு சிறு வீடுகள் கட்டப்பட்டன. எல்லை செக் போஸ்டுகள் தூக்கப்பட்டு, யார்

வேண்டுமானாலும் விசா இல்லாமல் உள்ளே வரலாம் என்று சொல்லப்பட்டது. பிரைவேட் போக்குவரத்து வசதிகளும் ரகசியமாகச் செய்துகொடுக்கப்பட்டன. ராணுவ லாரிகளும் டிரக்குகளும் போராளிகளை அழைத்து வந்து விடுவதற்குப் பயன்படுத்தப்பட்டன.

மறுபுறம் அமெரிக்கா அனுப்பத் தொடங்கிய ஆயுதங்கள் அனைத்தையும் கராச்சியில் ஒரு ரகசிய இடத்தில் சேமித்து, தேவைக்கேற்ப எல்லைப்பகுதிகளுக்கு எடுத்துச் செல்லத் தனியொரு கூரியர் சர்வீஸ் தொடங்கப்பட்டது.

பம்பரமாகச் சுழன்றுகொண்டிருந்தது ஐ.எஸ்.ஐ. ஆப்கன் முஜாஹிதீன்களில் மிகச் சிலர் மட்டுமே ஓரளவு போர்ப்பயிற்சியில் தேர்ந்தவர்களாக இருந்தார்கள். தொண்ணூற்றொன்பது சதவீதம் பேர் புதிய இயந்திரத் துப்பாக்கிகளைக் கண்டதும் ஐஐஐஐ.. பிஸ்கோத்து என்று காதலுடன் பார்க்கிறவர்களாகத்தான் இருந்தார்கள்.

அவர்களுக்கெல்லாம் அடிப்படைப் போர்ப்பயிற்சி அளிக்கிற வேலை. பெண்டு நிமிர்த்தும் வேலை. ஐ.எஸ்.ஐயின் சிப்பாய்ப் பிரிவிலிருந்து டெபுடேஷனில் பேட்ச் பேட்சாக ஆள் அனுப்பிக்கொண்டே இருந்தார்கள். அவர்கள் விடிய விடிய பயிற்சியளித்துக்கொண்டே இருந்தார்கள்.

மறுபுறம் ஆப்கனுக்குள் ஊடுருவிய ஐ.எஸ்.ஐயின் உளவு அதிகாரிகள், அங்கே சோவியத் படைகள் நிலைகொண்டிருக்கும் இடங்கள் குறித்த விவரங்களை ஆராய்ந்தார்கள். எங்கே நிலைகொண்டிருக்கிறார்கள்? ஒவ்வொரு இடத்திலும் எத்தனை பேர்? என்னென்ன ஆயுதங்கள் வந்திருக்கின்றன? ஒவ்வொரு ரகத்திலும் எத்தனை சரக்குகள்? எத்தனை கமாண்டர்கள்? உளவுத்துறையிலிருந்து எத்தனை பேர்? தகவல் தொடர்புச் சாதனங்கள் என்னென்ன வைத்திருக்கிறார்கள்? ஆப்கன் மக்களில் எத்தனை பேரை அவர்கள் இன்ஃபார்மர்களாக மாற்றியிருக்கிறார்கள்? இன்ஃபார்மர்களுக்கு பிரியாணி போடுகிறார்களா? பிரெட் கொடுக்கிறார்களா? தாக்குதல் தொடங்குவதென்றால் எது சரியான காலமாக இருக்கும்?

படைகளை எப்படிப் பிரித்து அனுப்பினால் வசதி? நேரடித் தாக்குதல் உதவுமா? கெரில்லாவா?

இரண்டு விதமான தாக்குதல் உத்திகளும் முஜாஹிதீன்களுக்குச் சொல்லிக்கொடுக்கப்பட்டுக்கொண்டிருந்தன. நேரடித்தாக்குதலை ஐ.எஸ்.ஐ. சொல்லிக்கொடுத்தது. கெரில்லா தாக்குதல் உத்திகளை ஒசாமா பின்லேடன் கற்றுக்கொடுத்துக்கொண்டிருந்தார். மலைகள் அடர்ந்த பாகிஸ்தானின் வடமேற்கு எல்லையில் நாளெல்லாம் பயிற்சிகள் நடைபெற்றன. குதிரை ஓட்டச் சொல்லிக்கொடுத்தார்கள். குறி பார்த்துச் சுடக் கற்றுக்கொடுத்தார்கள். மரங்கள் மீதிருந்தும், கட்டடங்கள் மீதிருந்தும் பாய்ந்து தாக்கப் பயிற்சியளித்தார்கள். வெடிகுண்டு வீச விசேஷப் பயிற்சிகள் அளிக்கப்பட்டன.

அடிப்படைப் பயிற்சியில் தேறிய போராளிகளை ஆப்கன் முஜாஹிதீன்களின் தளபதிகளான ஜலாலுத்தீன் ஹக்கானி, குல்புத்தீன் ஹெக்மதியார், இஸ்மாயில் காலிஸ், அஹமது ஷா மசூத், அப்துல் அலி மஜாரி, சிப்கத்துல்லா மொஜாதேதி ஆகியோரிடம் அனுப்புவார்கள். அங்கே அவர்களுக்கு ஒரு படைப்பிரிவில் பொசிஷன் கொள்வது எப்படி என்பதிலிருந்து எப்படி முன்னேற வேண்டும், எப்படி முற்றுகையிட வேண்டும், தாக்குதலை எங்கிருந்து தொடங்குவது, குண்டு விரயத்தைத் தவிர்ப்பது என்பது போன்ற களப் பாடங்கள் சொல்லிக்கொடுக்கப்பட்டன. விதவிதமான வியூகங்கள் குறித்தும் சொல்லிக்கொடுத்தார்கள்.

ஓரளவு பயிற்சிகள் போதுமான அளவுக்கு அளிக்கப்பட்டதும் படைகளை எங்கே குவித்து தாக்குதலைத் தொடங்கலாம் என்பது குறித்து முஜாஹிதீன்கள் ஐ.எஸ்.ஐ. அதிகாரிகளுடன் கலந்து பேசினார்கள்.

முன்னதாக, ஆப்கனின் மூலை முடுக்குகளெல்லாம் சுற்றிச் சுற்றி, அந்தத் தேசத்தின் புவியியலைக் கரைத்துக் குடித்து வைத்திருந்த ஐ.எஸ்.ஐ. உளவாளிகள் இரண்டு இடங்களைச் சொன்னார்கள். ஒன்று, கந்தஹாருக்குத் தெற்கே பரவியிருந்த மலைப்பகுதி. அடுத்தது, குனார் நிலப்பரப்பு.

இந்த இரண்டும் முஜாஹிதீன்கள் தங்கவும் தாக்கவும் தோதான இடங்கள் என்றாலும் கந்தஹாரில் படைகளைக் குவிப்பதில் சில

ஆபத்து சாத்தியங்கள் உண்டு என்று அவர்கள் நினைத்தார்கள். போக்குவரத்து சௌகரியங்கள் உள்ள பிராந்தியம் அது. எதிரி நுழைவதில் அதிக பிரச்னைகள் இருக்காது. ஆனால் குனாரில் அந்தப் பிரச்னை ஏதுமில்லை. எதிரி அல்ல; எறும்பு, ஈ கூட நுழைய முடியாத பிராந்தியம்.

மலைப்பகுதி. தவிரவும் அடர்ந்த மரங்கள் நிறைந்த காடுகள் அதிகம். பட்டப்பகலில் நடுநிசி போலத் தோற்றம் தரும். ஹிந்துகுஷ் மலைத்தொடருக்கே உரிய நடுக்கும் குளிர் சீதோஷணம். சகல விதமான மிருகங்களும் நடமாடும் பிராந்தியம். விஷ அம்புகளுடன் புழங்கும் பழங்குடிகள் உலவுவார்கள். அடைக்கலம் என்று போய்விட்டால், உயிரையும் கொடுக்கும் பஷ்டூன் பழங்குடிகள் அவர்கள். அரசியல் தெரியாதவர்கள். போராளிகளுக்கும் ஆட்சியாளர்களுக்கும் அவர்களுக்கு வித்தியாசம் தெரியாது. ஆனால் உரிமைகளுக்காக, சுதந்தரத்துக்காகப் போராடுகிறோம் என்று சொன்னால் என்ன வேண்டுமானாலும் செய்வார்கள்.

ஐ.எஸ்.ஐ. உளவாளிகள் முன்னதாக குனாரில் சுமார் மூன்று மாத காலம் சுற்றிச் சுற்றி வந்து, அங்குள்ள வேடர்களின் தலைவர்களிடம் ஆப்கன் - சோவியத் யுத்தம் குறித்து எடுத்துச் சொல்லிப் புரியவைத்திருந்தார்கள். கடவுள் நம்பிக்கையற்ற கம்யூனிஸ்டுகளின் கரங்களில் இப்போது ஆப்கனிஸ்தான் அகப்பட்டுக்கொண்டிருக்கிறது. மீட்கவேண்டாமா?

அதிலென்ன சந்தேகம்? நாங்கள் என்ன செய்யவேண்டும் என்று அவர்கள் கேட்டார்கள்.

பெரிதாக ஒன்றுமில்லை. ஆப்கன் முஜாகிதீன்கள் இப்போது பாகிஸ்தான் எல்லையில் பயிற்சி பெற்றுக்கொண்டிருக்கிறார்கள். விரைவில் அவர்கள் யுத்தத்தைத் தொடங்கப்போகிறார்கள். முழு நீள யுத்தம். எப்போது முடியும் என்று தெரியாது. எத்தனை உயிர்கள் விழும் என்று தெரியாது. எப்படிச் சமாளிக்கப்போகிறோம் என்பதும் தெரியாது. ஆனால் போராடித்தான் ஆகவேண்டும். உயிரோடு இருக்கும்வரை போராடத் தயார். இறப்பதற்கு முன்னால் ஆப்கானியர்களுக்கு அவர்களுடைய தேசத்தை சுதந்தரமாக்கி அளித்துவிட முடியுமானால் அது போதும்.

உளவாளிகளுக்குப் பேச்சு சாமர்த்தியம் மிகவும் அவசியம். குனார் பழங்குடிகளுடன் ஆப்கன் முஜாஹிதீன்களே கூடப் பேசி உதவி கேட்டிருக்கலாம். ஆனால் ஐ.எஸ்.ஐயும் சி.ஐ.ஏவும் அதனைத் தடுத்துவிட்டன. உணர்ச்சிவசப்பட்ட நிலையில் அவர்கள் கேட்கிற உதவி உடனடியாகக் கிடைக்குமென்றாலும், நீண்ட நாள் நோக்கில் பலன் தரத்தக்கதாக அமையாமல் போய்விடுமோ என்கிற அச்சம்.

எனவேதான் ஐ.எஸ்.ஐ. உளவாளிகளே குனாருக்குச் சென்று பேசினார்கள். சம்மதம் பெற்றுக்கொண்டு உடனடியாக ஒரு மூட்டை பணத்தைக் கொண்டுவந்து அங்கே இறக்கினார்கள். கூடாரங்களுக்காக. உணவுக்காக. உடைகளுக்காக. பாதுகாப்பு நடவடிக்கைகளுக்காக.

இன்றைக்கு வரை பஷ்டுனிஸ்தான் என்கிற குனார்தான் ஆப்கன் போராளிகளின் அடைக்கலஸ்தலம். அப்படியொரு ஏற்பாட்டைச் செய்துகொடுத்தது, பாகிஸ்தான் உளவுத்துறை.

–

தாலிபன்களின் காலத்தில் ஆப்கனிஸ்தானில் தங்கியிருந்து தீவிரவாதம் வளர்த்துக்கொண்டிருந்த அல் காயிதாவுக்கும் குனார்தான் பிரதானமான பதுங்குதளமாக இருந்தது. அமெரிக்கத் தாக்குதல் சமயத்தில் ஒசாமா பின்லேடனும் ஒற்றைக்கண் முல்லா முஹம்மது ஓமரும் பதுங்கியிருந்த பிராந்தியமும் அதுவே.

ஆயிரத்தெட்டு சாட்டிலைட் போட்டோக்கள், லட்சக்கணக்கில் படைவீரர்கள், நவீன ஆயுதங்கள், வசதி வாய்ப்புகள் எல்லாம் இருந்தன. ஆனாலும் அமெரிக்காவால் ஏன் ஒசாமாவை அங்கே மடக்க முடியவில்லை?

குனாரின் இயல்பு அப்படி. அது ஒரு மாய உலகம். உள்ளே புகுந்துவிட்டால் வெளியேற வழி தெரியாது. பஷ்டூன் பழங்குடிகளின் உதவி இல்லாமல் அங்கே அரை மீட்டர் கூட முன்னேற முடியாது. சுருக்கமாகச் சொல்லுவதென்றால் அது ஒரு கோட்டை. சுவர் எழுப்பாத இயற்கைக் கோட்டை. கானகக் கோட்டை. மிருகங்களே அகழிகள். குளிரே பாதுகாவல் படை. போதாக்குறைக்கு விஷ அம்பு பஷ்டூன் பழங்குடியினர்.

எனவே பாதுகாப்புக்கு எந்தப் பிரச்னையும் கிடையாது என்று உத்தரவாதமளித்து, பயிற்சி பெற்ற வீரர்களை அங்கே அனுப்பிவைத்தது ஐ.எஸ்.ஐ.

பத்து வருடங்கள் நடந்த ஆப்கன் - சோவியத் யுத்தத்தின் இறுதி வெற்றியை ஐ.எஸ்.ஐ. கொண்டாடித் தீர்த்தது. பாகிஸ்தான் உளவுத்துறையின் சரித்திரத்தில் அத்தகைய மாபெரும் வெற்றி அதற்குமுன் கிடைத்ததில்லை. என்னதான் அமெரிக்க சப்போர்ட், ஒசாமா பின்லேடன் சப்போர்ட் எல்லாம் இருந்தாலும், திட்டமிட்டு முஜாஹிதீன்களைப் பயிற்றுவித்து, போர்த் தந்திரங்களைச் சொல்லிக்கொடுத்து, வெற்றியின் வாசலுக்கு அழைத்துச் சென்றது அவர்கள்தான். இதில் சந்தேகமில்லை.

இந்த யுத்த சமயத்தில்தான் ஒசாமா பின்லேடன் என்கிற நபர் எத்தனை பெரிய போராளி என்பதும், அவரால் என்னவெல்லாம் சாதிக்கமுடியும் என்பதும்கூடத் தெரியவந்தது. ஒசாமா- பாகிஸ்தான் உறவுகள் மலரத்தொடங்கியதும் இந்தக் காலகட்டத்தில்தான். ஒசாமா - அமெரிக்கா பகை உருவானதும் இதே காலத்தில்தான்.

அது தனிக்கதை. இங்கே வேண்டாம். ஐ.எஸ்.ஐயின் ஆப்கன் உறவுகளுக்கு வலுவான அடித்தளம் அந்த சோவியத் யுத்தத்தின்போதுதான் போடப்பட்டது என்பதைப் புரிந்துகொண்டுவிட்டால், தாலிபன்களின் காலத்தில் மேலும் இறுகிய நெருக்கத்தைப் புரிந்துகொள்வதில் பிரச்னை இராது.

9. முல்லா, முல்லா, முல்லா!

ஆப்கனிஸ்தான் சரித்திரத்தில் அழிக்கமுடியாத கறை என்று முற்போக்குவாதிகளும், மறக்கமுடியாத பொற்காலம் என்று அடிப்படைவாதிகளும் ஒருசேர வருணிக்கும் தாலிபன்களை இப்போது பார்க்கப்போகிறோம். தாலிபன் என்றால் மாணவன். யாருடைய மாணவன்? சந்தேகமில்லாமல் அவர்கள் ஐ.எஸ். ஐயின் மாணவர்கள். ஆனால் ஆண்டவனின் மாணவர்கள் என்று சொல்லிக்கொண்டார்கள். ஐ.எஸ்.ஐ. பாகிஸ்தானையே மறைமுகமாக ஆண்டுகொண்டிருந்த காலம் அது. தாலிபன்களுக்கு அ, ஆ, இ, ஈ சொல்லிக்கொடுப்பதா பெரிய விஷயம்?

அதற்கான காரணத்தை, அவசியத்தைப் புரிந்துகொள்ளவேண்டும். அது முக்கியம்.

ஆப்கன் - சோவியத் யுத்தத்தில் பஷ்டுனிஸ்தான் என்கிற குனார் பகுதியின் பங்களிப்பு குறித்து ஏற்கெனவே பார்த்தோம் அல்லவா? பத்து வருஷ யுத்தம் கொடுத்த அனுபவத்திலும் தாக்கத்திலும், அந்தப் பிரதேசத்தைச் சேர்ந்த ஆதிவாசி இளைஞர்களெல்லாம் படு கிளர்ச்சியடைந்திருந்தார்கள். எங்கோ சவூதி அரேபியாவிலிருந்தும் லெபனானிலிருந்தும் தாய்லாந்து, இந்தோனேஷியா, பிலிப்பைன்ஸிலிருந்தும் பாகிஸ்தானிலிருந்தும் ஆப்கனிஸ்தானுக்கு வந்து யுத்தம் புரிந்துவிட்டுப் போன இளைஞர்கள் அவர்களை வெகுவாக பாதித்திருந்தனர்.

நம் தேசத்துக்கு நாம் செய்யக்கூடியது என்ன?

இந்த யோசனை உருவானபோது குனார் பிரதேசத்து இளைஞர்கள் ஒருங்கிணைந்து, ஐ.எஸ்.ஐயை அணுகி ஆலோசனை கேட்டார்கள். நாங்கள் உருப்பட விரும்புகிறோம். ஏதாவது செய்ய விரும்புகிறோம். எங்கள் தேசத்துக்காக. எங்கள் மக்களுக்காக. எங்கள் சந்ததியின் எதிர்கால நல்வாழ்வுக்காக. நீங்கள் உதவி செய்ய முடியுமா?

கிட்டத்தட்ட அம்மாதிரியான ஒரு காரியத்தைத் தாமே முயன்று செய்யவேண்டும் என்று ஐ.எஸ்.ஐயும் அப்போது யோசித்துக்கொண்டிருந்தது. ஆப்கன் யுத்தத்துக்குப் பிறகு, அங்கு உருவாக்கப்பட்ட முஹம்மது நஜிபுல்லா என்பவருடைய அரசுக்கு எந்தக் கணமும் பிராணன் போய்விடக்கூடிய சூழல் இருந்தது. ஆறு வருடங்கள் அவர் ஆட்சி புரிந்தார். அந்த ஆறு வருடங்களிலும் ஆப்கனில் கிட்டத்தட்ட அறுநூறு போராளிக் குழுக்கள் உருவாகியிருந்தன. அத்தனை பேருக்கும் ஆளும் ஆசை இருந்தது. ஏனெனில் அனைவருமே யுத்தத்தில் பங்குபெற்றவர்கள். வெற்றிக்கு உழைத்தவர்கள். யாரையும் குறை சொல்வதற்கில்லை. ஆனால் ஸ்திரமற்ற அரசுகள் அடுத்தடுத்து வருமானால் மீண்டும் ஆப்கனிஸ்தான் ஏதேனுமொரு வல்லரசால் தூக்கி விழுங்கப்படும் என்கிற சூழ்நிலையே நிலவியது.

ஐ.எஸ்.ஐயின் கணக்கு இதனுடன் தொடர்புடையதுதான் என்றாலும் சற்றே மாறுபட்டது. பாகிஸ்தானுக்கு ஆப்கனை விழுங்கும் பேராசையெல்லாம் இல்லை. ஆனால் தனக்குச் சாதகமான, தனக்குக் கைகட்டி வேலை பார்க்கக்கூடிய ஒரு பொம்மை அரசை அங்கே அமைக்க முடியுமானால் மிகவும் நல்லது என்று நினைத்தார்கள். அதனால்தான் பஷ்டூன் இளைஞர்கள் திரண்டு வந்து ஆதரவு கேட்டபோது, உடனடியாகச் சம்மதித்தார்கள்.

போராளிகளை உருவாக்குவது ஐ.எஸ்.ஐக்கு போளி சாப்பிடுவது மாதிரி. தேங்காய் போட்ட நெய் போளி. இல்லாத அனுபவமா? செய்யாத காரியமா? போடு கூடாரத்தை என்று அதே எல்லையோர செல்லப் பிராந்தியத்தில் மீண்டும் கடை திறந்தார்கள்.

முல்லா முஹம்மது ஓமர் என்கிற வீரம் மிக்க ஒற்றைக்கண் மகராசன், குதிரை ஏறி முதல் முதலில் பாகிஸ்தானுக்கு வந்தார்.

அவருக்குப் பின்னால் முதல் தவணையாக ஐந்நூறு பஷ்டூன் இளைஞர்கள்.

'இவ்வளவுதானா? இன்னும் வருவார்களா?' என்று கேட்டார்கள் ஐ.எஸ்.ஐ. அதிகாரிகள்.

'இரண்டாயிரம் பேர் வருவார்கள். அதிகரிக்கவும் செய்யலாம்.'

'பஷ்டூன் இனத்தவர்கள் மட்டும்தானா?'

'அநேகமாக ஆம். தகுதி அடிப்படையில் மற்றவர்கள் ஒருவேளை பின்னால் சேர்த்துக்கொள்ளப்படலாம். ஆனால் இது பஷ்டூன்களின் ராணுவம். அதில் மாற்றம் இராது' என்று முல்லா சொன்னார்.

ஐ.எஸ்.ஐ. யோசித்தது. ஆப்கன் முழுதும் பரவி வசிக்கும் பஷ்டூன் இனத்தைச் சேர்ந்த இளைஞர்கள் எப்படியும் ஒரு சில வருடங்களில் இந்த கோஷ்டியில் வந்து இணைந்துவிடுவார்கள். குறைந்தபட்சக் கணக்கே போட்டாலும் எப்படியும் பத்தாயிரம் பேர் தேறுவார்கள். எனில், பத்தாயிரம் பேருக்குக் கூடாரம் போட்டு தினசரி எட்டு பீரியட் க்ளாஸ் எடுப்பது மிகப்பெரிய ஜோலி.

ஆகவே, நீங்கள் பாகிஸ்தானில் உள்ள மதரஸாக்களில் சேர்ந்துவிடுங்கள். மதப்பாடங்கள் படித்துக்கொண்டிருங்கள். அணி அணியாக உங்களை டிரெய்னிங் கேம்ப்புகளுக்கு அழைத்துச் செல்கிறோம் என்று தெரிவித்தார்கள்.

அந்த பஷ்டூன் இனத்து இளைஞர்கள், 'மாணவர்களாக' மதரஸாக்களுக்குப் போக ஆரம்பித்தது அப்போதுதான். தாலிபன் படை என்று பெயர் சூட்டியது ஐ.எஸ்.ஐ. மதப்பாடங்களும் ராணுவப் பாடங்களும் ஆரம்பிக்கப்பட்டன. அதுவரை முரட்டுத்தனம் ஒன்றையே மூலதனமாகக் கொண்டு வளர்ந்திருந்த அந்த இளைஞர்கள், பாகிஸ்தான் மதரஸாக்களில் படிக்க ஆரம்பித்ததும், மிகத்தீவிரமானமதவாதிகளாகமாறிப்போனார்கள். பண்டைய கலீஃபாக்களின் ஆட்சி மற்றும் அர்ப்பணிப்பு உணர்வு குறித்துப் படித்துத் தெளிந்தபோது, அப்படியொரு காலம் மீண்டும் வராதா என்று ஏங்கத் தொடங்கினார்கள்.

'ஏன் வராது? கண்டிப்பாக வரும். அதுவும் உங்களாலேயே முடியும். ஆப்கனிஸ்தானை நீங்கள் கலீஃபாக்களின் காலத்துக்கு எடுத்துச் செல்லலாம். குர் ஆன் சொல்லும் வாழ்க்கை முறைகளை

மக்களிடம் திரும்ப அறிமுகப்படுத்தலாம். கட்டுப்பாடு இல்லாமல் இப்போது அலைந்து திரிகிறார்கள். கலாசார சீரழிவு மேலோங்கி இருக்கிறது. ஒருதரம் கடல் கொண்டு மீண்டால்தான் ஆப்கனிஸ்தான் உருப்படும். அந்தக் கடலும் அதன் சீற்றமும் நீங்களாக இருக்கவேண்டும்.'

மத வல்லுநர்கள் அவர்கள் மூளைக்கு இஸ்திரி போட்டார்கள். ஐ.எஸ்.ஐ. கத்தியைத் தீட்டிக்கொண்டு அதன் பிசிறுகளைச் சீராக்கியது. ஏற்கெனவே பத்தாண்டு காலம் ஒசாமா பின்லேடனின் அண்மை கிடைத்திருந்ததில், அவரது எளிமையும் மத நம்பிக்கையும் இறை விசுவாசமும் போர்த் தந்திரங்களும் தாக்குதல் உத்திகளும் ஆளுமைத் திறனும் அவர்களை வெகுவாகக் கவர்ந்திருந்தன. முல்லா முஹம்மது ஓமர், சாத்தியமுள்ள பெரும்பாலான சமயங்களில் ஒசாமாவுடனேயே தங்கியிருந்தார். அந்த பாதிப்பும் அவர்களுக்கு இருக்கவே, எப்படியாவது குர் ஆனிலும் ஹதீஸ்களிலும் கரை கண்டு, ராணுவத் தேர்ச்சியும் பெற்று ஆப்கனை ஒரு சக்தி மிக்க தேசமாக மாற்றியே தீருவது என்று கங்கணம் கட்டிக்கொண்டு களத்தில் இறங்கியிருந்தார்கள்.

சுமார்நான்கு முதல்ஐந்து வருடங்கள்வரைஅவர்கள்பாகிஸ்தானில் பயின்றார்கள். படித்த காலத்தில் மிகவும் கீழ்ப்படியும் குணம் வெளிப்படுத்தினார்கள். ஐ.எஸ்.ஐயின் மாஸ்டர்களை மட்டுமல்ல. அவர்களது டிரைவர்களைப் பார்த்தாலும் கும்பிட்டுப் போகிற அளவுக்கு நன்றியுடன் நடந்துகொண்டார்கள். அதே சமயம் கற்ற வித்தைகளைச் செய்து காட்டும்போது அவர்கள் வெளிப்படுத்திய வேகமும் நேர்த்தியும் ஐ.எஸ்.ஐக்கு மிகவும் வியப்பூட்டின. கில்லிகள். எப்படியும் ஜெயித்துவிடுவார்கள் என்று தோன்றியது.

ஆசீர்வாதம் பண்ணி 1994ல் அவர்களை ஆப்கனுக்கு அனுப்பிவைத்தார்கள். போகும்போது அளித்த உத்தரவு - நேரே கந்தஹாருக்குப் போகவும். இனி அதுதான் உங்கள் தலைநகரம்.

ஐ.எஸ்.ஐ. தாலிபன்களின் தலைநகரமாக கந்தஹாரைத் தேர்ந்தெடுத்ததற்கு ஒருகாரணம் உண்டு. ஆப்கனிஸ்தானின் தெற்கு மாகாணங்களில்தான் ஆதிவாசிகள் அதிகம். பஷ்டூன்கள் அதிகம் வசிக்கும் பிராந்தியமும் அதுவே. ஆதிவாசி பஷ்டூன்கள்

மட்டுமில்லை. படித்த பஷ்டூன்கள். உத்தியோகஸ்தர்களாக இருந்த பஷ்டூன்கள். காபூல் அப்படிக் கிடையாது. அங்கே ஓரளவு நாகரிகம் வளர்ந்திருந்தது. மக்கள் டீவி, சினிமாவெல்லாம் பார்க்கிறார்கள். ஷாப்பிங் போகிறார்கள். அட கிரகச்சாரமே, பெண்கள் லிப்ஸ்டிக் போட்டுக்கொள்கிறார்களாமே? ஓ, தாலிபன்களே! நீங்கள் உறங்குவதற்கு இனிமேல் பொழுது சித்திக்காது. எழுமின், விழிமின், எல்லோரையும் ஒழிமின்.

ஆகவே அவர்கள் கந்தஹாரை நோக்கிப் புறப்பட்டார்கள். வழியெல்லாம் நல்ல வரவேற்பு இருந்தது. கட் அவுட் வைக்காதது ஒன்றுதான்பாக்கி. குனார்பிராந்தியத்துக்கொழுந்துகள்எல்லோரும் பாகிஸ்தான் சென்று படித்துவிட்டுத் திரும்பும் தாலிபன்களைத் தலைமேல் தூக்கிவைத்துக் கொண்டாடினார்கள். பட்டாசு வெடித்தார்கள். ஆப்கனிஸ்தானில் ஒரு மாபெரும் மறுமலர்ச்சிக்கு விதை போடப்போகிறவர்கள். கண் மூடித்திறக்கும் நேரத்தில் மக்களாட்சியை மலரச் செய்யப்போகிறவர்கள். அதன்பின் குனார் நதியில் பாலும், லோகர் நதியில் தெளிதேனும்தான் ஓடப்போகிறது. பாகும் பருப்பும் சேர்த்துச் சமைத்து சந்தோஷமாகச் சாப்பிடலாம்.

நம்பிக்கைகள் மற்றும் கனவுகள். அவர்களைக் குறைசொல்லமுடியாது. யார் குத்தியாவது அரிசி வெந்தால் சரி என்றிருந்த மக்கள். நூறு நூறு வருஷங்கள் கழிந்தும் ஆப்கனில் அடிப்படை வளர்ச்சியே இல்லாதிருந்தது. கல்வி, வேலை வாய்ப்புகள், தொழில் என்று எதுவுமே பெருகவில்லை. பெருநிலமிருந்தோர் அபின் பயிரிட்டார்கள். குறுவிவசாயிகள் அரிசி பயிரிட்டார்கள். அரிசி விலை போகவில்லை. அபின் போனது. மத்திய ஆசிய நாடுகளுக்கும் சில ஐரோப்பிய தேசங்களுக்கும் அதை மாட்டுவண்டி வைத்துக் கொண்டுபோய் விற்றுக் காசாக்கிக்கொண்டிருந்தார்கள். அரசாங்கமே அபின் தோட்டங்களை வளர்த்துக்கொண்டிருந்தது. வருமானத்துக்கு அது ஒன்றுதான் பிரதானமான பாதை.

ஆங், பாதை. விஷயத்துக்கு வருவோம். தாலிபன்கள் கந்தஹாருக்கு வந்தவுடனே செய்த முதல் காரியம் குறித்துச் சொல்லவேண்டும். குரு காணிக்கை மாதிரி பாகிஸ்தானுக்கு ஒரு பெரிய உபகாரம் பண்ணினார்கள். 1994ம் வருடம் பாகிஸ்தானிலிருந்து மத்திய

ஆசிய நாடுகளுக்கு சரக்கு எடுத்துச் செல்லும் ஒரு பிரத்தியேக வர்த்தகப் பாதையொன்று தாலிபன்களால் உருவாக்கப்பட்டது. லைசென்ஸ் இல்லாத வர்த்தகம் அது. என்னென்ன பொருள்கள் போயின என்று சரியாகத் தெரியவில்லை. ஆனால் மாதத்துக்குச் சில கோடிகளாவது பணம் கைமாறும் வர்த்தகம்.

சரக்குகள் முதலில் கராச்சியில் உள்ள ஐ.எஸ்.ஐ. தலைமை அலுவலகத்துக்கு அனுப்பப்படும். அங்கிருந்து ஆப்கன் எல்லை வரை ஐ.எஸ்.ஐயின் டிரக்குகளிலேயே கொண்டு செல்லப்பட்டு, அங்கே தாலிபன்களிடம் ஒப்படைக்கப்படும். எவ்வித சிக்கலும் இல்லாமல் அதை உஸ்பெகிஸ்தானுக்கும் கசகஸ்தானுக்கும் துர்க்மெனிஸ்தானுக்கும் அவர்கள் கொண்டுபோய்ச் சேர்க்கவேண்டும். சேர்த்தார்கள். நயா பைசா நடுவில் லாபம் அடிக்காமல், பணத்தை முழுவதுமாக மூட்டை கட்டி அப்படியே பாகிஸ்தானிடம் கொடுத்தார்கள். தோராயமாக ஒரு வருடத்தில் எண்பதிலிருந்து தொண்ணூறு கோடி ரூபாய் அளவுக்கு வருமானம் தரக்கூடிய சிறு தொழிலாக இது இருந்திருக்கிறது. (இந்தத் தொகைக்கு ஆதாரம் கிடையாது. செய்தி வடிவில் உலவிய வதந்தி மட்டுமே.) அந்தப் பணம் முழுதும் ஐ.எஸ்.ஐ.யின் வளர்ச்சி நிதிக்குத்தான் சென்றது.

இந்த விஷயத்தில்தான் முதல் முதலில் ஆப்கனை துண்டு துண்டாக ஆண்டுகொண்டிருந்த பல போராளிக் குழுகளுக்கும் தாலிபன்களுக்கும் மோதல் தொடங்கியது. ஏதாவது ஓரிடத்தில் ஆரம்பிக்க வேண்டுமல்லவா? இதையே எடுத்துக்கொள்ளுங்கள் என்று ஐ.எஸ்.ஐ. சமிக்ஞை செய்தது.

நஜிபுல்லாவுக்குப் பிறகு அங்கே ஆட்சியாளர் என்று யாருமில்லாமல் இருந்தது. எல்லோருமே ஆள விரும்பியதால், யாருக்கும் முழு ஆப்கன் கிடைக்காமலிருந்தது. ஒரு பக்கம் வடக்குக் கூட்டணிப் படையினர் என்கிற பெயரில் அஹமது ஷா மசூதின் ராணுவத்தினர் ஆப்கனின் வடக்கு மற்றும் வடமேற்குப் பகுதியை ஆட்சி புரிந்துகொண்டிருந்தார்கள். ஆப்கனின் ஏனைய பகுதிகளில் வாய்ப்புக்கிடைத்த யாரும் எப்போது வேண்டுமானாலும் ஆளலாம் என்கிற நிலைமை. ஆட்சி என்பதுதான் என்ன? அதிகாரத்தைப் பயன்படுத்தி வரி வசூல்

மற்றும் பிற சௌகரியங்களை அனுபவிப்பது. அவ்வளவுதான் அவர்களுக்குத் தெரிந்திருந்தது.

இம்மாதிரியான சந்தர்ப்பத்தில்தான் தாலிபன்கள் முழு ஆப்கனைக் கைப்பற்றும் நோக்கமுடன் படை திரட்டிக்கொண்டு புறப்பட்டார்கள். அவர்களது வெற்றிக்குப் பின்னால் இருந்து வரிக்கு வரி பாடம் சொல்லிக்கொடுத்தது ஐ.எஸ்.ஐ. ஒரு ஆச்சர்யம். ஐ.எஸ்.ஐ. கணக்கிட்டிருந்தபடியே, ஆப்கனில் அவர்கள் யுத்தம் தொடங்கியபோது சரியாகப் பத்தாயிரம் பேர் இருந்தார்கள். பெரிய படை என்று சொல்லமுடியாவிட்டாலும் கணிசமான யுத்த ஞானம் பெற்றவர்களாக அவர்கள் இருந்தார்கள். வடக்குக் கூட்டணிப் படையினருடன் ஒப்பிட்டால் நிச்சயம் அதிக பலம்தான் என்று ஐ.எஸ்.ஐ. நினைத்தது. எனவே நம்பிக்கையுடன் யுத்தத்துக்கான வரைபடங்களைத் தயாரித்து அளித்தார்கள்.

கந்தஹாரிலிருந்து புறப்படுகிறீர்கள். இலக்கு காபூல். வழியில் நீங்கள் சந்திக்கும் ஒவ்வொரு தடையையும் தவிடுபொடியாக்குகிறீர்கள். கடக்கும் இடமெல்லாம் உங்களுக்குச் சொந்தம். அங்கங்கே உங்கள் பிரதிநிதியாக ஓர் ஆட்சியாளரை அமர்த்திக்கொண்டே செல்லுங்கள். எதிர்த்து யார் பேசினாலும் உடனடியாகச் செய்யவேண்டிய திருப்பணி, கொலை. அதற்குத் தயங்கவேண்டாம். மக்களுக்கு உங்களிடம் அச்சம் கலந்த மரியாதை வரவேண்டும். மதிப்புடன் கூடிய கீழ்ப்படிதல் அவர்கள் பழகவேண்டும். நீங்கள் நல்லது செய்யப்போகிறீர்கள் என்று அவர்கள் நம்பவேண்டும். அதே சமயம் அதிரடிகளுக்குத் தயங்காதவர்கள் என்பதும் புரியவேண்டும். சொல்வது முதலில் உங்களுக்குப் புரிகிறதா?

தாலிபன்கள் தலையாட்டினார்கள். ஐ.எஸ்.ஐ. போட்டுக்கொடுத்த பாதையில் படைகளைக் கிளப்பிக்கொண்டு முன்னேறத் தொடங்கினார்கள். முதலில் அவர்களுக்கு ஜலாலாபாத் கிடைத்தது. அப்புறம் காபூல் வசப்பட்டது. பிறகு சற்றுப் பொறுத்து 1998ம் ஆண்டு மஸார் ஈ ஷெரீஃப் பிராந்தியமும் வசமானது. பின்னாளில் (2001 வாக்கில்) அல் காயிதாவினரால் கொலை செய்யப்பட்ட வடக்கு கூட்டணிப் படையின் கமாண்டர் அகமது ஷா மசூத் தன்னால் இயன்ற அளவுக்குத் தாலிபன்களை எதிர்த்துப்

போராடினார். ஆனால் போர்த்தந்திர நடவடிக்கைகள் என்று அவர்களிடம் ஏதுமில்லை. தாலிபன்களுக்கு திட்டம் தீட்டும் வேலை இல்லை. அனைத்தையும் ஐ.எஸ்.ஐ. பார்த்துக்கொண்டது. ஐ.எஸ்.ஐயின் உளவாளிகள் ஆப்கன் முழுவதும் அப்போது பரவி நிறைந்திருந்தார்கள். ஒவ்வொரு கிராமம், நகரம், பெருநகரம், மாவட்டமாக வடக்குக் கூட்டணிப் படையின் அசைவுகளைக் கண்காணித்து ரிப்போர்ட் அளித்துக்கொண்டே இருந்தார்கள். அவர்கள் வசமிருந்த ஆயுதங்கள் குறித்த தகவல்கள், ஆள்பலம் பற்றிய புள்ளிவிவரங்கள், அவர்கள் ஓய்வெடுக்கும் இடங்களைக் குறித்த தகவல்கள், அடுத்த இலக்காக என்ன திட்டமிட்டிருக்கிறார்கள் என்கிற அதிமுக்கியத் தகவல் - ஒன்று பாக்கியில்லை.

ஐ.எஸ்.ஐ. போன்ற ஜித்து அமைப்புக்கு வடக்கு கூட்டணிப் படை போன்ற அரை டிக்கெட் ராணுவத்துக்குள் ஊடுருவுவது பெரிய காரியமே இல்லை. அவர்கள் செய்யாத ஒரே காரியம், நேரடியாகத் தன் ராணுவத்தையும் களத்தில் இறக்காமல் இருந்ததுதான். அதையும் செய்திருந்தால் அத்தனை பெரிய யுத்தமே கூட வேண்டியிருந்திருக்காது. ஒரு நாள். அல்லது இரண்டு நாள். அவ்வளவுதான்.

ஆனால் தன்னிடம் படித்த பையன்கள் எப்படிப் பணியாற்றுகிறார்கள் என்று அவர்கள் பார்க்க விரும்பினார்கள். தாலிபன்களின் ஒவ்வொரு நடவடிக்கையையும் புகைப்பட ஆதாரங்களுடன் பதிவு செய்துகொண்டார்கள். தாலிபன்களின் எழுச்சி நடைபெற்ற காலத்தில் அவர்களது ஒவ்வொரு படைப்பிரிவிலும் ஐ.எஸ்.ஐயின் புகைப்பட நிபுணர்கள் இருந்தார்கள். சில இடங்களில் வீடியோ கேமராக்களுடன் அவர்களும் கூட ஓடினார்கள். என்னமோ லைவ் கமெண்டரி கொடுக்கிற அவசரத்தில் பாய்ந்து பாய்ந்து படமெடுத்து மேலிடத்துக்கு அனுப்பிக்கொண்டே இருந்தார்கள்.

இஸ்லாமாபாத்தில் இருந்த ஐ.எஸ்.ஐயின் தலைமையகத்தில், ஆப்கனின் சிவில் யுத்தத்தை நிர்வகிக்கவென்றே தனியொரு செல் அமைத்திருந்தார்கள். சில அதிகாரிகளும் பல ஃபீல்ட் ஆபீசர்களும் நிறைந்த அந்த செல்லைச் சேர்ந்தவர்கள், வந்து சேரும்

வீடியோக்களை கவனமாகப் பார்த்து, தாலிபன்கள் தாக்குதலில் செய்யும் தவறுகளைக் குறித்துக்கொண்டு, உடனுக்குடன் முல்லா ஓமருக்குத் தெரியப்படுத்திக்கொண்டே இருந்தார்கள். இதனால், ஒரு நாள் செய்யும் தவறு மறுநாள் தவிர்க்கப்பட்டது.

இந்த சௌகரியம் இருந்ததால்தான், அவர்களால் வெகு அநாயாசமாக ஆப்கனின் 98 சதவீத நிலப்பரப்பைக் கைப்பற்ற முடிந்தது.

1996 முதல் 2001ம் ஆண்டு டிசம்பர் வரை - ஐந்து முழு ஆண்டுகள் ஆப்கனிஸ்தானைத் தாலிபன்கள் ஆள்வதற்கு ஐ.எஸ்.ஐ. மூல காரணம். பதவிக்கு வருவதற்கு மட்டுமல்ல. ஆட்சிக்காலம் முழுவதும் தாலிபன்களுக்கு அவர்கள் உதவி செய்துகொண்டே இருந்தார்கள். பாகிஸ்தான் ஒரு மேற்கத்திய கலாசார பாதிப்பு கொண்ட தேசமாக இருந்தாலும் தாலிபன்களின் அடிப்படைவாத ஆட்சியை ஆதரித்துக்கொண்டிருந்த வகையில் பிற இஸ்லாமிய தேசங்களின் நல்லுறவைத் தக்கவைத்துக்கொள்ள அது ஒரு ராஜதந்திர நடவடிக்கையாக மேற்கொள்ளப்பட்டதாகச் சொல்லப்பட்டது.

எத்தனையோ தாதாக்கள் ஆப்கனா? ஐயோ! என்று அலறி ஓடிய காலகட்டங்களிலும் பாகிஸ்தான் மட்டும் விடாமல் அவர்களுடன் தூதரக உறவுகள் வைத்துக்கொண்டிருந்தது. தாலிபன்கள் கட்டைப்பஞ்சாயத்து ஆட்சி நடத்தி சர்வதேச அளவில் கெட்ட பெயர் சம்பாதித்துக்கொண்ட காலத்திலும் பாகிஸ்தான் மட்டும் பரப்பிரும்மமே என்று பார்த்துக்கொண்டு பேசாமல் இருந்தது. அவர்கள் பாமியானில் புத்தர் சிலைகளை உடைத்தபோதுகூட வருத்தம் தெரிவித்தார்களே தவிர, கண்டனம் தெரிவிக்கவில்லை.

அது, ஐ.எஸ்.ஐயின் குழந்தை. முரட்டுக் குழந்தையானாலும் பெற்ற குழந்தை. சீராட்டிப் பாலூட்டி வளர்த்த குழந்தை. எனவே விட்டுக்கொடுக்காமல்தான் இறுதிவரை இருந்தார்கள்.

பிரசித்தி பெற்ற தமிழ் சினிமாக்களின் ரெகுலர் ஃபார்முலாப்படி, அதே தாலிபன்களுக்கு எதிராக 2001 செப்டம்பருக்குப் பிறகு பாகிஸ்தான் ராணுவமும் ஐ.எஸ்.ஐயுமே ஆயுதம் ஏந்தவேண்டிய அவசியம் உருவானது. உள்ளுக்குள் பாசம். மேலுக்குக் கடமை.

உலகப் பிரசித்தி பெற்ற உணர்ச்சிப் போராட்டம். எல்லாம் ஒசாமா பின்லேடனின் உலக வர்த்தக மையத் தகர்ப்பு நடவடிக்கைகளின் விளைவு.

பயங்கரவாதத்துக்கு எதிரான அமெரிக்காவின் யுத்தத்தில் பாகிஸ்தானும் பங்குபெற நேர்ந்தது சோகச் சுவை நிரம்பிய ஒரு காவியத் தருணம். தாலிபன்களை உருவாக்கிய ஐ.எஸ்.ஐயே அவர்களைப் பற்றிய தகவல்களை அமெரிக்கக் கூட்டணிப் படையினருக்கு அளிக்க வேண்டி வந்தது. பல தாலிபன் கூடாரங்களை அவர்களே பீரங்கி வைத்துத் தகர்க்க நேர்ந்தது. எப்படியும் ரத்தக்கண்ணீர் உகுத்திருப்பார்கள்.

நவீன உலகில் ரத்தக்கண்ணீருக்கெல்லாம் பெரிய மரியாதை கிடையாது. மொத்த உணர்ச்சிகளையும் விற்றாவது ஆட்சியில் நிலைத்திருக்க வேண்டியது அவசியம். முஷரஂஃப் அதைத்தான் செய்தார். இன்றைக்கு வரை பரம சௌக்கியமாக இருக்கிறார்.

ஐ.எஸ்.ஐயில் பாகிஸ்தான்

10. என்னைப் பார், சிரி!

பாகிஸ்தான் அரசியலில் ராணுவத்துக்கான முக்கியத்துவம் என்பதை, அத்தேசத்தின் முதல் பிரதமர் லியாகத் அலிகான் உருவாக்கினார். ஐ.எஸ்.ஐக்கான முக்கியத்துவத்தை பாகிஸ்தானின் முதல் ராணுவ ஆட்சியாளரான அயூப் கான் உருவாக்கினார்.

அதுநாள் வரை உளவுத்துறை என்றொரு அமைப்பும் இருக்கிறது என்கிற அளவில்தான் ஐ.எஸ்.ஐயும் இயங்கிக்கொண்டிருந்தது. அயூபின் காலத்தில்தான் அது ஒரு மகத்தான சக்தி என்பதாக அறியப்பட்டது, அல்லது அறிவிக்கப்பட்டது.

எல்லா தேசங்களிலும் உளவுத்துறைகள் உண்டு. கிட்டத்தட்ட இதே மாதிரியான செயல்பாடுகள்தான். கொஞ்சம் கொஞ்சம் வித்தியாசம் இருக்கலாம், பெரிய வித்தியாசம் ஏதும் இருக்காது. நமது இந்திய உளவுத்துறையையே கூட எடுத்துக்கொள்ளலாம். *RAW* என்று பெயர். சற்று விவரமறிந்தவர்களுக்குத் தெரியும். பெயர் மட்டுமாவது. கிராமத்து மக்களுக்கு?

வாய்ப்பே இல்லை அல்லவா? இந்தியா போன்ற சில தேசங்களில் உளவுத்துறை என்பதற்குப் பொதுமக்கள் மட்டத்தில் பெரிய முக்கியத்துவமெல்லாம் கிடையாது. இங்கே அரசாங்கம் முக்கியம். அரசியல்வாதிகள் முக்கியம். அவ்வளவுதான். ஏதாவது யுத்த காலம் என்றால் ராணுவத்தினர் மீது திடீர்ப் பாசம் ஏற்படும். போரில் வென்றால் சாரே ஜஹான் சே அச்சா பாடுவோம். தோல்வியுற்றால் வருத்தப்படுவோம். அவ்வளவுதான். கிரிக்கெட் தோல்விக்குத் திட்டுவது போலத் திட்டவெல்லாம் மாட்டோம். காரணம், நமக்குத் தெரியவரும் விவரங்கள் அவ்வளவுதான்.

ராணுவம், உளவுத்துறை போன்ற துறைகள் சார்ந்து நமக்குக் கிடைப்பதெல்லாம் வடி கட்டிய செய்திகள். உடம்புக்கு ஒத்துக்கொள்ளக்கூடியவை மட்டும். கார்கில் யுத்தத்தில் இந்தியா பின்வாங்கிய, இழந்த கணங்கள் எதையாவது நாம் அறிவோமா? இல்லை அல்லவா? அதுதான். ஹீரோக்கள் அடிபடுவதை நம்மால் சகிக்க முடியாது. மக்கள் மனம் புரிந்த ஆட்சியாளர்கள், அது கோணும்படி நடந்துகொள்வதில்லை என்பதுதான் விஷயம்.

ஆனால் பாகிஸ்தானில் அப்படியில்லை. ராணுவமோ, உளவுத்துறையோ ஒரு காரியம் செய்கிறது என்றால், அது அரசுக்குத் தெரிவதற்கு முன்னால் பொதுமக்களுக்கு வந்துவிடும். மக்களுக்குப் பிரதமர் அல்லது அதிபரைக் காட்டிலும் ராணுவத் தளபதிகள் அங்கே முக்கியம். உளவுத்துறை இயக்குநர் ஏதாவது பேசினால் இரண்டு காதையும் கொடுத்து கவனிப்பார்கள். அந்தக் கலாசாரம் அப்படி.

பெரும்பாலும் ராணுவ ஆட்சிகளிலேயே கழித்துவிட்ட மக்கள். அவர்களைக் குறை சொல்லமுடியாது. அப்படி ஆக்கிவிட்டார்கள் என்பதுதான் விஷயம்.

அயூபின் காலத்தில் ஐ.எஸ்.ஐக்கு அளிக்கப்பட்ட முக்கியத்துவம், அதற்குமுன் அமெரிக்கா தவிர உலகின் வேறெந்த தேசத்திலும் உளவு அமைப்புகளுக்கு அளிக்கப்படாதது. கட்டற்ற சுதந்தரம், கணக்கற்ற வாய்ப்புகள். அது அப்போது தேவையாகவும் இருந்தது. குறிப்பாக, பாகிஸ்தானின் உள்நாட்டு அரசியல் குழப்பங்கள் உச்சத்துக்குப் போய்க்கொண்டிருந்த தருணம் அது. கிழக்கு பாகிஸ்தானில் நாளொரு கலவரம், பொழுதொரு தடியடி என்று தினங்கள் ரத்தத்தில் விடிந்துகொண்டிருந்தன.

உள்நாட்டு விவகாரங்களை கவனிக்கவேண்டிய ஐ.பி. அங்கே செயலற்றிருந்தது. அதற்கும் காரணம் உண்டு. விகிதாசாரப் பிரதிநிதித்துவத்தின் படி, கிழக்கு பாகிஸ்தான் பிரிவு ஐ.பியில், வங்காளிகளே பெரும்பான்மையோராக இருந்தார்கள். மேற்கிலிருந்து சில அதிகாரிகள் மட்டும் இருந்தார்கள். அடிப்பொடிகள் அனைவரும் வங்காளிகள். என்னதான் ஐ.பி. உத்தியோகஸ்தர்கள் என்றாலும், அவர்களும் கிழக்கு பாகிஸ்தான் மக்கள். சுதந்தரதாகம் அவர்களுக்கும் இருந்தது. மத்திய

அரசு சம்பளம் கொடுக்கிறது என்றாலும் மற்றவற்றை யார் கொடுப்பார்கள்? தாங்கள் மாற்றாந்தாய் மனப்பான்மையுடன் நடத்தப்படுகிறோம் என்கிற எண்ணத்தை அவர்களால் தவிர்க்கவே முடியவில்லை.

எனவே, அவாமி லீக் அங்கே எழுச்சி பெற்று, மிகப்பெரிய சக்தியாக வளரத் தொடங்கியபோது கண்ணை மூடிக்கொண்டு மனத்தை அவர்கள் வசம் ஒப்படைத்துவிட்டார்கள். மத்திய அரசுக்கு விசுவாசமாக, அவாமி லீகின் நடவடிக்கைகளை யூகித்து, கவனித்து, புலனாய்வு செய்து ரிப்போர்ட் அனுப்பவேண்டியவர்கள், அரசுத் தரப்பு எதிர் நடவடிக்கைகள் குறித்து முஜிபுர் ரஹ்மானுக்கே உளவு சொல்லத் தொடங்கியிருந்தார்கள்.

இதனால் கவலை கொண்ட அயூப் கானும் அவரைத் தொடர்ந்து வந்த யாஹியா கானும் இனி ஐ.பியை நம்பிப் பிரயோஜனமில்லை என்று தலையில் தண்ணீர் தெளித்துவிட்டுவிட்டார்கள். ஐ.எஸ். ஐயையே உள்நாட்டு விவகாரங்களையும் கவனிக்கச் சொல்லி வாய்வழி உத்தரவு அளிக்கப்பட்டது. இதனால், அறிவிக்கப்படாத உள்நாட்டுப் பிரிவு ஒன்று ஐ.எஸ்.ஐயில் உருவாக்கப்பட்டது.

வெளி விவகாரமும் அவர்களே, உள் விவகாரமும் அவர்களே என்றானபடியால் தினசரி ராணுவத்துடனும் மத்திய, மாநில அரசுகளுடனும் நேரடித் தொடர்பு கொள்ளவேண்டியதானது. உள்ளூர் கட்சி ஊர்வலமானாலும் சரி, காஷ்மீர் விவகாரமானாலும் சரி, தாலிபன்கள் விஷயமானாலும் சரி, தாடிக்கார ஒசாமா சமாசாரமானாலும் சரி. ஐ.எஸ்.ஐ. இல்லாமல் அணுவும் அசையாது என்றாகிப் போனது.

காஷ்மீர், பங்களாதேஷ் யுத்தங்களில் தோற்றபோது முதலில் ஐ.எஸ்.ஐயையே குறை சொன்னாலும் அரசியல்வாதிகளுக்கும் அவர்களது முக்கியத்துவம் புரிந்திருந்தது. அவர்கள் இல்லாது போனால் விழுந்த உதைகளின் எண்ணிக்கை இன்னும் அதிகரிக்கத்தான் செய்திருக்கும் என்கிற புரிதல் அது.

இதனை முதலில் புரிந்துகொண்டவர் ஜுல்ஃபிகர் அலி புட்டோ.

–

அயூப் கானின் அமைச்சரவையில் வெளிவிவகாரத் துறை அமைச்சராக இருந்தவர் அவர். சாஸ்திரி உடனான தாஷ்கண்ட்

ஒப்பந்தத்துக்குப் பிறகு அயூப் அரசிலிருந்து பதவி விலகி பாகிஸ்தான் மக்கள் கட்சி என்றொரு அரசியல் கட்சியைத் தொடங்கி, மிகக் குறுகிய காலத்தில் மாபெரும் செல்வாக்குப் பெற்றவர். அப்போதுகூட அவருக்கு மேற்கு பாகிஸ்தானில்தான் வோட்டுகள் விழுந்தன. கிழக்குப் பகுதியில் சைபர். முஜிபுர் ரஹ்மான் அங்கே அசைக்க முடியாத மாபெரும் தலைவராக இருந்தார்.

அதுதான் புட்டோவுக்கு வியப்பளித்தது. அவரது மக்கள் செல்வாக்கு எப்படிப்பட்டது என்பது புரிய ஒரே ஒரு உதாரணம்தான் சொல்லமுடியும். தமிழகத்தில் எம்.ஜி.ஆருக்கு இருந்த செல்வாக்கு. எம்.ஜி.ஆர். ஆட்சியில் இருந்தவரை தி.மு.க.வால் இங்கே ஒன்றுமே செய்யமுடியவில்லை. எத்தனை வருடங்கள்! ஒவ்வொரு தேர்தலிலும் எம்.ஜி.ஆரே வெற்றி பெற்றார். தமிழகத்தின் 234 தொகுதிகளிலும் அவருக்கு செல்வாக்கு மேலோங்கியிருந்த காலத்தை நினைவு கூரலாம்.

அப்படிப்பட்டதொரு செல்வாக்குதான் புட்டோவுக்கு அன்று பாகிஸ்தானில் இருந்தது. ஆனால் மேற்கு பாகிஸ்தானில் மட்டும். கிழக்கே அவரது அரிசி, பருப்புகள் வேகவில்லை. அதனாலேயே, பங்களாதேஷ் யுத்தத்துக்குப் பிறகு, அதன் தோல்விக்குப் பிறகு ஒரு சிறு புரட்சி செய்து யாஹியாவை நீக்கிவிட்டு தேசத்தின் அதிபராக அவர் தன்னை அறிவித்துக்கொண்ட கணம் முதல் உளவுத்துறையை உடும்புப் பிடியாகப் பிடித்துக்கொண்டார்.

என் தேசத்தில் என்னைத் தவிர இன்னொரு மக்கள் தலைவர் கூடாது. பங்களாதேஷ் பிரிந்தால், ஒழியட்டும். பாகிஸ்தானில் இனி அப்படியொரு சம்பவம் நடக்கக்கூடாது. அதற்கு என்ன செய்யலாம்?

யாஹியா கானை வீழ்த்தி, வீட்டுச் சிறையில் வைத்துவிட்டு, ஒரு குட்டிப் புரட்சியில் அவர் ஆட்சிக்கு வந்ததும் மக்களுக்கு அளித்த வாக்குறுதி, அனைவருக்கும் உணவு, அனைவருக்கும் உடை, அனைவருக்கும் வீடு என்பது. ஏழை தேசமான பாகிஸ்தானில் அது மிகப்பெரிய வாக்குறுதி. செய்து முடிப்பது பிரம்ம பிரயத்தனம் என்று எல்லோருக்கும் தெரியும். எப்படியும் செய்யவேண்டும்

என்றுதான் புட்டோவும் நினைத்தார். ஆனால் அதற்கு முன் தன் இருப்பை உறுதிப்படுத்திக்கொள்ள விரும்பியதால்தான் உளவுத்துறையை உடனே உள்ளுக்கு இழுத்தார்.

புட்டோவின் ஆட்சிக்காலத்தில் லெஃப்டினண்ட் ஜெனரல் குலாம் ஜிலானி (Lieutenant General Ghulam Jilani) என்பவர் ஐ.எஸ்.ஐயின் இயக்குநராக இருந்தார். புட்டோ அவரிடம் தன் விருப்பத்தைச் சொன்னபோது அவர் சொன்ன உடனடி பதில்: இப்போது அதிபராக அறிவித்துக்கொண்டிருக்கிறீர்கள். பரவாயில்லை. எத்தனை சீக்கிரம் முடியுமோ, அத்தனை சீக்கிரம் பிரதமராகிவிடுங்கள். மக்கள் உங்களை நேசிப்பது, ஒரு அரசியல் தலைவராகத்தான். ஒரு சிவிலியன் ராணுவத் தோற்றத்துடன் ஆள்வதை அவர்கள் விரும்பமாட்டார்கள்!'

புட்டோவுக்கும் அது சரி என்றுதான் பட்டது. ஆனால், ஒரு சிறு அவநம்பிக்கை இருந்தது. ஒருவேளை தேர்தல் அறிவித்து மக்கள் தன்னைக் கவிழ்த்துவிட்டால்?

எனவே தேசம் முழுதும் தனக்காக மக்கள் மனத்தை அறிந்துவரும் பொறுப்பையும் அவர் ஐ.எஸ்.ஐயிடமே அளித்தார். சுமார் ஆயிரம் ஐ.எஸ்.ஐ. உளவாளிகள் இந்தப் பணியில் ஈடுபடுத்தப்பட்டார்கள். 1971 டிசம்பர் 20ம் தேதி பாகிஸ்தானின் அதிபராக புட்டோ பொறுப்பேற்றிருந்தார். 1972 ஜனவரி 6 முதல் இந்த ரகசியக் கருத்துக்கணிப்புப் பணிகள் ஆரம்பித்தன.

ஐ.எஸ்.ஐயின் உளவாளிகள் பாகிஸ்தானின் மூலை முடுக்கெல்லாம் மாறு வேஷம் போட்டுக்கொண்டு போய் டீக்கடைகளிலும் வரப்பு ஓரங்களிலும் டெண்ட் கொட்டகைகளிலும் சாராயக் கடைகளிலும் இரவு விடுதிகளிலும் இருள் பிரதேசங்களிலும் வர்த்தக மையங்களிலும் மக்களோடு மக்களாகக் கலந்து பேசத் தொடங்கினார்கள்.

'என்னா ஆத்தா, நீ என்ன நினைக்கற? இந்த புட்டோ எலக்சன்ல நின்னா செயிப்பாருங்கற?'

'கண்டிசனா செயிப்பாரு ராசா. என்னா டவுட்டு ஒனக்கு? பாரு, ஆளு சும்மா மம்மதன் கணக்கால்ல இருக்காரு? என்

வயசுக்காலத்துல பாத்திருந்தன்னா, காந்தர்வ விவாகம் பண்ணிக்கிட்டிருந்திருப்பன்ல?'

'புரட்சி பண்ணியில்ல வந்திருக்காரு? இவருக்கும் ஆர்மி ஆபீசருங்களுக்கும் என்ன பெரிய வித்தியாசம்? எல்லாம் ஒரே குட்டைல ஊறின மட்டைங்கதான்!'

'தூத்தேறி. வாயக் கழுவுடா கசுமாலம். யாரப்பாத்து என்ன சொல்லுற? நம்மள காப்பாத்த வந்திருக்கற சாமிடா அவுரு. முள்ள முள்ளாலதான் தம்பி எடுக்க முடியும். இவரு ஒரு ரவுசு வுடாமகண்டி இருந்திருந்தாருன்னா அந்தாளு யாஹியா பொட்டிய கட்டிக்கினு போயிருப்பாருங்கற? பேமானி, பங்களாதேஷு ல தோத்துட்டு வந்து நிக்கறாம்பாரு.'

மக்கள் நினைத்ததை, உணர்ந்ததை, பேசியதை அப்படியே எழுதி எடுத்துவந்து அளித்தது ஐ.எஸ்.ஐ.

ஆனாலும் ஒரு தேர்தல் நடத்தலாம் என்று அவருக்கு நம்பிக்கை வந்தது 1973ல்தான். அதிக ஆடம்பரமில்லாமல் ஒரு பொதுத்தேர்தல். தான் ஒரு ஜனநாயக வாதிதான். சந்தர்ப்ப சூழ்நிலைகள் அப்படியொரு புரட்சி செய்து ஆட்சிக்கு வரச்செய்துவிட்டன. இந்தத் தேர்தலில் நீங்கள் வாக்களிக்காவிட்டால் நிம்மதியாக வீட்டுக்குப் போய், படிக்க ஆரம்பித்துவிடுவேன். இன்னும் நான் வாங்கிவைத்துப் படிக்கப்படாமலிருக்கும் புத்தகங்கள் இரண்டாயிரத்தைத் தாண்டும் என்று பேசினார்.

மக்கள் புட்டோவை நம்பினார்கள். எனவே அவரது பாகிஸ்தான் மக்கள் கட்சிக்கே வாக்களித்து ஆட்சியில் அமரவைத்தார்கள். புட்டோ, சாமர்த்தியமாகத் தனது அடிப்பொடிகளுள் ஒருவரான ஃபஸல் இலாஹி சவுத்ரி என்பவரை ஜனாதிபதியாக்கினார். ஐ.எஸ்.ஐ அதிகாரிகளைக் கூப்பிட்டு விருந்து வைத்து நன்றி சொன்னார். விருந்தின் முடிவில் இன்னொன்றும் சொன்னார்.

எனக்கு நமது ராணுவத்தின் மீது அத்தனை நம்பிக்கை இல்லை. நீங்கள் அவர்களையும் தொடர்ந்து கண்காணித்துவரவேண்டும்.

ஓர் உளவு அமைப்பின் பலத்தை எப்படியெல்லாம் கூட்டலாம் என்பதற்கு இதெல்லாம் பாடம். ஐ.எஸ்.ஐயின் தகுதியை,

பாகிஸ்தான் ராணுவத்தைக் காட்டிலும் உயர்த்த புட்டோ முடிவு செய்தது மிகவும் அபத்தமான ஒரு முடிவு. ஆனால் ஐ.எஸ். ஐக்கு அது பிடித்திருந்தது. எப்போதும் ராணுவத்துக்கு ஒரு படி கீழே, அல்லது சமமாக என்றுதான் அவர்கள் மாறி மாறி இருந்து வந்தார்கள். புட்டோ பிரதமரானதும் திடீரென்று ராணுவத்தையே வேவு பார்க்கச் சொல்லி உத்தரவிட்டதில் குளிர்ந்து போனார்கள்.

ஆனால் இதன் விளைவுகள் மிக மோசமாகும் என்று அவர்களும் நினைத்துப் பார்க்கவில்லை. ராணுவத் தளபதியாக இருந்த ஜியா உல் ஹக்குக்குத் தூங்கும்போதும் கூட யார் என்ன பேசினாலும் கேட்கும்; எங்கே பேசினாலும் கேட்கும். அவர் ஐ.எஸ். ஐயையோ, ஐ.பி.யையோ நம்புகிறவர் அல்லர். ராணுவத்திலேயே தனக்கெனத் தனியொரு உளவு அமைப்பை ரகசியமாக நடத்திக்கொண்டிருந்தவர்.

செய்தி வந்து சேர்ந்த தினத்திலிருந்தே அவர் புட்டோவைக் கவிழ்க்க ஆயத்தங்கள் செய்யத் தொடங்கிவிட்டார்.

1975க்குப் பிறகு, பாகிஸ்தானில் என்னென்னவோ நடந்தது. புட்டோ அரசின் மெஜாரிடி பலம் கொடுத்த தெம்பில் அமைச்சர்களும் அதிகாரிகளும் தத்தம் ஊழல் வங்கிகளை வீதி தோறும் திறக்க ஆரம்பித்தார்கள். எதைத்தொட்டாலும் ஊழல், எங்கு தொட்டாலும் ஊழல். கேட்க ஒரு நாதி கிடையாது என்று மனப்பூர்வமாக நம்பினார்கள்.

ஐ.எஸ்.ஐ. புட்டோவிடம் பல சமயம் இதுகுறித்து எச்சரித்திருக்கிறது. சகிக்கமுடியாத ஊழல் நாற்றம் என்று பக்கம் பக்கமாக ஆதாரபூர்வமான அறிக்கைகள் அனுப்பிப் பார்த்தார்கள். புட்டோ கண்டுகொள்ளவில்லை. தேன் அடிப்பவன் புறங்கையை நக்காமல் இருக்க மாட்டான் என்கிற சித்தாந்தத்தில் நம்பிக்கை கொண்டவர் அவர்.

அவருக்கு ஒரு நம்பிக்கை இருந்தது. தனது அமைச்சரவையில் யார் ஊழல் செய்தாலும், தன்மீது பழி வராது என்று நினைத்தார். பிறவி பணக்காரரான புட்டோ ஊழல் செய்துதான் சம்பாதிக்கவேண்டுமென்பதில்லை. இது மக்களுக்குத் தெரியும். எனவே தன் மதிப்புக்குக் குறை வராது என்றே அவர் கருதினார்.

மக்கள் சும்மா இருந்தென்ன, துள்ளியெழுந்தென்ன? தக்க நேரத்துக்குக் காத்திருந்த ஜியா உல் ஹக் தனது முன்னோர்கள் வழியில் ஒரு ராணுவப் புரட்சி செய்துவிடுவது என்று முடிவெடுத்துவிட்டார்.

முடிவெடுத்ததும் அவர் செய்த முதல் காரியம், ஐ.எஸ்.ஐயில் புட்டோ எதிர்ப்பு அணியைச் சேர்ந்த அதிகாரிகள் யார் யார் என்று கணக்கெடுத்ததுதான். தனியே கூப்பிட்டார். முதல் முதலில் ஐ.எஸ். ஐக்கு சி.ஐ.ஏ., பயிற்சி கொடுத்ததே, அந்த வடமேற்கு எல்லைப்புற கேம்ப் இருந்த இடத்துக்கு அருகே ஒரு ரகசிய இடத்தில்.

'புட்டோ ஒரு ஊழல்வாதி என்று நான் சொல்கிறேன். உங்களுக்கு அதில் ஏதாவது சந்தேகம் இருக்கிறதா?'

'இல்லை.'

'அவர் ஒழிக்கப்படவேண்டியவர் என்று நான் சொல்கிறேன். இதில் மாற்றுக்கருத்து ஏதும் இருக்கிறதா?'

'இல்லை.'

'ராணுவத்தைவிட உளவுத்துறை முக்கியம் என்று ஒரு பிரதமர் நினைப்பது தேச நலனுக்கு ஊறு என்று நான் நினைக்கிறேன். ராணுவமும் உளவு அமைப்பும் இரண்டு கண்கள் மாதிரி இணைந்து செயல்படவேண்டும் என்பது என் கருத்து. உங்களுக்கு?'

அவர்களுக்குப் புரிந்துவிட்டது. எனவே, 'அதுவேதான்' என்று பதில் சொன்னார்கள்.

'என்றால், நாம் செயல்படத் தொடங்கலாம் என்று நினைக்கிறேன். உங்கள் தலைவருக்கு இப்போது எதுவும் தெரியவேண்டாம். நாம் காரியத்தை முடிப்போம். புட்டோவின் கதையை முடித்துவிட்டுப் பிறகு உங்கள் தலைவரை கவனிக்கலாம்.'

சரி என்று தலையசைத்தார்கள்.

மேஜர் ஜெனரல் அக்தர் அப்துர் ரெஹ்மான், லெஃப்டினண்ட் ஜெனரல் ஹமீத் குல், லெஃப்டினண்ட் ஜெனரல் ஷாம்ஸுர் ரெஹ்மான் கல்லூ, லெஃப்டினண்ட் ஜெனரல் ஆஸாத்

துரானி ஆகியோர் அப்போது ஐ.எஸ்.ஐயில் இருந்த ஜியா ஆதரவாளர்களுள் முக்கியமானவர்கள். இவர்கள் அத்தனை பேருமே புட்டோ அரசின் ஊழல் நாற்றத்தைக் கண்டு மூக்கைப் பொத்திக்கொண்டவர்கள். பாகிஸ்தானுக்கு ஜனநாயக ஆட்சி சரிப்பட்டே வராது என்று உறுதியாக நம்பியவர்கள். தகுதி மிக்க ராணுவத் தலைமை ஒன்றுதான் பாகிஸ்தானைக் கடைத்தேற்றும் என்பது இவர்களுடைய அசைக்க முடியாத நம்பிக்கை.

ஆகவே ஜியாவுடன் கைகோத்தார்கள்.

ஜூலை 5, 1977 அன்று ஜுல்ஃபிகர் அலி புட்டோவையும் அவரது அமைச்சரவை சகாக்களையும், அரசின் மிக உயர்ந்த அந்தஸ்தில் இருந்த சில அதிகாரிகளையும் ராணுவம் கைது செய்தது. புரட்சி நடந்துகொண்டிருப்பதாக அறிவிக்கப்பட்டது. அனைத்து முக்கிய நகரங்களிலும் ராணுவம் குவிக்கப்பட்டது. வானொலி ஒலிபரப்புகள் நின்றன. பேருந்துகள் ஓடவில்லை. எங்கும் ராணுவம். எதிலும் ராணுவம்.

ஜெனரல் ஜியா மைக் முன்னால் வந்து பேசினார். தேச நலன் கருதி ராணுவ ஆட்சி அமலாகிறது. அரசியலமைப்புச் சட்டம் தாற்காலிகமாக முடக்கிவைக்கப்படுகிறது.

சுதந்தரமடைந்த நாளாக எழுதிக்கொண்டிருந்து, புட்டோ காலத்தில்தான் அந்தச் சட்டம் ஒரு வடிவம் பெற்று நடைமுறைக்கு வந்திருந்தது. வந்த உடனேயே சங்கு ஊதிவிட்டார்கள்.

ஜியா பதவிக்கு வந்தவுடன் ஜெனரல் அக்தர் அப்துர் ரெஹ்மானை ஐ.எஸ்.ஐயின் இயக்குநராக நியமித்தார். இரண்டு முக்கியமான ஜோலிகளையும் கொடுத்தார்.

முதலாவது, பாகிஸ்தானின் சிந்த் பகுதிகளில் வளர்ந்துகொண்டிருந்த கம்யூனிஸ்ட்களை கவனிப்பது.

அடுத்தது, பாகிஸ்தானில் உள்ள ஷியா முஸ்லிம்களைக் கண்காணிப்பது. இது மிகவும் முக்கியம் என்று அவர் நினைத்தார். காரணம் இல்லாமல் இல்லை.

1979ல் இரானில் நிகழ்ந்த மாபெரும் மதப்புரட்சி, அயாதுல்லா கொமேனியின் எழுச்சி, இரானிய மன்னர் ஷா முஹம்மது ரெஸா பாலவியை அவர் ஒழித்துக்கட்டிவிட்டு ஆட்சிக்கு வந்தது,

இரானிய ஷியாக்களின் எழுச்சி, லெபனானில் எதிரொலித்தது, அங்கே ஷியா முஸ்லிம்கள் அரசுக்கு எதிராகத் திரண்டு எழுந்தது அனைத்தையும் கூர்ந்து கவனித்துக்கொண்டிருந்தார் ஜியா.

பாகிஸ்தானிலும் ஷியாக்கள் இருந்தார்கள். மெஜாரிடி இல்லை என்றாலும் கணிசமான அளவுக்கு. ஷியாக்கள் தவிர, இந்தியப் பிரிவினையின்போது பஞ்சாபில் இருந்த அஹமதியா முஸ்லிம்களும் பாகிஸ்தானுக்குத்தான் போய்த் தஞ்சமடைந்திருந்தார்கள்.

ஜியாவின் கவலை இந்த இரண்டு தரப்பினர் குறித்துத்தான். அவர் ஒரு சன்னி முஸ்லிம். இரான் புரட்சியின் பாதிப்பில் பாகிஸ்தானிய ஷியாக்களும் எழுச்சி, புரட்சி என்று ஆரம்பித்துவிடக் கூடாதே என்று கவலைப்பட்டார். அஹமதியாக்களைப் பொறுத்தவரை, அவரளவில் அவர்கள் முஸ்லிம்களே கிடையாது.

எனவே இவர்களை கவனித்து, தேவைப்பட்டால் வைத்தியம் செய்யும் பொறுப்பை அவர் ஐ.எஸ்.ஐயிடம் அளித்தார்.

ஜியா காலத்தில் ஐ.எஸ்.ஐயின் மிகப்பெரிய காரியமாகச் சொல்லப்படுவதே இதுதான். பாகிஸ்தானிய அஹமதியாக்களை ஓட ஓட விரட்டி பிரிட்டனுக்கு அடித்துத் துரத்தியது!

ஆனால் ஷியாக்கள் ஒருமாதிரி தப்பித்துவிட்டார்கள் என்று வைத்துக்கொள்ளுங்கள். இரானா, அது எந்தப் பக்கம் என்று கேட்டுவிட்டார்கள். உண்மையில் பாகிஸ்தானின் அண்டை தேசமான இரானில் ஏற்பட்ட மதப்புரட்சி பாகிஸ்தான் ஷியாக்களை உணர்வு ரீதியில் மிகவும் பாதித்திருந்தது. ஷியாக்களின் தலைவர்கள் சிலர் இரான் சென்று கொமேனியைச் சந்தித்தும் திரும்பியிருந்தார்கள். பாகிஸ்தான் ஷியாக்களுக்கு இரானிய ராணுவத்திலிருந்து பயிற்சிகள் கிடைக்குமா என்று கூடக் கேட்டிருப்பதாகத் தெரிகிறது.

ஆனால் கொமேனி எந்தளவுக்கு மதவாதியோ, அந்தளவுக்கு அரசியல்வாதியும்கூட. பாகிஸ்தானின் பகையைச் சம்பாதித்துக்கொள்ள அவர் விரும்பவில்லை. தேவையும் சூழலும் கூடி வருமானால் இன்ஷா அல்லாஹ் பார்க்கலாம் என்று தாடியை

உருவிக்கொண்டே சொல்லி அனுப்பிவிட்டார். அப்படியொரு சந்தர்ப்பம் பிறகு நேரவில்லை.

ஏனெனில் அஹமதியாக்களுக்கு நேர்ந்த கதியைப் பார்த்த பாகிஸ்தான் ஷியாக்களே ஆத்ம அமைதி அடைந்து, அவரவர் காரியங்களைப் பார்க்கத் தொடங்கிவிட்டார்கள்.

அதென்ன அஹமதியா விவகாரம்? அதை மிச்சம் வைப்பானேன்? பார்த்துவிடலாம்.

இந்திய - பாகிஸ்தான் பிரிவினையின்போது பஞ்சாபை இரண்டாக உடைத்தார்கள். ராவி நதிக்கு அந்தப் பக்கம் இருந்த பஞ்சாப் பகுதி பாகிஸ்தானுக்குப் போனது. இந்தப் பக்கம் இந்தியாவுக்கு. நிலத்தைப் பிரித்தாலே வம்பு. மக்களை?

பஞ்சாபில் அப்போது சீக்கியர்களும் ஹிந்துக்களும் அஹமதியா முஸ்லிம்களும் இருந்தார்கள். அவர்களைப் பொதுவாக ஷியாக்களும் ஏற்கமாட்டார்கள், சன்னி முஸ்லிம்களும் ஏற்கமாட்டார்கள். ஏனெனில் மிர்ஸா குலாம் முஹம்மது காதியான் என்கிற முஸ்லிம் சாது, தன்னை இயேசு நாதரின் மறுபிறப்பு என்று அறிவித்துக்கொண்டு, என்னிடத்தில் வந்தால் இளைப்பாறுதல் கிடைக்கும் என்று ஒரு காலத்தில் சொல்லிவிட்டார்.

இஸ்லாத்தைப் பொறுத்தவரை இறைவனுக்கு அடுத்தபடி முஹம்மது நபி. இடையில் வேறு யாரும் கிடையாது. அப்படி யாராவது உண்டென்று நம்பினால் அவர்கள் முஸ்லிம் இல்லை.

ஷியாக்களுக்கு முஹம்மதுதான் கடைசித் தூதர் என்பதில் அபிப்பிராய பேதம் ஏதும் கிடையாது. ஆனால் முஹம்மதுவின் வாயிலாக வெளிப்பட்ட குர்ஆனைச் சரியாகப் புரிந்துகொள்ளவும், அதன் வழிப்படி நடக்கவும் உரிய வழிகாட்டிகளாக, அவரது குடும்பத்திலிருந்து வந்த சிலரையும் அவர்கள் அங்கீகரிக்கிறார்கள்.

சன்னி முஸ்லிம்கள், முஹம்மதுவுக்குப் பின் ஆட்சியாளர்களாக வந்த கலீபாக்களை ஏற்றார்கள். ஷியாக்களுக்கு கலீபாக்களைப் பிடிக்கவில்லை. மாறாக முஹம்மதுவின் மருமகனும், அவரது வாயிலாக வெளிப்பட்ட இறை வசனங்களை நேரடியாகக் கேட்டவர்களுள்ஒருவருமானஅலீயைஅவர்கள்அங்கீகரித்தார்கள்.

கலீபாக்களைக் காட்டிலும் அலீதான் முஹம்மதுவின் நேரடி வாரிசாக விளங்கமுடியும் என்பது அவர்களது நம்பிக்கை. அலீயைத் தொடர்ந்து மேலும் சிலரையும் அவர்கள் வழிகாட்டிகளாக அங்கீகரிக்கிற விஷயத்தில்தான் அவர்கள் சன்னி பிரிவினரிடமிருந்து வேறுபடுகிறார்கள். சன்னி முஸ்லிம்களுக்கு இந்த வாரிசுத் தொடர்ச்சியில் ஆர்வம் கிடையாது. கலீபாக்களைக் கூட அவர்கள் முஹம்மதுவின் அரசியல் தொடர்ச்சிகளாகத்தான் பார்க்கிறார்களே தவிர, வாரிசுகளாகவோ, வழிகாட்டிகளாகவோ அல்ல.

இந்த நிலையில் இயேசுநாதரின் மறு அவதாரம் என்று ஒருவரைத் தூக்கிப் பிடித்து, அவரைப் பின்பற்ற முடிவு செய்தவர்களை அஹமதியாக்கள் அல்லது காதியான்கள் என்று இஸ்லாத்தின் மற்ற இரு பெரும் பிரிவினர் முத்திரை குத்தி ஒதுக்கிவைத்திருந்தார்கள்.

பிரிவினையின்போது இந்த அஹமதியாக்கள் இந்தியப் பகுதி பஞ்சாபில்தான் அதிகம் இருந்தார்கள். ஆனால் என்ன காரணத்தாலோ, தாங்கள் பாகிஸ்தானுக்குப் போய்விடுவதுதான் நல்லது என்று அவர்களுக்குத் தோன்றிவிட்டது. அதிகாரபூர்வமாக அல்லாமல், ஆயிரக்கணக்கான அஹமதியாக்கள் எல்லை கடந்து பாகிஸ்தானுக்குள் ஊடுருவி ஆங்காங்கே செட்டில் ஆனார்கள்.

புதிய பாகிஸ்தானில் தொடக்கத்தில் அவர்களுக்குப் பிரச்னை ஏதும் இருக்கவில்லை. தேசக் கட்டமைப்புப் பணிகள், அதன் தொடக்கத்திலேயே வந்துவிட்ட அரசியல் குளறுபடிகள் எல்லாம் அரசியல்வாதிகளை அஹமதியாக்களை 'கவனிக்கச்செய்ய' மறந்துவிட்டன. ஜியா உல் ஹக் ஆட்சிக்கு வந்ததும் அதைப் பிடித்தார்.

பாகிஸ்தான் ஒரு முஸ்லிம் நாடு. இங்கே எப்படி அஹமதியாக்கள் இருக்கலாம்? இதுதான் அவரது வாதம். பொறுப்பை ஐ.எஸ். ஐயிடமே விட்டார்.

அவர்கள் வேலையைத் தொடங்கினார்கள். அஹமதியாக்கள் அதிகம் வாழும் பஞ்சாப் மற்றும் சிந்த் பகுதிகளில் இதற்கெனவே ஐ.எஸ்.ஐயின் ஏஜெண்டுகள் போய் கடை திறந்தார்கள். பகுதியில் திடீர் திடீரென்று கலவரங்கள் நடந்தன. அடிப்பவர்கள் யாரென்று

யாருக்கும் தெரியவில்லை. இரவு வந்தால் கண்டிப்பாக ஒரு குடிசையாவது எரியும் என்று ஆனது. கால்நடைகள் திடீர் திடீரென்று நுரை தள்ளி இறந்தன. பயிர்கள் பற்றி எரிய ஆரம்பித்தன.

பற்றவைப்பவர்கள் கண்ணில் பட்டு, கிராமத்து மக்கள் வேலும் வாளும் தூக்கிக்கொண்டு ஓஓஓய் என்று கத்திக்கொண்டே ஓடினால் கண்டிப்பாக இரு தரப்பு அடிதடி உண்டு.

இதையெல்லாம் கூலிப் படைகளைக் கொண்டு நடத்திவைத்த ஐ.எஸ்.ஐ. இன்னொருபுறம் நேரடி மிரட்டலிலும் இறங்கியது. மரியாதையாக ஓடிப்போய்விடுங்கள். இல்லாவிட்டால் உங்கள் சமூகத்தில் ஒரு எறும்புகூட மிச்சம் இருக்காது. வாய்வழி எச்சரிக்கைகள் எங்கே பலன் தராது போய்விடுமோ என்று அஞ்சி, ஒரு சாம்பிளுக்கு அவ்வப்போது பத்திருபது பேரை மொத்தமாகக் கொன்றும் கடாசினார்கள். என்ன காரணத்தால் இன்னார் இறந்து கிடக்கிறார் என்றே தெரியாமலிருந்தது.

எங்கும் பதற்றம். யாவருக்கும் பயம். ஜியாவின் அஹமதியா விரோதப்பேச்சுகளும்அவ்வப்போதுவெளிவந்துகொண்டிருந்தன. கண்டிப்பாக பாகிஸ்தானில் தங்களுக்கு நிம்மதி இருக்காது என்று அவர்கள் முடிவு செய்தார்கள். தோதாக, எலக்ஷன், அது இது என்று ஜியா பூச்சி காட்டுவதற்கே பல ஆண்டுகள் பிடித்தன. எப்படியும் கொஞ்ச காலத்துக்காவது அவர் அசைக்க முடியாத ஆட்சியாளராகத்தான் இருக்கப்போகிறார் என்பது புரிந்துவிட்டது. உளவுத்துறையையும் ராணுவத்தையுமே கண்ணில் விரல் கொடுத்து ஆட்டக்கூடியவராக இருந்தார் அவர். சுதந்தரங்கள் ஒரு பக்கம், அந்த சுண்டுவிரல் ஒருபக்கம். அவருக்கு எதிராக யாரும் அப்போதைக்குக் கனவில் கூட நினைத்துப் பார்க்க முடியாது என்பது உறுதியாகத் தெரிந்துவிட்டது. புட்டோவின் பாகிஸ்தான் மக்கள் கட்சி, மற்ற துண்டு துக்கடாக் கட்சிகள் அனைத்தையும் அணுகி, அஹமதியாக்கள் தங்களைக் காப்பாற்ற ஏதாவது செய்யமுடியுமா என்று கேட்டார்கள்.

யாருக்கும் எதுவும் செய்யத் தோன்றவில்லை. அதிகாரத்தில் இருந்த ஜியா வெளிப்படையாகத் தம் வெறுப்பைக் காட்டினார்.

அதிகாரமில்லாத மற்றவர்கள், அழிந்துபோய்விடுங்கள் என்று மானசீகமாக ஆசீர்வதித்தார்கள்.

இறுதியில் அவர்கள் 'கடைத்தேற' ஐ.எஸ்.ஐயே ஓர் உபாயம் சொன்னது. பேசாமல் பிரிட்டனுக்குப் போய்விடுங்கள்.

அரசியல் அடைக்கலம் அல்லது அகதி ஸ்டேடஸ் அளிக்கிற விஷயத்தில் பிரிட்டன் மட்டுமல்லாமல் பெரும்பாலான ஐரோப்பிய தேசங்கள் அன்றைக்கு மிகப் பெருந்தன்மையுடன் நடந்துகொண்டன. அடைக்கலம் கோரி வருகிறவர்கள் சொல்லும் காரணம் ஏற்கக்கூடியதாக மட்டும் இருந்துவிட்டால் கண்டிப்பாக டிக்கெட் கொடுத்து உள்ளே அனுப்பிவிடுவார்கள்.

அஹமதியாக்களுக்கு வேறு வழியில்லை என்றானது. பெட்டியைக் கட்டிக்கொண்டு புறப்பட்டுப் போக ஆரம்பித்தார்கள். இன்றைக்கு வரை அஹமதியா முஸ்லிம்கள் அதிகம் வாழும் தேசமாக பிரிட்டன் தான் இருக்கிறது. அங்கொன்றும் இங்கொன்றுமாக இந்தியாவில் சிலபேர் உண்டு.

பாகிஸ்தானில் மட்டும் படு சுத்தம்.

உளவுத்துறையின் திருவிளையாடல்கள் இவ்வாறெல்லாமும் நடக்கும் என்பதற்கு ஒரு உதாரணம்தான் இது.

–

ஜியா காலத்தில்தான் ஆப்கன் யுத்தம், அதன் இறுதியில் காஷ்மீர் எல்லையில் தீவிரவாதிகளுக்குப் பயிற்சி முகாம்கள் என்று ஐ.எஸ்.ஐ பம்பரமாகச் சுழலவேண்டியிருந்தது. வானளாவிய அதிகாரம் கொடுத்திருந்தார் என்கிறபடியால் எதையும் சுயமாக அவர்களால் திட்டமிட்டுச் செயல்படுத்த முடிந்தது. ஒரே கண்டிஷன். என்ன செய்வதென்றாலும், தொடங்குவதற்கு முன் அதிபருக்கு ஒரு போன் அடித்து விஷயத்தைச் சொல்லிவிட வேண்டும்.

ஐ.எஸ்.ஐக்கு இந்த ஏற்பாடு வெகு சௌகரியமாக இருந்தது. சுறுசுறுப்பாக யோசித்தார்கள். முஸஃபராபாத் பகுதிக்கு தீவிரவாதிகளை நகர்த்திக்கொண்டுபோய் பயிற்சியளிக்கும் திட்டத்துக்கு பல லட்சக்கணக்கில் தாராளமாகச் செலவு

செய்தார்கள். செக் பிசினசே கிடையாது. எல்லாம் நெட் கேஷ்தான். அட்டைப்பெட்டியில் போட்டு அடைத்து அனுப்பிவிடுவார்கள். எந்த வங்கித் தொடர்பும் கிடையாது. அரசாங்கத்தின் கடைநிலை கிளார்க்குகள்தான் கொண்டுவந்து கொடுப்பார்கள். சுமை இறக்கிவைத்துவிட்டு சாயா குடித்துவிட்டுப் போய்க்கொண்டே இருக்கவேண்டியதுதான்.

இதெல்லாம் நம்பமுடியாத விஷயங்களாகத் தோன்றலாம். ஆனால் உண்மையில் அப்படித்தான் நடந்தது. செய்கிற செலவுக்கு ஒரு கணக்கு நோட்டு கூட அவர்கள் அப்போது வைத்துக்கொள்ளவில்லை. ஜியா அந்த விஷயத்தில் பரம சுதந்தரம் கொடுத்திருந்தார்.

ஒரு சமயம் உஸ்பெகிஸ்தானிலிருந்து லஷ்கர் ஈ தொய்பா அமைப்பு குளிர் ஆடைகள் சிலவற்றை வாங்கி, தன் வீரர்களுக்கு அளித்திருந்தது. அதன் தரமும் கனமும் பிரமாதமாக இருந்தது. பாகிஸ்தானில் அத்தகைய தயாரிப்புகள் கிடையாது. லஷ்கர் வீரர்களின் குளிர் பாதுகாப்பு ஏற்பாடுகளைக் கண்டு வியந்த ஐ.எஸ்.ஐ. அதிகாரிகள், உடனடியாக உஸ்பெக்குக்கு அவர்களிடமே பணத்தைக் கொடுத்து அனுப்பி, ஐ.எஸ்.ஐயின் எல்லைப்பகுதி வீரர்களுக்கு அதே ரக ஆடைகளைத் தருவித்தார்கள்.

சுண்டைக்காய் கால் பணம், சுமைக்கூலி முக்கால் பணம் என்று ஆனது. தயங்காமல் சில லட்சங்கள் செலவானதை அரசுக்குச் சொல்லி பணத்தை வாங்கிவிட்டார்கள். மறக்காமல் ஜியாவுக்கும் ஒரு செட் உடையை அன்பளிப்பாகக் கொடுத்தனுப்பிவிட்டார்கள்!

இந்த போராளி - உளவு அமைப்பு நல்லுறவே நமக்கு முற்றிலும் புதிதான விஷயம். ஆனால் பாகிஸ்தானில் அது ச.சாதாரணம்.

இன்னும் கூடச் சில வினோதங்களைச் சொல்லலாம். பாகிஸ்தான் பீனல் கோடின்படி *(PPC)* மது அருந்துவதோ, விற்பதோ தவறில்லை. ஆனால் என்ன நினைத்தாரோ ஜியா, திடீரென்று ஒருநாள் பாகிஸ்தானில் யாரும் குடிக்கக்கூடாது, எந்த முஸ்லிமும் மது விற்பனை செய்யக்கூடாது என்று ஒரு அவசரச் சட்டத்தைக் கொண்டுவந்தார். மீறினால் ஆறு மாதச் சிறை மற்றும் ஐயாயிரம் ரூபாய் அபராதம்.

நவீன சட்டங்களில் இது கிடையாதே தவிர, குர் ஆனில் அது ஹராம். அதாவது தடைசெய்யப்பட்ட விஷயமே. சடாரென்று ஒரு டைவ் அடித்து ஜியா, ஷரியத்தின்படி ஒரு சட்டத்தைக் கொண்டுவந்தபோது உளவுத்துறையினர் பெரிதும் வியந்தார்கள்.

'என்ன இப்படி ஒரு சட்டம்?'

'ஏன் உங்களுக்கு என்ன கஷ்டம் இதில்?'

'கஷ்டம் என்றில்லை. ஆனால் மக்கள் பாவம்..'

'அது பிரச்னையில்லை. என்னால் குடிக்க முடியாமல் இருக்கிறது. எல்லாராலும் அது முடியும் என்றுதான் நினைக்கிறேன். தவிரவும் மது நாட்டுக்கு, வீட்டுக்கு, உடல் நலத்துக்குக் கேடு.'

'ஆனால் ராணுவத்தினர்..'

'ஏன் உங்களுக்கு வேண்டாமா?'

அவர்கள் பேசாதிருந்தார்கள். ஜியா அரை செண்டிமீட்டர் அளவுக்குப் புன்னகை செய்தார். சட்டம் அமலானது ஆனதுதான். ஆனால் அவரது விருப்பத்துக்குரிய உளவுத்துறையினருக்கும் ராணுவத்தினருக்கும் மது கிடைப்பதில் எந்தப் பிரச்னையும் எந்தக் காலத்திலும் ஏற்படவில்லை. சீனாவிலிருந்து பெட்டி பெட்டியாக இறக்கிவிட்டார்கள். இறக்கிக்கொண்டேவும் இருந்தார்கள். (பாகிஸ்தானில் கள்ளச்சாராயப் பொற்காலமாகவும் அது ஆனது தனிக்கதை.)

-

ஜியாவுக்கு அடிப்படைவாத மனோபாவம்தான். பாகிஸ்தானின் மேற்கத்தியத் தாக்கத்தைக் குறைக்க அவர் மிகவும் விரும்பினார். மேற்கு நாடுகளின் பொருளாதார, ராணுவ ஒத்துழைப்புகள் வேண்டும். ஆனால் வாழ்க்கை முறையிலும் சட்டங்களிலும் அது கூடாது என்பது அவர் கட்சி.

அவரது ஆட்சி ஸ்டைலே புதிதாக இருந்தது. மஜ்லிஸ் ஈ ஷூரா *(Majlis E Shoora)* என்றொரு அமைப்பை பாராளுமன்றத்துக்கு மாற்றாக அவர் அறிமுகப்படுத்தினார். அறிவுஜீவிகள்,

மதகுருக்கள், கல்வியாளர்கள், சிந்தனையாளர்கள், பொருளாதார வல்லுநர்கள், சில பத்திரிகையாளர்களைக் கொண்ட 284 பேர் குழு அது. குழுவின் பணி, ஆட்சி புரிவதில் அதிபருக்கு உதவி செய்வது. அவ்வளவுதானே? என்னத்துக்கு எம்பிக்களும் எம்.எல்.ஏக்களும்? போதும் போ என்று சொல்லிவிட்டார் அவர்.

வேறு வழி?

1985ல் அவர் போனால் போகிறது என்று தேர்தல் அறிவித்தபோது செய்த முதல் காரியம், ஐ.எஸ்.ஐயை அழைத்து, எந்த அரசியல் கட்சியும் தேர்தலில் நிற்கக்கூடாது என்று சொன்னதுதான்.

'அப்படியென்றால்?'

'சுயேச்சைகள் மட்டுமே பங்குபெறக்கூடிய தேர்தல் இது. கட்சிகளுக்குத் தடை. கட்சி அரசியலுக்கே தடை.'

பாகிஸ்தானின் அத்தனை எதிர்க்கட்சிகளும் இதைக் கடுமையாக எதிர்த்தன. ஆங்காங்கே கலவரம் செய்யப் பார்த்தார்கள். ஆனால் கலவரக்காரர்களை அப்படியே சுருட்டித் தூக்கிக் கொண்டுபோய் ஒளித்துவைத்துவிட்டது உளவுத்துறை. ஒரு வழக்கு கிடையாது, விசாரணை கிடையாது, ஒரு மண்ணாங்கட்டியும் கிடையாது. தேர்தல் முடியும்வரை நீங்கள் வெளி உலகத்தைப் பார்த்து ஒன்றும் கிழிக்கப்போவதில்லை என்று சொல்லிவிட்டார்கள்.

இருப்பினும் கட்சிகள், தம் கட்சி அடையாளமில்லாமலேயே அங்கத்தினர்களைத் தேர்தலில் நிற்கவைத்தார்கள். வேறென்ன செய்யமுடியும்? தேவதைக்கு வாழ்க்கைப்பட்டுவிட்ட பிறகு சொர்க்க லோகம் போரடிக்கிறது என்றா சொல்லமுடியும்? வழக்கமான தெருமுனை தேர்தல் பிரசாரக் கூட்டங்கள் கிடையாது. வாக்குச்சாவடி கைப்பற்றல் திருவிழாக்கள் கிடையாது. பிட் நோட்டீஸ்கள் கிடையாது. ஒரு மைக் சர்வீஸ் கடைக்கும் வேலை கிடையாது. மக்கள் வரிசையில் நின்று வோட்டுப் போட்டார்கள். கள்ள வோட்டுப் போடுகிற ஜாதி என்று யாரையாவது சந்தேகப்பட்டால்கூட கபாலென்று பிடித்துக்கொண்டு போய்விடுவார்கள்.

அது ஒரு வினோதமான தேர்தல். ஜியாவே பல தொகுதிகளில் தனது ஆள்களை நிறுத்திவைத்திருந்தார். அவர்களுக்குத்தான்

வோட்டுப்போடவேண்டும் என்று முன்னதாக ஐ.எஸ்.ஐ. பகுதிவாழ் மக்களுக்கு அன்புக்கட்டளை இட்டிருந்தது. மாற்றிப் போட்டீர்களானால் உங்கள் விதிப்புத்தகம் மாற்றி எழுதப்படும் என்று யாரும் சொல்லவில்லை. ஆனால் புரிந்துகொள்ளப்பட்டது. சர்வாதிகாரம்!

தேர்ந்தெடுக்கப்பட்டவர்களுள் அதி சமர்த்து என்று அறியப்பட்ட முஹம்மதுகான் ஜுனைஜோ என்பவரை ஜியா பிரதமராகத் தேர்ந்தெடுத்து அறிவித்தார். அவருக்கு ஒரு காரும் சம்பளமும் கொடுக்கப்பட்டது. மற்றபடி ஆபீசுக்கு வந்து உட்கார்ந்துவிட்டுப் போகவேண்டியது. நீட்டுகிற இடத்தில் கையெழுத்துப் போடவேண்டியது. சந்தர்ப்பம் வந்தால் எங்காவது வெளி தேசங்களுக்குப் போய் நல்லுறவு வளர்த்துவிட்டு வருவதில் ஆட்சேபணை கிடையாது.

–

முன்பே சொன்னதுபோல் ஜியா காலத்தில்தான் ஐ.எஸ்.ஐக்குத் தூங்கக்கூட நேரமில்லாமல் இருந்தது. காஷ்மீர், ஆப்கன், உள்நாட்டு விவகாரங்கள் என்று ஒரே சமயத்தில் மூன்று ஆட்டம் ஆடிக்கொண்டிருந்தார்கள். மூன்றிலுமே மிகப்பெரிய சாமர்த்தியம் காட்டினார்கள் என்பதுதான் விசேஷம். அமெரிக்கா, பாகிஸ்தானின் உளவுத்துறையை அபரிமிதமாக நம்ப ஆரம்பித்ததற்கு இதுதான் காரணம்.

ஆனால் இம்மாதிரியான சர்வாதிகார ஆட்சியில் நீண்ட நாள் யாராலும் தாக்குப்பிடிக்க முடியாது. ஆள்பவர்களுக்கல்ல. மற்றவர்களுக்கு அது கஷ்டம் என்று அர்த்தம்.

ஆகஸ்ட் 17, 1988ல் பஞ்சாப் பிராந்தியத்துக்கு ஏதோ ஒரு அவசர வேலையாகப் போய்விட்டு (வேறென்ன, ராணுவ காரியம்தான்.) C-130 ஹெர்குலிஸ் என்கிற அரசு விமானத்தில் ஏறி இஸ்லாமாபாத் திரும்பிய ஜியா, நடு வானில் விமான விபத்து ஏற்பட்டு இறந்துபோனார்.

அது விபத்துதான் என்று பாகிஸ்தான் அரசு சொன்னது. ஆனால் கிளம்பும்போதெல்லாம் நன்றாக இருந்த விமானத்துக்கு

திடீரென்று உடம்பு சொஸ்தம் இல்லாமல் போனதற்கான காரணங்களே இல்லை என்று அடித்துச் சொன்னார்கள் வல்லுநர்கள். விமானத்தில் ஜியா மட்டுமில்லை. அவரது விருப்பத்துக்குரிய உளவுத்துறைத் தலைவர் இருந்தார். வேறு சில ராணுவ அதிகாரிகள் இருந்தார்கள். பாகிஸ்தானுக்கான அமெரிக்கத் தூதுவர் ஆர்னால்ட் ரஃபேல் இருந்தார். ஆகவே, அது கண்டிப்பாக ஒரு அரசியல் படுகொலைதான் என்றது ஐ.எஸ்.ஐ. வட்டாரம்.

கண்டிப்பாக ஐ.எஸ்.ஐ. செய்யவில்லை. ரஷ்ய உளவு அமைப்பான கேஜிபியின்மீது நீண்டநாள் சந்தேகம் இருந்தது. கொஞ்ச காலம் சி.ஐ.ஏவே திட்டமிட்டுச் செய்த காரியம் அது என்று பேசினார்கள். சந்தேகம் எழாமல் இருப்பதற்காகத்தான் அமெரிக்கத் தூதரையும் சேர்த்தே இறைவனடி சேர்த்தார்கள் என்றும் சொன்னார்கள்.

ஆயிரம் பேசினாலும் ஜியாவின் மரணம் இன்றைக்கு வரை புதிர். தீர்க்கப்படாத புதிர். தீர்க்கமுடியாததும் கூட.

–

அவரது மரணம் உடனடியாக பாகிஸ்தானில் ஒரு தேர்தலுக்கு வழிவகுத்தது. பழைய ஜுல்ஃபிகர் அலி புட்டோவின் புதிய காப்பியாக அவரது மகள் பேனசிர் புட்டோ பிரதமரானார். புட்டோவின் கட்சிக்கு இடைப்பட்ட காலங்களில் செல்வாக்கு மங்கிவிடாமல் பார்த்துக்கொண்டதுதான் பேனசிரின் பெருமை. தமது இருபத்தி நான்காவது வயதில் அரசியலுக்கு வந்தவர் அவர்.

ஆனாலென்ன? பாகிஸ்தானில் எப்படி அரசியல் செய்யவேண்டுமென்று அவருக்குத் தெரியாமல் போய்விட்டது. பேனசிர் வந்தபோது அவருக்கு இருந்த ஒரே ஐடியா, கண்டிப்பாக ஜியாவைப் போல் ஆளக்கூடாது என்பது. தந்தையைக் கொன்றவர் என்கிற பகை உணர்ச்சி இருந்தாலும் ஜியா இருந்த காலம் வரை அவரை பேனசிரால் சீண்டிப்பார்க்கக் கூட முடியவில்லை. பாகிஸ்தான் மக்கள் கட்சி வளராமல், செல்வாக்கு அதிகரிக்காமல் பார்த்துக்கொள்வதற்கென்றே ஐ.எஸ்.ஐயில் ஒரு தனி செல் உருவாக்கியிருந்தார் ஜியா.

அனைத்தையும் மீறித்தான் அடுத்த தேர்தலில் வென்றார் பேனசிர். சரித்திரம் சொல்லிக்கொடுத்த பாடங்கள். சமகால சூழல்

புரியவைத்த பல விஷயங்கள். தவிரவும் பெண்களுக்கே உரித்தான ஜாக்கிரதை உணர்வு. ஹார்வர்ட் படிப்பு. எல்லாமுமாகச் சேர்ந்து பதவிக்கு வந்ததும் பேனசிர் ஐ.எஸ்.ஐயின் தலையில் முதலில் ஒரு தட்டுத் தட்டினார்.

நீ அடங்கிக் கிட. எனக்கு உன் தயவு வேண்டாம்.

இதை யாரும் எதிர்பார்க்கவில்லை. ஐ.எஸ்.ஐயின் இயக்குநராக அப்போது இருந்த (1989-90) ஷாம்சுர் ரெஹ்மான் கல்லூ நிதானமாக பேனசிருக்கு அரசியலையும் சூழலையும் புரியவைக்க முயற்சி செய்தார்.

அம்மா, தாயே, பரதேவதை! நீ சின்னப்பெண். உன் ஆர்வம் அளப்பரியது. செயல்வேகம் காட்ட நினைக்கிறாய். ஆனால் பாகிஸ்தானில் ஐ.எஸ்.ஐ. இல்லாமல் அடுப்பெரியாது. அதிகாரிகளுக்கு ஃபைல்கள் நகராது. அதிபர்களுக்கு மூச்சா கூட வராது. நான் உன்னை மிரட்டவில்லை. புரியவைக்கத்தான் முயற்சி செய்கிறேன். ஐ.எஸ்.ஐயின் ஒத்தாசை இல்லாமல் உன்னால் ஆறு மாதம் தாக்குப்பிடிப்பதே கஷ்டமாக இருக்கும். என்ன செய்வதாக உத்தேசம்?

ஆனால் பேனசிர் என்ன ஆனாலும் சரி என்று ஒரு முடிவுடன் தான் இருந்தார். அயூபுக்கு முந்தைய காலம் வரை புகழோடு விளங்கிய பழைய ஐ.பிக்குப் புத்துயிர் கொடுக்க ஆரம்பித்தார். ஐ.எஸ்.ஐயைக் கண்டுகொள்ளவே இல்லை. அதுமட்டுமல்ல. அவர்களை வெறுப்பேற்றும் விதமான காரியங்களையும் ஆத்மசுத்தியுடன் ஆரம்பித்தார். தேவையில்லாமல் இந்திய எல்லையில் ஊடுருவல்கள் கூடாது என்று கட்டளையிட்டார். எல்லையில் குவித்திருந்த ராணுவத்தின் பலத்தைக் கணிசமாகக் குறைக்கவேண்டும் என்று பேசினார்.

அதோடு நிறுத்திக்கொண்டிருக்கலாம். தாலிபன்களுக்கு முன்னால் ஐ.எஸ்.ஐ. வளர்த்துக்கொண்டிருந்த அன்புக் குழந்தைகளான முஸஃபராபாத் தீவிரவாதிகளை கூட்டம் கூட்டமாகத் தேடி ஒழிப்பதற்கு ஐ.பிக்குக் கட்டளையிட்டார்.

மறுபுறம் பாகிஸ்தானின் மேற்கு எல்லையில் அப்போது ஜோராகக் குடித்தனம் நடத்திக்கொண்டிருந்த அல் காயிதாவுக்கும் வேட்டு

வைக்க முடிவு செய்தார். முதலில் காலி பண்ணிவிடுங்கள் என்கிற எச்சரிக்கை. கேட்காதபட்சத்தில், அங்கும் புகுந்து தாக்குவது என்கிற முடிவு.

இந்த வேகம் ஐ.எஸ்.ஐக்குக் கவலை கொடுத்தது. பத்து வருட காலத்துக்கு மேலாக பாகிஸ்தானை மறைமுகமாக ஆண்டுகொண்டிருந்தவர்கள் அவர்கள். திடீரென்று தலையில் தட்டி உட்காரச் சொன்னால் எப்படி?

ஐ.எஸ்.ஐக்கு மட்டுமல்ல. காஷ்மீர் தீவிரவாத இயக்கங்களுக்கும் அல் காயிதாவுக்குமே இது பெரிய பிரச்னையாக இருந்தது. ஒசாமா பின்லேடன் ஒரு காரியம் செய்தார். சே, ஒன்றல்ல, இரண்டு.

முதலில் பேனசிரைப் பதவியில் இருந்து இறக்க ஒரு திட்டத்தை யோசித்தார். பாகிஸ்தான் நாடாளுமன்றத்தில் பேனசிருக்கு எதிராக ஒரு நம்பிக்கையில்லாத் தீர்மானம் கொண்டுவருவது.

ஒசாமாவின் இயல்புக்குச் சற்றும் பொருத்தமில்லாத இப்படியொரு அப்பட்டமான அரசியல் நடவடிக்கைக்கு அவர் எப்படி இணங்கினார் என்று தெரியவில்லை. ஆனால் இந்த யோசனையை அவருக்குக் கொடுத்தது ஐ.எஸ்.ஐ.தான்.

'நம்பிக்கையில்லாத் தீர்மானமா? அப்படின்னா?'

'சிம்பிள். பாக். எதிர்க்கட்சி எம்.பிக்களைப் பற்றி நீங்கள் கவலைப்படவேண்டாம். அவர்களை நாங்கள் பார்த்துக்கொள்கிறோம். பேனசிரின் கட்சியைச் சேர்ந்த சில எம்.பிக்களையும் நாம் விலைக்கு வாங்கிவிட்டால் நம்பிக்கையில்லாத் தீர்மானம் கொண்டுவருவது சுலபம். மெஜாரிடி எதிர்ப்பு இருந்தால் அவர் வீட்டுக்குப் போகவேண்டியதுதான். திரும்ப வராமல் பார்த்துக்கொள்ளவேண்டியது எங்கள் பொறுப்பு' என்று உத்தரவாதம் கொடுத்தது ஐ.எஸ்.ஐ.

'விலைக்கு வாங்குவதென்றால் என்ன விலை?'

'அது ஆளுக்கு ஆள் மாறுபடும். அவரவர் முக்கியத்துவத்தைப் பொறுத்தது. தனி நபர்களாகப் பத்து பேரை வாங்குவதென்றால் விலை குறையும். ஓர் அமைச்சரை நீங்கள் வாங்கமுடியுமானால்

பத்து எம்.பி.க்கள் இலவச இணைப்பாகக் கிடைப்பார்கள். ஆனால் அமைச்சரின் ரேட் இருபது எம்.பிக்களின் ரேட்டுக்குச் சமமானதாக இருக்கக்கூடும்.'

ஓசாமா யோசித்தார். பணம் அவருக்குப் பிரச்னையில்லை. ஆனால் இம்மாதிரியான காரியம் எதையும் அவர் அதற்குமுன் செய்ததில்லை. அவருக்குத் தெரிந்ததெல்லாம் துப்பாக்கி, குண்டுகள், காடுகள் மற்றும் தாடி வைத்த முல்லாக்கள் மற்றும் மதரஸாக்கள். இறைவனின் கட்டளைப்படி எதேச்சாதிகாரங்களுக்கு எதிரான தர்மயுத்தம் நடத்திக்கொண்டிருப்பதாக அவர் எப்போதும் சொல்வார். ஆனால் தர்ம யுத்தத்தில் இம்மாதிரியான அதர்ம சங்காத்தங்களை சமயத்தில் தவிர்க்க முடியாது போலிருக்கிறது.

சரி, ஆகட்டும் என்று சொன்னார்.

ஐ.எஸ்.ஐ. துணிந்து வேலையில் இறங்கியது. ஆளும் பாகிஸ்தான் மக்கள் கட்சியின் 'விலை போகக்கூடிய' சில எம்.பிக்களை ரகசியமாகச் சந்தித்துப் பேசினார்கள்.

பேனசிருக்கு எதிராக ஒரு நம்பிக்கையில்லாத் தீர்மானம் வரப்போகிறது. நீங்கள் அதை ஆதரித்து வாக்களிக்க வேண்டும்.

செய்தால் என்ன கிடைக்கும்?

நீங்கள் நினைக்காதது கிடைக்கும் என்று சொன்னார்கள். உண்மையிலேயே மிகப்பெரிய தொகைதான். தலைக்குச் சில கோடிகளாவது தேறும் என்று தெரிவிக்கப்பட்டது. தவிரவும் அடுத்த அரசை யார் அமைத்தாலும் அதில் கண்டிப்பாக ஒரு பதவி கிடைக்க ஐ.எஸ்.ஐ. ஏற்பாடு செய்யும் என்கிற உத்தரவாதமும் வழங்கப்பட்டது.

காதும் காதும் வைத்த மாதிரி பெட்டிகள் கைமாறின. அந்த நாளும் வந்தது.

நாடாளுமன்றத்தில் நம்பிக்கையில்லாத்தீர்மானம். திட்டமிட்டபடி எதிர்க்கட்சிகள் சேர்ந்து அதைக் கொண்டுவந்தன. எப்படியும் ஆளும் கட்சி எம்பிக்கள் பத்திருபதுபேர் அதற்குச் சாதகமாக

வோட்டுப் போடுவார்கள் என்று ஐ.எஸ்.ஐ. சொல்லியிருந்ததை அவர்கள் நம்பினார்கள்.

ஆனால் பேனசிரின் கட்சிக்காரர்கள் கில்லாடி கிங்கரர்களாக இருந்தார்கள். இங்கே பெட்டி வாங்கிய கையோடு அங்கே அம்மாவிடம் சென்று தகவல் சொல்லிவிட்டார்கள். இதோ பாருங்கள். உங்களுக்கு எதிராக வோட்டுப் போடுவதற்கு எங்களுக்கு இத்தனை கோடிகள் கிடைத்திருக்கின்றன. ஆளுக்கு ஒரு வோட்டு இருக்கிறது. அது உங்களுக்கே வேண்டுமென்றால் நீங்கள் எத்தனை கோடி தரமுடியும்?

பாகிஸ்தானின் வினோத ஜனநாயகத்துக்கு இது மற்றுமொரு சாம்பிள். இதன் கிளைமாக்ஸ் பெரிய பிரமாதமில்லை. பேனசிர் தன் கட்சிக்காரர்களுக்கே லஞ்சம் கொடுத்து அந்த நம்பிக்கை வாக்கெடுப்பில் வெற்றி பெற்றுவிட்டார்.

வெறுத்துப் போனது ஐ.எஸ்.ஐ. அவமானத்தில் கூனிக் குறுகிப் போனார் ஒசாமா பின்லேடன். இயல்புக்கு மாறான ஒரு செயலைச் செய்யத் துணிந்ததற்கான பரிசு. வெறியும் கோபமும் தலைக்கேற, பேனசிரைக் கொல்வதற்கு ஒரு படையை அனுப்பினார். அதற்கும் ஐ.எஸ்.ஐ. உடனிருந்து ஒத்தாசை செய்தது. ஆனால் பேனசிர் தப்பித்துவிட்டார். அதோடு மட்டுமல்லாமல் அல் காயிதாவின் முகாம்களைத் தேடித்தேடி அழிக்கும் பணியைப் பேய் வேகத்தில் முடுக்கிவிடவும் செய்தார்.

அதற்குமேல் பாகிஸ்தானில் குப்பை கொட்ட முடியாது என்று முடிவு செய்துதான் ஒசாமா குட்பை சொல்லிவிட்டு சூடானுக்கு இருப்பிடத்தை மாற்றிவிட்டார்.

–

பேனசிர் மட்டுமல்ல. ஐ.எஸ்.ஐயின் சரித்திரத்தில் அவர்கள் மிகவும் எரிச்சலடைந்த காலம் என்று நவாஸ் ஷெரீஃபின் காலத்தையும் குறிப்பிட வேண்டும். எப்படி அவர்கள் பேனசிர் மீது நூற்றுக்கணக்கான ஊழல் குற்றச்சாட்டுகளையும் அவரது கணவர் ஆசிஃப் அலி சர்தாரியின்மீது ஆயிரக்கணக்கான ஊழல் குற்றச்சாட்டுகளையும் ஆதாரங்களுடன் கண்டுபிடித்து அதிபரிடம்

அளித்து ஆட்சியைப் பிறகு கவிழ்த்தார்களோ, அதே மாதிரிதான் நவாஸையும் கவிழ்க்க எண்ணியிருந்தார்கள்.

அந்த வாய்ப்பை அவர்களுக்குக் கொடுக்காமல் முஷரஃப் எடுத்துக்கொண்டுவிட்டார். இடையே பேனசிரும் நவாஸும் போட்டுக்கொண்ட குடுமி பிடி சண்டைகளின் அடிப்படையிலேயே இருவரது ஊழல்களையும் தேடித்துருவி எடுத்திருந்தது ஐ.எஸ்.ஐ. அந்தக் காலங்களில் இரு தலைவர்களின் ஒரு மீட்டிங்கையும் உளவுத்துறையினர் விடமாட்டார்கள். பேசுகிற ஒவ்வொரு வார்த்தையும் முக்கியம். ஒவ்வொரு வார்த்தையும் நேரடியாகச் சொல்லும் அர்த்தங்களுக்கு அப்பால் ஒளிந்திருக்கும் அர்த்தங்கள் அதைவிட முக்கியம்.

ஐ.எஸ்.ஐயைப் பொறுத்தவரை நவாஸ் ஷெரீஃப் ஒரு தத்தி. இதில் அவர்களுக்குச் சந்தேகமில்லை. எப்படியும் செருப்படி பட்டுத்தான் வீட்டுக்குப் போகப்போகிறார் என்று அவர் பதவிக்கு வந்தபோதே கணித்திருந்தார்கள். ஆனால் பேனசிரை அவர்களால் அப்படி நிராகரிக்க முடியவில்லை. அத்தனை வருடம் பாடுபட்டு அவர்கள் உருவாக்கியிருந்த காஷ்மீர் தீவிரவாதப் படைகளையும் அல் காயிதா தொடர்புகளையும் இரண்டு ஆண்டுகளில் கிட்டத்தட்ட காலி பண்ணிவிட்டாரே என்கிற பிரமிப்பு கலந்த எரிச்சல் அவர்களுக்கு இருந்தது. ஊழல் என்கிற ஒரு விஷயம் அகப்படாதிருந்தால் கண்டிப்பாக அவர்களால் பேனசிரைத் தூக்கியிருக்க முடியாது.

நவாஸ் விஷயத்தில் ஐ.எஸ்.ஐக்கு நிறைய வாய்ப்புகள் இருந்தன. பஞ்சாபியான நவாஸ், ஒரு காலத்தில் மாபெரும் மறியல் போராட்டங்கள் மூலம் பெரும்புகழ் பெற்றவர். பஞ்சாப் மாகாணத்தில் அவர் வைத்ததுதான் சட்டம் என்றிருந்தது. படிப்படியாக முன்னேறித்தான் அரசியலில் மேலே வந்தார். ஆனால் பிரதமரானபோது அவருக்கு நிறைய பயங்கள் தொற்றிக்கொண்டன. ராணுவம், உளவுத்துறை இரண்டையுமே அவர் சந்தேகத்துடன் தான் அணுகினார். தனது சில 'மூவ்'கள் யாருக்கும் புரியக்கூடாது என்று நினைத்தார்.

உதாரணமாக, பர்வேஸ் முஷரஃபை அவர் ஏன் ராணுவத் தளபதியாக்க வேண்டும்? பஞ்சாபிகளின் ஜென்ம விரோதிகளான

முஜாஹிர் இனத்தைச் சேர்ந்தவர் முஷரஃப். தவிரவும் ராணுவத்தில் அவருக்கு சீனியர்கள் நாலைந்துபேர் இருந்தார்கள். எதிரிக்குலம், ஜூனியர் என்கிற இரண்டுமே நவாஸுக்குத் தடையாக இல்லை. ஒரே நாளில் முடிவு செய்து முஷரஃபைத் தளபதியாக்கினார்.

இதன்மூலம் முஜாஹிர் இனத்து மக்களின் ஆதரவு தனக்கு மொத்தமாக வரும் என்பது அவரது கணக்கு. அப்போதே உளவுத்துறை சொன்னது. அப்படியெல்லாம் தப்புக்கணக்கு போடாதீர்கள். ஒருபோதும் அவர்கள் உங்களை ஆதரிக்க மாட்டார்கள். மாறாக உங்களுக்கு எதிராக இன்னும் வேகமுடன் செயல்பட இது ஒரு வாய்ப்பாகப் போய்விடும் அபாயம் இருக்கிறது.

நவாஸ் அதை நம்பவில்லை. அதற்கான விலையைத்தான் பிறகு அவர் முஷரஃபிடம் கொடுத்தார்.

அதேபோல அரசுத் துறையில் பஞ்சாபிகளை நிறைய உட்காரவைத்தார் நவாஸ். இப்போதும் ஐ.எஸ்.ஐ. சுட்டிக்காட்டியது. வேண்டாம், விபரீதம். இராக்கில் இப்படித்தான் சதாம் ஹுசைன் தன் இனத்து ஆள்களை அதிகார மட்டத்தில் உட்காரவைத்து அழகு பார்த்தார். இறுதியில் அவர்களால்தான் சதாமுக்கு எல்லா பிரச்னைகளும் வந்தன.

இதையும் நவாஸ் கேட்கவில்லை. விளைவு, அவரது ஆட்சிக்காலத்தில் நடைபெற்ற அத்தனை ஊழல்களையும் மிச்சம் வைக்காமல் பஞ்சாபிகளே செய்துமுடித்துவிட்டார்கள். மக்கள் மத்தியில் அவரது மதிப்பு சரசரவென்று சரிந்துபோனது.

தொடர்ந்து அவர் இம்மாதிரியான காரியங்களைச் செய்வதும், ஐ.எஸ்.ஐ. எதிர்க்குரல் கொடுத்துக்கொண்டிருப்பதும் தொடரவே, ஒரு கட்டத்தில் நவாஸ் ஐ.எஸ்.ஐயை ஒதுக்கிவைக்க முடிவு செய்தார். 1998-99 காலகட்டத்தில் ஐ.எஸ்.ஐயின் இயக்குநராக இருந்த க்வாஜா நிஜாமுதீனைக் கிட்டத்தட்ட ஒரு பொம்மை போலாக்கி, அவரது துணை இயக்குநராக இருந்த அஜிஸ் கானை ராணுவத் தளபதிக்கு நேரடியாக பதில் சொல்லும்படி உத்தரவிட்டார்.

அதன் விளைவுதான், ஐ.எஸ்.ஐயின் இயக்குநருக்கே தெரியாமல் ராணுவமும் ஐ.எஸ்.ஐயின் ஒரு பிரிவும் கலந்து பேசி கார்கில் யுத்தத்தைத் தொடங்கியது. அதன் தொடர்ச்சிதான் நவாஸ் ஷெரீஃப் ஆட்சிக்கவிழ்ப்பு. முஷரஃபின் பதவியேற்பு.

பாகிஸ்தானின் உள்நாட்டு அரசியலைப் பொறுத்தவரை ஐ.எஸ். ஐயின் பங்களிப்பு என்பது கிட்டத்தட்ட ஒரு அடியாளின் வேலை மாதிரிதான். தங்களை அரவணைக்கும் ஆட்சியாளருக்கு விசுவாசம் காப்பார்கள். அடக்கி ஒடுக்க நினைப்போருக்கு அல்வா கொடுத்துவிடுவார்கள். பேனசிர், நவாஸ் போன்றவர்களின் காலத்தில் ஐ.எஸ்.ஐ. நிறைய அல்வாதான் கிண்டிக்கொண்டிருந்தது.

நன்கு விலைபோன அல்வா.

11. புதிய முகம்

ஐ.எஸ்.ஐயின் சரித்திரத்தில் மிகுந்த தர்மசங்கடமான நேரம் என்றால் அது முஷரஃபின் பதவிக்காலத் தொடக்கம்தான்.

அவர்களுக்கு முஷரஃபுடன் எந்தப் பிரச்னையும் கிடையாது. டீஸண்டான ராணுவ ஆட்சியாளர் அவர். பாரம்பரியம் மிக்க பாகிஸ்தான் சர்வாதிகாரிகளின் அடியொற்றி வந்த குலக்கொழுந்து. ஐ.எஸ்.ஐயை ஒரு பாக்கெட்டிலும் ராணுவத்தை இன்னொரு பாக்கெட்டிலும் பர்ஸ் மாதிரி பத்திரமாக வைத்துப் பாதுகாத்தவர்.

ஆனால் ஆப்கனிஸ்தான் நிலவரங்கள், குறிப்பாக தாலிபன்களின் பேயாட்சி, ஒசாமா பின்லேடனின் அமெரிக்கத் தாக்குதல் சம்பவம் ஆகியவற்றின் விளைவுகளுக்கு ஆப்கனைவிட பாகிஸ்தான் அதிக விலை கொடுக்கவேண்டியிருந்தது.

இதில் பாகிஸ்தான் அரசைக் காட்டிலும் அதிகம் பாதிக்கப்பட்டது, ஐ.எஸ்.ஐதான்.

தாலிபன்களுக்கும் சரி, ஒசாமாவின் அல் காயிதாவுக்கும் சரி. ஆரம்பக்காலம் முதல் பாகிஸ்தான் தான் தளம், தாய்வீடு. அவர்களுக்கு பாகிஸ்தான் அரசியல்வாதிகளுடனோ, ராணுவ அதிகாரிகளுடனோ நேரடிப் பரிச்சயம் கிடையாது. ஐ.எஸ்.ஐதான். அது மட்டும்தான். அரவணைக்கும் தாய். கல்வி தரும் தந்தை. காசு தரும் முதலாளி. வாழவைக்கும் தெய்வம்.

ஐ.எஸ்.ஐயின் உதவி இல்லாமல் தாலிபன்களால் எப்படி ஆப்கனிஸ்தான் ஆட்சியைப் பிடித்திருக்கமுடியாது என்பது உண்மையோ, அதே மாதிரிதான் அல் காயிதாவாலும் ஒரு

வலுவான போராளி இயக்கமாக உருப்பெற்றிருக்க முடியாது என்பதும். ஒசாமா சாதித்திருக்கக் கூடியவர்தான். ஆனால் என்ன, இன்னும் சற்று சமயம் பிடித்திருக்கும். இருக்கவும் இயங்கவும் ஓரிடம் அமைவது மிகப்பெரிய விஷயம். பாகிஸ்தானில் அல் காயிதாவுக்கு அந்த சௌகரியத்துக்கு எந்தக் குறையும் வராமல் பார்த்துக்கொண்டது ஐ.எஸ்.ஐ.

அல் காயிதாவின் இன்றைய வளர்ச்சியைப் பார்த்து இதனை மதிப்பிடக் கூடாது. எண்பதுகளின் தொடக்கத்திலிருந்து தொண்ணூறுகளின் இறுதிக்குச் சற்று முந்தைய காலகட்டம் வரையிலான சுமார் பதினைந்தாண்டுகள் அந்த இயக்கம் ஒரு வடிவம் பெறுவதற்கு ஐ.எஸ்.ஐ. செய்த உதவிகள் இவ்வளவு அவ்வளவு அல்ல. தாலிபன்களின் ஆட்சி வந்தபிறகு அல் காயிதாவின் பாகிஸ்தான் முகாம்கள் பெருமளவு ஆப்கனுக்கு இடம்பெயர்ந்துவிட்டன என்பது உண்மையே. ஆனாலும் தொடர்புகள் விட்டுப்போகவில்லை. திருமணமாகித் தனியே போன மகனுக்கும் தாய்க்குமான உறவு அது. ரகசியமாகவேனும் தொடர்ந்துகொண்டுதான் இருந்தது.

ஒசாமாவுக்கு பாகிஸ்தான் ஆட்சியாளர்களைப் பிடிக்காது. சுத்தமாகப் பிடிக்காது. அவர்கள் போலி இஸ்லாமியர்கள் என்பது அவரது அடிமனக் கருத்து. பாகிஸ்தான் தன்னை ஒரு இஸ்லாமிய தேசம் என்று சொல்லிக்கொண்டாலும் ஷரியத்தை விட்டுவிட்டு தண்டமான மேற்கத்தியப்பாணி அரசியல் சட்டங்களை ஏன் கைக்கொள்ள வேண்டும்? இவர்களே இந்த லட்சணத்தில் இருந்தால் எப்படி அகண்ட இஸ்லாமிய சாம்ராஜ்ஜியத்தை நிறுவுவது?

அவரது கோபம் இதுதான். ஆனால் இது குறித்து ஐ.எஸ்.ஐயின் அதிகாரிகளிடம் வருத்தப்பட்டுக்கொள்வாரே தவிர, பாகிஸ்தான் அரசுக்கு எதிராக ஏதும் செய்ததில்லை, பேனசிர் கொலை முயற்சி மற்றும் கவிழ்ப்பு முயற்சிகளைத் தவிர. தனது விமரிசனத்தைத் தொடர்ந்து தனது மௌனத்தின் மூலமாகவே அவர் வெளிப்படுத்திக்கொண்டிருந்தார். இது ஐ.எஸ்.ஐக்கும் தெரியும். அவ்வப்போது தட்டிக்கொடுத்து, காலம் ஒருநாள் மாறும், உன் கவலைகள் யாவும் தீரும் என்று டி.எம். சௌந்தர்ராஜன் குரலில் அவர்களும் எதிர்ப்பாட்டு பாடிக்கொண்டிருந்தார்கள்.

அப்படிப்பட்ட உறவு நிலையில் இருந்தவர்கள்தான் ஆப்கன் - அமெரிக்க யுத்தம் என்று வந்தபோது அமெரிக்க அணியில் நிற்கவேண்டியதானது.

–

செப்டெம்பர் 11 தாக்குதல் சம்பவத்துக்குப் பிறகு அமெரிக்க அதிபர் ஜார்ஜ் புஷ் தாலிபன்கள் ஆளும் ஆப்கன் மீது போர் தொடங்குவதாக அறிவித்தவுடன், கையோடு தீவிரவாதத்துக்கு எதிரான உலகு தழுவிய யுத்தமாகவும் அதன் அடுத்தப் பரிமாணங்களைச் சுட்டிக்காட்டிவிட்டார். முதலில் ஆப்கன். அடுத்தது இராக். மூன்றாவதாக இரான் அல்லது வடகொரியா. அவரது பட்டியல் நீண்டுகொண்டே போனது.

உலக நாடுகளுக்கு அவர் விடுத்த செய்தி மிக எளிமையானது. ஒன்று எங்களுடன் இருங்கள். அல்லது எங்கள் எதிரிகளுடன் இருங்கள்.

எத்தனை பிரில்லியண்ட்டான ஸ்டேட்மெண்ட்! இருபத்தோறாம் நூற்றாண்டின் மிக அற்புதமான ஸ்டேட்மெண்ட் என்று இதனைத்தான் சொல்லவேண்டும். இதன் ஆழ அகலங்கள் மிகப்பெரிது. அமெரிக்க ஆதரவு அல்லது அமெரிக்க எதிர்ப்பு என்கிற இரண்டு நிலைபாடுகளுக்கான வாய்ப்புகளை மட்டுமே அவர்கள் வழங்கினார்கள். இரண்டாவது வாய்ப்பைத் தேர்ந்தெடுக்கிறவர்கள், அமெரிக்க எதிர்ப்பாளர்கள் மட்டுமல்ல. தீவிரவாதத்தின் ஆதரவாளர்களும் கூட.

சுதந்தரமடைந்த நாளாக அமெரிக்க உதவிகளாலேயே பெருமளவு ஜீவித்துக்கொண்டிருக்கும் பாகிஸ்தானுக்கு அந்தச் சந்தர்ப்பத்தில் வேறென்ன வழி? தவிரவும் முஷரஃபின் ராணுவப் புரட்சி சர்வதேச அரங்கில் அப்போதும் பெரும்பாலும் அங்கீகரிக்கப்படாதிருந்தது. அமெரிக்காவை சந்தோஷப்படுத்தினால் மட்டுமே அதன் கூட்டணி தேசங்கள் தன்னை அங்கீகரிக்கும் என்பது அவருக்குப் புரிந்தது. ஆனால் அமெரிக்கா எதிர்பார்க்கும் சந்தோஷம், அபாயகரமாக அல்லவா இருக்கிறது?

லெஃப்டினண்ட் ஜெனரல் முஹம்மது அகமது என்பவர் அப்போது ஐ.எஸ்.ஐயின் இயக்குநராக இருந்தார். முஷரஃபுக்கும் அவருக்கும்

பிரச்னை ஏதும் கிடையாது. ஆனால் தலைபோகிற காரியம் நடக்கவிருக்கிறது. இன்னும் கொஞ்சம் கில்லியான தலைவர் இருந்தால் நன்றாக இருக்குமே என்று நினைத்து, ராணுவத்தில் தனக்கு ஜூனியராகவும் பக்கபலமாகவும் இருந்த இஷான் உல் ஹக் என்பவரை அக்டோபர் 2001ல் ஐ.எஸ்.ஐயின் இயக்குநராக நியமித்தார்.

இதோ பாருங்கள். நமக்கு இரண்டாவது ஆப்ஷன் இல்லை. அமெரிக்காவைத் திருப்திப்படுத்தியே தீரவேண்டும். தாலிபன்களுக்கு எதிராக நாம் பணியாற்றியே ஆகவேண்டும். இல்லாவிட்டால், தீவிரவாதத்துக்கு எதிரான அடுத்தக்கட்ட யுத்தத்தை பாகிஸ்தானிலேயே ஆரம்பிக்கத் தயாராக இருக்கிறார் ஜார்ஜ் புஷ். நமது தேசத்தின் நன்மைக்காக நாம் வளர்த்த பயிரை நாமே அழித்தாக வேண்டிய நிலையில் இருக்கிறோம். புரிகிறதா?

இஷானுக்கு நன்றாகவே புரிந்தது. யுத்தம் ஆப்கனிஸ்தானுடன் தான் என்றாலும் ஐ.எஸ்.ஐயின் பணி காஷ்மீர் இயக்கங்கள் வரை பாய்ந்தாக வேண்டியிருக்கும். பாகிஸ்தானின் மூலை முடுக்கெங்கும் பரவிக்கிடக்கும் பயிற்சி முகாம்களை ஒழிக்கவேண்டி வரும். அதுநாள் வரை 'சுதந்தரப் போராட்ட வீரர்கள்' என்று யார் யாரையெல்லாம் அவர்கள் சொல்லிக்கொண்டிருந்தார்களோ, அவர்களையெல்லாம் தீவிரவாதத் தடுப்புப் பிரிவின்கீழ் கைது செய்யவேண்டியிருக்கும்.

இது உள்நாட்டில் கடும் கண்டனத்தைப் பெற்றுத்தரும். இயக்கங்கள் கோபம் கொள்ளும். எதிர்த்தாக்குதல் நிகழ்த்தலாம். அரசைக் கவிழ்க்க சதியாலோசனை நடத்தலாம். அதையெல்லாம் விட அபாயம், அந்த இயக்கங்கள் அனைத்தும் தம் சொந்தப் பகைகளை மறந்து ஓரணியில் திரண்டுவிட்டால் வேறு வினையே வேண்டாம்.

மதிப்புக்குரிய பிரசிடெண்ட் அவர்களுக்கு, நாங்கள் இப்படியெல்லாம் யோசித்திருக்கிறோம். அமெரிக்க யுத்தத்தில் பாகிஸ்தான் பங்குபெறுகிற பட்சத்தில் முதலில் உள்நாட்டுப் பாதுகாப்பை பலப்படுத்தியாக வேண்டும். உங்கள் உயிர் போவதென்பது குறைந்தபட்சம். தேசமே பற்றி எரியக்கூடிய

சாத்தியங்கள் இருப்பதாக ஐ.எஸ்.ஐ. கணக்கிடுகிறது. எனவே ராணுவத்தை ரெட் அலர்ட் செய்யுங்கள். லோக்கல் போலீசெல்லாம் வேலைக்கு ஆகாது. ராணுவம் உள்நாட்டுப் பாதுகாப்பை கவனிக்கட்டும். நாங்கள் அமெரிக்காவுக்கு சேவகம் செய்யப் போகிறோம்.

தகவல் சொல்லிவிட்டு பாகிஸ்தானின் எல்லையோர தீவிரவாத முகாம்கள் அனைத்தின்மீதும் தாக்குதலை ஆரம்பித்தார்கள். சர்வைவலுக்காகச் செய்த இந்த நடவடிக்கையின் விளைவு மிக மோசமாக இருந்தது என்பதை மறுக்க முடியாது. பாகிஸ்தான் மக்கள் குழம்பிவிட்டார்கள். அண்ணன் தம்பி பங்காளிச் சண்டையாகக் கூட அதைப் பார்க்க முடியவில்லை அவர்களால். திடீரென்று தம் தேசம் எப்படி இப்படியொரு நடவடிக்கையில் இறங்கும்? அட, அமெரிக்கா கிடக்கிறது? நமக்கு சுய புத்தி வேண்டாமா? சொந்த உணர்ச்சிகளைப் புதைத்துவிட்டு இப்படியா அடிமை வாழ்வு வாழ்வது?

முஷரஃபுக்கு எதிரான உணர்வு மிகத் தீவிரமாகப் பரவத் தொடங்கியிருந்தது. அவரது நல்லநேரம் அப்போது பேனசிர் புட்டோவும் தேசத்தில் இல்லை, நவாஸ் ஷெரீஃபும் இல்லை. ஐரோப்பாவில் அரசியல் தஞ்சம் அடைந்திருந்த பேனசிர், அங்கிருந்தபடிக்கு அறிக்கைகள் மட்டும் விட்டுக்கொண்டிருந்தார். நவாஸ் அதையும் செய்யத் தயாரில்லை. உயிர் பிழைத்தது இறைவன் கருணை என்பதே அவரது நிலைபாடு.

நெருக்கடி மிக்க காலகட்டத்தில் முஷரஃபும் அவரது ராணுவமும் உளவுத்துறையும் அமெரிக்காவை ஆதரித்து தாலிபன் மற்றும் அல் காயிதாவுக்கு எதிரான யுத்தத்திலும் பங்கேற்று, உள்நாட்டில் கலவரம் ஏதும் பெரிய அளவில் வெடிக்காமலும் பாதுகாத்துக்கொண்டு இன்றுவரை ஜீவித்திருப்பது சந்தேகமில்லாமல் பெரிய காரியம்.

இடையில் இரண்டொரு முறை முஷரஃபுக்கு எதிராகக் கொலை முயற்சிகள் அரங்கேறின. எளிய முயற்சிகள்தாம். ஒருமுறை அவர் வீட்டுக்குப் போகிற வழியில் இருந்த பாலத்தின் அடியிலிருந்து ஒரு குண்டு வெடித்தது. இன்னொருமுறை ஒரு நாற்சந்தியில் குண்டு.

இரண்டிலும் முஷரஃப் மீது சிறு துரும்பும் படவில்லை. அவரது செக்யூரிடி ஆட்கள் சிலர் இறந்திருக்கிறார்கள். அவ்வளவுதான்.

ஆனால் தன்னை தீவிரவாதத்துக்கு எதிரான மாபெரும் போராளியாக உலக அரங்கில் சித்திரித்துக்கொள்ள முஷரஃபுக்கு இந்த இரண்டு தாக்குதல் சம்பவங்களுமே பேருதவி புரிந்தன.

ஐயா பாருங்கள். நான் தொடக்கத்திலிருந்தே தீவிரவாத விரோதி. என்னைக் கொல்ல எத்தனை பேர் தயாராக இருக்கிறார்கள் என்று பாருங்கள். நான் தப்பிப்பது கடவுள் சித்தம். என் கொள்கையிலோ, நோக்கத்திலோ, முயற்சிகளிலோ அப்பழுக்கு ஏதுமில்லை. எப்போதும் நான் ஒரே கட்சி. தீவிரவாதத்துக்கு எதிர்க்கட்சி.

ஆனால் மக்களுக்கு சுத்தமாகப் பிடிக்காமல் போய்விட்டது. ஆப்கன் யுத்தத்தில் அமெரிக்கா நிகழ்த்திய அத்துமீறல்கள், மனித உரிமை மீறல்கள் சர்வதேச அளவில் கண்டனத்தைச் சம்பாதித்தன. தாலிபன்கள் போய் ஹமீத் கர்ஸாய் வந்தபிறகு அங்கே அமைதி தழைப்பதாக அமெரிக்கா சொல்லலாம். உண்மையில் பாகிஸ்தானின் தலைவலிகள் அதிகரித்துவிட்டன.

அகதிகள் பிரச்னை. ஊடுருவல் பிரச்னைகள். குனார் பகுதியில் இன்னும் குடியிருக்கும் தாலிபன்கள் அவ்வப்போது எழுப்பும் உறுமல் சத்தம். ஒசாமாவின் இருப்பும் இயக்கமும். எதுவும், எதுவும் மாறவில்லை. ஆட்சி ஒன்றைத்தவிர.

எனவே எப்போதும் விழித்திருக்கும் கட்டாயம் ஐ.எஸ்.ஐக்கு. இனிமேல் மீண்டும் அவர்கள் தாலிபன்களையோ, தீவிரவாத இயக்கங்களையோ ஆதரிப்பதாகக் காட்டிக்கொள்ள முடியாது. ஆதரிக்கிறோம் என்று ரகசியமாகச் சொன்னாலும் அவர்கள் நம்பமாட்டார்கள். சந்தர்ப்பவாத அரசியல் பார்த்து அலுத்துப் போய்விட்ட இயக்கங்கள், தனியாவர்த்தனத்துக்குத் தயாராகி வருடங்கள் ஆறு உருண்டோடிவிட்டன.

ஆகவே, ஐ.எஸ்.ஐக்கு இப்போது எஞ்சியிருக்கும் இரண்டு பணிகள் காஷ்மீரும் பாகிஸ்தானும்தான். இதில் காஷ்மீர் என்பது கனவு. பாகிஸ்தான் என்பது நிஜம். நிஜத்தின் தகிப்பு அதிகரிக்கும்போதெல்லாம் அவர்கள் கோடைவாசஸ்தலத்தை விரும்பக்கூடும். காஷ்மீர் ரொம்பக் குளிரினால் இஸ்லாமாபாத்துக்குக் குளிர்காயப் போய்விடுவார்கள்!

12. வெற்றிகளும் சறுக்கல்களும்

யுத்தங்களும் ஆட்சிக் கவிழ்ப்புகளும் ஆட்சி அமைப்புகளும் மட்டுமல்ல ஓர் உளவுத்துறையின் பணி. இடையிடையே பல குட்டிக்காரியங்களை அவர்கள் செய்யவேண்டியிருக்கும். சமயத்தில் உயிரை வாங்கும் பேஜார் பணிகளாகவும் அவை அமைந்துவிடுவதுண்டு. ஐ.எஸ்.ஐயின் சரித்திரத்தில் இம்மாதிரியான பணிகள் அடிக்கடி குறுக்கிடும். சைக்கிள் கேப்பில் போய் முடித்துவிட்டு வருவது அவர்கள் ஸ்டைல். அலட்டிக்கொள்ளவே மாட்டார்கள். எது நடந்ததோ அது நன்றாகவே நடந்தது என்று சொல்லிவிட்டுப் போயே விடுவார்கள். பாகிஸ்தான் அரசியல்வாதிகளிடையே ஐ.எஸ்.ஐக்கு மிகப்பெரிய மதிப்பும் மரியாதையும் உருவாக இத்தகைய திடீர்க் காரியங்கள் பேருதவி புரிந்திருக்கின்றன என்பதை மறுக்க முடியாது. சிலவற்றைப் பார்க்கலாம்.

ஹுசைன் இமாம் முபாரக் *(Hussain Imam Mabruk)* என்றொரு லிபியாக்கார ராணுவ அதிகாரி ஜியா காலத்தில் பாகிஸ்தானில் இருந்தார். பாகிஸ்தானில் இயங்கிவந்த லிபிய தூதரகத்தில் அவருக்கு போஸ்டிங் ஆகியிருந்தது. பொதுவாக தூதரகங்களில் பணிபுரிய வருபவர்களை முதலில் கொஞ்சநாள் கண்காணிப்பது எல்லா உளவுத்துறைகளுக்குமே உள்ள ரொட்டீன் பணி.

மேற்படி இமாம் முபாரக் வந்து சேர்ந்து தன் உத்தியோகத்தைத் தொடங்கிய நாளாக ஐ.எஸ்.ஐயின் இரு உளவாளிகள் அவரைப் பின் தொடர்ந்துகொண்டிருந்தார்கள். அசப்பில் படு ஜெண்டில்மனாகவும் அமைதியாகப் பேசுபவராகவும் மரியாதை தெரிந்தவராகவும்தான் அவர் இருந்தார். ஆனாலும் அந்த இரு

உளவாளிகளுக்கு எங்கோ மீட்டர் உதைத்தது. அந்த இமாமை ரெகுலராகச் சந்திக்கும் நபர்களில் இரண்டு பேர் அவர்களுக்கு மிகவும் வித்தியாசமாகத் தெரிந்தார்கள். முக ஜாடையைக் கொண்டு பார்த்தால் அவர்கள் பாகிஸ்தானியர்கள் போலவே தெரிந்தது. ஆனால் அவர்கள் பாகிஸ்தான் அரசில் எந்த உத்தியோகத்திலும் இருப்பவர்களாகத் தெரியவில்லை. வாரம் இரண்டு அல்லது மூன்று முறையாவது ரெகுலராக இமாம் வீட்டுக்கு வந்து சந்திப்பதும் விடைபெறும்போது மரியாதையாக வணங்கிவிட்டுப் போவதுமாக இருந்தார்கள்.

எதிர் டீக்கடையில் உட்கார்ந்து நோட்டம் பார்த்திருப்பார்கள் போலிருக்கிறது. ஒரு நாள் அப்படி வந்து போன இரண்டு பேரையும் ஃப்ளாஷ் போடாமல் போட்டோ பிடித்துக்கொண்டு போய் ப்ரிண்ட் போட்டு எடுத்துக்கொண்டார்கள். கிரிமினல் கேடிகள் பட்டியல், கடத்தல்காரர்கள் பட்டியல், தீவிரவாதிகள் பட்டியல், பாஸ்போர்ட் மோசடிப் பேர்வழிகளின் பட்டியல் என்று அத்தனை பட்டியலிலும் உள்ளவர்களுடன் ஒப்பிட்டுப் பார்த்தார்கள்.

தன் முயற்சியில் சற்றும் மனம் தளராத விக்கிரமாதித்தன்களாக அவர்கள் இருந்தபடியால் ஒருவழியாக அந்த இரண்டு பாகிஸ்தானியர்களும் ஜியா ஆட்சிக்கு வந்த புதிதில் பாகிஸ்தானிலிருந்து நாடு கடத்தப்பட்டவர்களின் பட்டியலில் இருந்ததைக் கண்டுபிடித்தார்கள்.

நாடு கடத்தப்பட்ட அந்த இரண்டு பேரும் லிபியாவுக்குச் சென்று அங்குள்ள தீவிரவாத இயக்கம் ஒன்றில் சேர்ந்து போர்ப்பயிற்சி பெற்றிருக்கிறார்கள். பாகிஸ்தானில் ஜியா உல் ஹக்கின் ஆட்சியைக் கலைத்துவிட்டு எப்படியாவது மீண்டும் புட்டோவின் பாகிஸ்தான் மக்கள் கட்சியை ஆட்சியில் அமர்த்தவேண்டும் என்பதை லட்சியமாகக் கொண்டு, அதற்காக உழைக்கத் தொடங்கியிருக்கிறார்கள்.

ஆனால் எப்போது மீண்டும் பாகிஸ்தானுக்குத் திரும்பிவந்தார்கள்?

அதுதான் தெரியவில்லை. அடுத்த முகூர்த்தத்தில் அந்த இரண்டு பேர் மேற்படி லிபிய தூதரக அதிகாரியைச் சந்தித்துவிட்டுத் திரும்பும்போது வாசலில் வைத்தே கைது செய்துவிட்டார்கள்.

யார், என்ன, ஏது என்று விசாரித்தபோது பெப்பெப்பே என்று விழித்தவர்களை இரண்டு தட்டு தட்டியதும் இந்த விஷயங்கள் அனைத்தும் வந்துவிட்டன.

ஜியாவுக்கு எதிராக ஒரு புரட்சியா? கனவில் கூடச் சாத்தியமில்லை! விஷயம் வெளியே தெரிந்தால் மிகப்பெரிய பிரச்னை ஆகும். ஏனெனில் சம்பந்தப்பட்ட லிபிய அதிகாரி, தம் அரசின் அனுமதியுடன் இந்தப் புரட்சி நடவடிக்கைகளுக்கு ஆதரவாக இருக்கிறாரா, அல்லது தனியாவர்த்தனமா என்று தெரியவேண்டும் முதலில். அது இல்லாமல் அவரை நாட்டை விட்டு வெளியேறச் சொன்னால் இரு நாட்டு உறவுகள் கெடும்.

இதையெல்லாம் யோசித்த ஐ.எஸ்.ஐ. அதிகாரிகள் அந்த அதிகாரியை அடுத்து அலசிப் பிழிய ஆரம்பித்தார்கள். அவரது ஜாதகத்தைத் தெரிந்துகொள்ள லிபியாவுக்கே ஆள் அனுப்பி புலனாய்வு செய்தார்கள். இறுதியில், லிபிய அரசுக்கும் அந்தப் புரட்சிக் கனவு நாயகர்களுக்கும் எந்தத் தொடர்பும் இல்லை என்பதும் இமாம்ஜி தன் சொந்த விருப்பத்தில் அவர்களுக்கு ஏதோ உதவி செய்துகொண்டிருக்கிறார் என்பதும் தெரியவந்தது.

விஷயம் வந்த மறுநாள் இரவு அந்த லிபிய ராணுவ அதிகாரியை அவரது வீட்டில் சந்தித்தார்கள். இருபத்தி நான்கு மணிநேரம் அவகாசம். பதவியை ராஜிநாமா செய்துவிட்டு ஓடிவிட வேண்டியது. இல்லாவிட்டால் ஜியா ஆட்சியில் உளவுத்துறைக்கு என்னென்னவெல்லாம் சாத்தியம் என்கிற விவரப்பட்டியலை வேண்டுமானால் அனுப்பிவைக்கிறோம்.

அதற்குமேல் என்ன செய்யமுடியும்? கையும் களவுமாக அகப்பட்ட அந்த அதிகாரி, மேற்கொண்டு இன்னொரு நாள் அவகாசம் கேட்டுக்கொண்டு கிளம்பிப் போய்விட்டார். பிடிபட்ட இரண்டு பாகிஸ்தானிகளும் அதன்பின் என்ன ஆனார்கள் என்று ஆண்டவனுக்கும் தெரியாது. அநேகமாக கொலை செய்யப்பட்டிருக்கக் கூடும் என்று நம்பப்படுகிறது.

இந்த விஷயத்தை ஐ.எஸ்.ஐ. உடனடியாக ஜியாவிடம் சொல்லவில்லை. காரியம் முழுவதையும் முடித்துவிட்டு, அந்த இரு புரட்சியாளர்களையும் ஒழித்துவிட்டு, அனைத்தையும் ஒரு

ரிப்போர்ட்டாக எழுதி அதிபருக்கு அனுப்பிவிட்டார்கள். 'அடடே, அப்படியா? டூ பேட்' என்று சொல்லிவிட்டுப் போய்விட்டார் ஜியா.

–

ஆப்கன் - சோவியத் யுத்த காலத்தில் ஐ.எஸ்.ஐக்குப் பெரிய தலைவலியாக இருந்த விஷயம் கள்ள மார்க்கெட் ஆயுத வியாபாரம். பத்து வருஷ யுத்தம் அல்லவா? என்னென்ன வகையிலெல்லாம் சம்பாதிக்க முடியுமோ, அதிலெல்லாம் முத்திரை பதிக்க சம்பந்தப்பட்ட துறைகள் சார்ந்த அத்தனை பேரும் போட்டி போட்டுக்கொண்டிருந்தார்கள்.

ஐ.எஸ்.ஐக்கு இந்த இடைத்தரகர்களும் கள்ள வியாபாரிகளும் பெரிய இடைஞ்சல். அவர்கள் சி.ஐ.ஏ வழியே அமெரிக்க ஆயுதங்களை இறக்குமதி செய்து அதைத்தான் முஜாஹிதீன்களுக்கு அனுப்பிக்கொண்டிருந்தார்கள். கோடிக்கணக்கான பணம் சம்பந்தப்பட்ட விஷயம் இது.

ஆனால் யுத்த களத்தில் சி.ஐ.ஏ. அனுப்பாத, ஆனால் அமெரிக்கத் தயாரிப்புகளை நிறைய பார்க்க முடிந்தது. யார் இடையில் புகுந்து விளையாடுகிறார்கள் என்று தெரியவில்லை. இதன் அர்த்தம் என்னவென்றால், முஜாஹிதீன்களுக்கு ஐ.எஸ்.ஐ. வழியே அனுப்பப்படும் அமெரிக்க ஆயுதங்கள் வழியில் எங்கோ தடுக்கப்பட்டு, அவற்றுக்கு பதிலாக கள்ள சரக்குகள் போர்க்களத்துக்கு அனுப்பப்பட்டுக்கொண்டிருந்தன என்பதுதான்.

என்னவாவது செய்து இந்த நெட் ஒர்க்கைக் கண்டுபிடித்து உடைத்துவிடவேண்டும் என்று முடிவு செய்தது ஐ.எஸ்.ஐ. என்ன செய்யலாம்? இது யார் யாருக்கெல்லாம் சாத்தியம்?

கண்டிப்பாக பாகிஸ்தானியர்களுக்கோ, ஆப்கனிஸ்தானியர்களுக்கோ, அமெரிக்க கள்ள ஆயுதங்கள் கிடைக்க வாய்ப்பில்லை. வேறு யாருக்குக் கிடைக்கக்கூடும்? ஒரே சாத்தியம், பாகிஸ்தான் அல்லது ஆப்கனில் வசிக்கும் அமெரிக்கர்களுக்கு. அமெரிக்கர்கள்தான், அமெரிக்காவில் உள்ள தம் நெட் ஒர்க் மூலமாக ஆயுதங்களைத் தருவித்து நடுவே ஒரு பைபாஸ் போட முடியும் என்று ஐ.எஸ்.ஐ. நினைத்தது.

ஆனால் வெறும் சந்தேகத்தின் அடிப்படையில் எந்த அமெரிக்கரைக் கைது செய்தாலும் அமெரிக்கா கோபித்துக்கொள்ளக்கூடும். எனவே, கையும் களவுமாக மட்டுமே பிடித்தாக வேண்டும். என்ன செய்யலாம்?

பாகிஸ்தானில் வசிக்கும் அமெரிக்கர்களின் முழுப்பட்டியலை எடுத்துக்கொண்டார்கள். ஒவ்வொருவரையும் கண்காணிக்க ஒரு ஐ.எஸ்.ஐ. உளவாளி அனுப்பப்பட்டார். தேசம் முழுதும். படு ரகசியமாக நடந்த காரியம் இது.

சல்லடை போட்டுத் தேடித் துழாவியதற்குப் பலனாக இரண்டு பேரை வட்டமிட முடிந்தது. ஒருவர் (இவர் பெயர் வெளியிடப்படவில்லை) இஸ்லாமாபாத்தில் வசித்துக் கொண்டிருந்தவர். அடிக்கடி எதற்கோ ராவல்பிண்டிக்குப் போய்வந்துகொண்டிருந்தார். அப்படி ஒரு சமயம் அவர் ராவல்பிண்டிக்குப் போகும்போது பின் தொடர்ந்த உளவாளிகள், ஒரு கச்சடாவான ஏரியாவில் அவர் தம் காரை நிறுத்தி நம்பர் ப்ளேட்டை மாற்றி வேறு நம்பர் ப்ளேட்டுடன் பயணத்தைத் தொடர்வதைக் கண்டதும், மண்டையில் பொறிதட்டி, குறுக்கே பாய்ந்து மடக்கினார்கள்.

என்ன ஏது என்று பதறியவரை சமாதானப்படுத்தி, கோலி சோடா வாங்கிக்கொடுத்து, உண்மையைச் சொல், நீ என்ன செய்கிறாய் என்று கேட்டார்கள்.

‘நானா! பிசினஸ் அல்லவா செய்கிறேன்?’

‘நம்பர் ப்ளேட் பிசினஸா?’

அவர் திருதிருவென்று விழித்தார். அவரது காரைப் பரிசோதித்ததில் உள்ளே சில ஆயுதங்கள் இருந்தன. டிக்கியில் மேலும் ஒரு மூட்டை ஆயுதங்கள். அத்தனையும் அமெரிக்கச் சரக்கு. கள்ளச் சரக்கு.

‘என்ன இதெல்லாம்? வெங்காய மூட்டையா?’

அவர் ஒப்புக்கொண்டார். பிடித்து உள்ளே போட்டுவைத்தார்கள் - கொஞ்ச காலத்துக்கு.

இன்னொரு பிரகஸ்பதி பாகிஸ்தானில் இயங்கிவந்த அமெரிக்கன் இண்டர்நேஷனல் பள்ளியில் ஆசிரியராகப் பணியாற்றிக்கொண்டிருந்தவர். அவர் பெயர் *Eugene Clegg*. ஒரு சில வருடங்களாகத்தான் பாகிஸ்தானில் வசித்து வந்தார். பள்ளிக்கூட வாத்தியார் உத்தியோகம் முழு நேரம். ஆயுதக் கடத்தல் பகுதி நேரம். அட கிரகச்சாரமே என்று தலையில் அடித்துக்கொண்டு அவரையும் பிடித்து உள்ளே போட்டார்கள். ஆனால் விஷயத்தை அத்தோடு மூடிவிட்டார்கள். போர்க்காலத்தில் இதையெல்லாம் வெளியே சொல்லி அரசாங்கங்களுக்கு தர்ம சங்கடம் உண்டாக்க வேண்டாம் என்கிறபடியால்.

பின்னால் யுத்தமெல்லாம் முடிந்து, மகிழ்ச்சிக் கொண்டாட்டங்கள் நிறைவடைந்தபிறகு மேற்படி இரண்டு கள்ள வியாபாரிகளையும் விடுவித்து அமெரிக்காவுக்கு அனுப்பிவைத்தார்கள்.

–

இந்தக் கதை படு சுவாரசியமாக இருக்கும். இஸ்லாமாபாதில் உள்ள ஓர் இந்தியப் பள்ளிக்கூடத்தில் அழகான, ஸ்மார்ட்டான, இளமைத் துடிப்பும் எப்போதும் புன்னகையும் கொண்ட இந்தியப் பெண் ஒருவர் உத்தியோகம் பார்த்துக்கொண்டிருந்தார். பிராந்தியத்தில் அவர் நடந்துபோனால் பார்த்து ரசிக்காதவர்களோ, பழகத் துடிக்காதவர்களோ இருக்கமுடியாது.

பெரும்பாலும் இந்தியத் தூதரக அதிகாரிகள் மற்றும் ஊழியர்களின் பிள்ளைகள் படிக்கும் பள்ளிக்கூடம் அது. இம்மாதிரியான பள்ளிக்கூடங்களை, அங்கு பணியாற்றுபவர்களை, பொதுவாகவே அயல் தேசத்து தூதரக ஊழியர்களை அவ்வப்போது கண்காணித்துக்கொண்டேதான் இருப்பார்கள்.

அப்படியொருரொட்டீன்செக்கப்பில்மேற்படிஅழகுப்பெண்ணின் தருணம் வர, அவரைப் பின் தொடர்ந்த ஐ.எஸ்.ஐ. உளவாளி, அவர் அடிக்கடி இஸ்லாமாபாத்தில் உள்ள ஒரு பணக்கார ஹோட்டலுக்குப் போவதை கவனித்தார். பொதுவாக, பள்ளிக்கூட உத்தியோகஸ்தர்கள் அடிக்கடி போகக்கூடிய பட்ஜெட்டுக்கு உட்பட்ட ஹோட்டல் இல்லை அது. எனவே சந்தேகம் வந்தது.

ஹோட்டலுக்குள்ளே அவரைப் பின் தொடர்ந்து போய் கண்காணித்ததில், அங்கே அவர் ரெகுலராக ஒரு பாகிஸ்தானியருடன் அமர்ந்து பேசி, சிரித்து, சாப்பிட்டுப் பிரிவதைப் பார்த்தார்கள்.

இந்தியப் பெண், பாகிஸ்தானி ஒருவரைக் காதலிக்கிறாரோ என்று முதலில் நினைத்தார்கள். எதற்கும் கொஞ்சம் கிளறிப்பார்க்கலாம் என்று அந்தப் பெண்ணைப் பின் தொடர்வதை விட்டுவிட்டு, அந்த பாகிஸ்தானி வாலிபர் யார் என்ன என்று ஆராயத் தொடங்கினார்கள்.

அதைக் கண்டுபிடிப்பது ஒரு கஷ்டமா? இரண்டு தினங்களிலேயே விவரம் தெரிந்துவிட்டது. அவன் ஒரு இஞ்சினியர். ஓஹோ. அப்படியென்றால் காதலாகத்தான் இருக்கமுடியும் என்றுதான் அப்போதும் நினைத்தார்கள்.

எதற்கும் இருக்கட்டுமென்று இஞ்சினியரின் பயோ டேட்டாவைப் பீறாய்ந்து வரச் சொல்லி ஆள் அனுப்பியதில் அவன் முன்னர் வேலை பார்த்த இடங்களின் பட்டியல் கிடைத்தது. மின்சார வாரியம், பிறகு ஏதோ தனியார் நிறுவனம், இன்னொரு தனியார் நிறுவனம், அப்புறம் அட, இதென்ன.. பாகிஸ்தான் அணு ஆய்வு மையத்தில் கொஞ்சநாள் உத்தியோகம் பார்த்திருக்கிறானா? பேஷ் பேஷ்.

மூளைக்குள் மின்னல் வெட்டியது. உடனே அந்த இந்தியப் பெண்ணின் வீட்டுக்குப் போய் நெற்றிப் பொட்டில் துப்பாக்கி வைத்துவிட்டார்கள். உண்மையைச் சொல். நீ யார்?

அதற்குமேல் உண்மையைத் தவிர வேறு என்ன சொல்லமுடியும்? அவர் ஓர் இந்திய உளவாளி. Research and Analysis Wing என்கிற 'ரா'வுக்காக ராவும் பகலும் பணியாற்றுபவர்.

இந்த விஷயம் சர்வதேச மீடியா முழுவதும் நாறியது. இந்தியா கடுமையாக மறுத்தும் யாரும் நம்பவில்லை. பிறகு மறுப்பின் வேகம் குறைந்து தேய்ந்துவிட்டது.

கதை இந்த இடத்தில் முடியவில்லை. ஐ.எஸ்.ஐயின் ஏஜெண்டுகள் தொடர்ந்து அந்தப் பெண்ணிடம் பேசிக்கொண்டிருந்தார்கள்.

பார், நீ அகப்பட்டுக்கொண்டதும் உன் தேசம் உன்னை த்ராட்டில் விட்டுவிட்டது. நாங்கள் சொல்வதைக் கேள். எங்களுக்காக நீ உத்தியோகம் பார். இன்னும் சௌக்கியமாக இருக்கலாம். உன்னிடம் திறமை இருக்கிறது. எதையும் சாதித்துவிடுவாய் என்று தெரிகிறது. என்ன சொல்கிறாய்?

அந்தப் பெண் ஒப்புக்கொண்டதுதான் இதில் வரும் இரண்டாவது கிளைமாக்ஸ். இஸ்லாமாபாதில் உள்ள இந்தியத் தூதரகத்தில் ஐ.எஸ்.ஐயின் சார்பில் உளவு பார்க்கும் பொறுப்பை அவர் ஏற்று, கொஞ்சகாலம் வெற்றிகரமாகச் செயல்பட்டு, பிரசித்தி பெற்ற டபுள் ஏஜெண்ட் ஆனார். பிறகு விஷயம் வெளியே வந்தது. அப்புறம் அந்தப் பெண் என்ன ஆனார் என்று யாருக்கும் தெரியாது. இம்மாதிரியான விஷயங்களின் கிளைமாக்ஸ் காட்சியைப் பொதுவாக எந்த உளவு அமைப்பும் வெளியே கசிய விடாது. அதெல்லாம் மக்கள் யூகத்துக்கு.

–

நம் ஊரில் ஜனவரி 26 அன்று குடியரசு தின பரேடு நடப்பது போல வருடம் தோறும் மார்ச் 23ம் தேதி பாகிஸ்தானில் 'பாகிஸ்தான் தினம்' கொண்டாடப்படும். ராணுவ அணிவகுப்புகள், கலை நிகழ்ச்சிகள், மேள தாளங்கள் அமர்க்களப்படும். அன்றைய தினம் தான் ராணுவத்துக்கு வாங்கப்பட்ட புதிய ஆயுதங்கள், வாகனங்களின் அணிவகுப்பும் இருக்கும்.

அப்படியொரு மார்ச் 23ம் தேதி அதிகாலை இந்திய - பாகிஸ்தான் எல்லையை அத்துமீறிக் கடக்க முயன்ற இரண்டு பேரை பாகிஸ்தான் எல்லைக்காவல் படை கைது செய்து ஐ.எஸ்.ஐயிடம் ஒப்படைத்தது. ஐ.எஸ்.ஐக்கு அந்த ஆள்களைப் பார்த்ததுமே அடையாளம் தெரிந்துவிட்டது.

அடடே, நமது இந்திய நண்பர்கள். எத்தனை முறை கைதாகி, விடுதலையாகியிருக்கிறார்கள்! இன்னும் நீங்கள் 'ரா'வுக்கு உளவு பார்ப்பதை நிறுத்தவில்லையா? அந்த இருவரில் ஒருவன் பெயர் இல்மோ. இந்திய உளவு அமைப்பின் நீண்டநாள் ஊழியன். ஐ.எஸ். ஐக்கு அவனது ஜாதகமே அத்துபடி. ஏனப்பா இப்படி அடிக்கடி வந்து மாட்டிக்கொள்கிறாய்? இப்போது எதற்கு வந்திருக்கிறாய்?

பாகிஸ்தான் உளவுத்துறையில் ஒரு வழக்கம் உண்டு. எதிரி தேசத்து உளவாளிகள் மாட்டி, அவர்கள் உண்மையான காரணத்தைச் சொல்லிவிட்டால் நீண்டநாள் சிறையில் போட்டு வாட்டமாட்டார்கள். எப்படியாவது அவர்களை டபுள் ஏஜெண்ட் ஆக்கத்தான் முதலில் முயற்சி செய்வார்கள்.

இது தெரிந்த இல்மோ, தன் விதியை நொந்தபடி பாகிஸ்தான் தின அணிவகுப்பில் என்னென்ன புதிய ராணுவ வாகனங்கள், ராக்கெட்டுகள் அணிவகுக்கின்றன என்று கவனித்து ரிப்போர்ட் அனுப்ப வந்தேன் என்று உண்மையைச் சொல்லிவிட்டான்.

ஐ.எஸ்.ஐ. ஆபீசர்கள் தம் வழக்கப்படி உனக்கு தண்டனை வேண்டுமா? தப்பிக்க வேண்டுமா என்று கேட்டார்கள்.

தப்பித்தல்தான் என்றான் இல்மோ. எனில், நாங்கள் சொல்லும் பட்டியலைப் போய் உங்கள் 'ரா'வில் சொல்லு. மாற்றிச் சொன்னால் மகனே தொலைந்தாய் என்று இல்லாததும் பொல்லாததும் இந்தியாவின் வயிற்றில் புளியைக் கரைக்கக்கூடியதுமான அதி நவீன ஆயுதங்கள் அன்றைக்கு அணிவகுத்ததாக அவர்களே ஒரு ரிப்போர்ட் எழுதி சீல் பண்ணி அவன் கையில் கொடுத்தார்கள்.

இதை அனுப்பு. என்ன ஆகிறதென்று பார்க்கலாம் என்று சொன்னார்கள். இல்மோ அனுப்பினான். இந்தியா கவலைப்பட்டு கொஞ்சநாள் தீவிர பாகிஸ்தான் எதிர்ப்பு அறிக்கைகளெல்லாம் விட்டுக்கொண்டிருந்தது. அடுத்தடுத்து இந்தியா அனுப்பிய பல உளவாளிகள் ஐ.எஸ்.ஐயால் பிடிபட்டு, இம்மாதிரி பொய்த்தகவல்களைத் தொடர்ந்து அனுப்ப இல்மோ கணிசமாக உதவ வேண்டியிருந்தது.

ஒரு விஷயம். இம்மாதிரி நடவடிக்கைகள் இந்தியத் தரப்பிலும் உண்டு. உலகின் அத்தனை மூலைகளிலும் உண்டு என்பதையும் இங்கே சொல்லிவிட வேண்டும்.

–

சிறு வெற்றிகளைப் போலவே சிறு தோல்விகளும் அவ்வப்போது ஐ.எஸ்.ஐக்கு ஏற்பட்டிருக்கின்றன. எல்லாமே அபத்தமான கோட்டைவிடல் நடவடிக்கைகள்தான்.

ஒரு உதாரணம் பார்க்கலாம். 1981ம் ஆண்டு லிபியாவிலிருந்து ஒரு செக்யூரிடி ஏஜென்சியின் அதிகாரிகள் பாகிஸ்தானுக்கு வந்தார்கள். அல் முர்தாசா அசோசியேட்ஸ் என்பது அந்த செக்யூரிடி ஏஜென்சியின் பெயர். லிபியாவில் புகழ்பெற்ற பெயர் அது. அரசு அனுமதியுடன் முறைப்படி விசாவுக்கு அப்ளை செய்து, பெற்று, பாகிஸ்தானுக்கு வந்து தங்கள் ஏஜென்ஸிக்கு ஆளெடுக்க விண்ணப்பித்திருந்தார்கள் அவர்கள்.

லிபிய செக்யூரிடி ஏஜென்சி அல் முர்தாசாவில் சேருங்கள். நீங்கள் கற்பனை செய்யமுடியாத சம்பளம் என்று நாடெங்கும் விளம்பரம் செய்தார்கள். முன்னாள் ராணுவ வீரர்கள், முன்னாள் போலீஸ்காரர்களுக்கு முன்னுரிமை என்றும் சொன்னார்கள்.

ஆயிரக்கணக்கான பாகிஸ்தானியர்கள் அதை நம்பி அந்த செக்யூரிடி ஏஜென்சியின் அதிகாரிகளிடம் இண்டர்வியூவுக்குப் போனார்கள். தினசரி நூற்றுக்கணக்கானவர்களை இண்டர்வியூ செய்யவேண்டியது. உடனே அப்பாயின்மெண்ட் ஆர்டர் கொடுத்து, விமானம் ஏற்றிவிட வேண்டியது.

இது ஒருநாள், இரண்டு நாள் என்றால் பரவாயில்லை. மாதக்கணக்கில் தினமும் நூறு பேர் என்பது ஐ.எஸ்.ஐக்கு லேசான சந்தேகத்தைக் கொடுத்தது. கொஞ்சம் லேட்தான். பிறகு தோண்டிப் பார்க்க ஆரம்பித்தபோது பெரிய பூதம் வெடித்தது.

அந்த நிறுவனம், செக்யூரிடி பணிகளுக்கு ஆள் எடுக்கவில்லை. லிபியாவுக்கும் எகிப்துக்கும் இடையே அப்போது அடிக்கடி எல்லைச் சண்டை ஏற்பட்டுக்கொண்டிருந்தது. லிபிய ராணுவத்தில் போதிய ஆள்பலம் இல்லை. என்ன செய்யலாம் என்று யோசித்தார்கள். இம்மாதிரி செக்யூரிடி பணி என்று சொல்லி பாகிஸ்தானில் ஆள் பிடித்து வந்து, எல்லையில் சண்டை போட அனுப்பிவிடலாம் என்று முடிவு செய்துவிட்டார்கள்.

அபத்தம்தான். ஆனால் லிபியா போன்ற தேசங்கள் எப்போது, எந்த மாதிரி முடிவுகளை எடுப்பார்கள் என்றே யூகிக்க முடியாது.

தலையில் அடித்துக்கொண்டு ஐ.எஸ்.ஐ. அந்த செக்யூரிடி ஏஜெண்டுகளை விரட்டியபோது ஏற்கெனவே சுமார் மூவாயிரம்

பேர் லிபியாவுக்கு விமானம் ஏறிவிட்டிருந்தார்கள். தொப்பையும் தொந்தியுமாக ஓய்வு பெற்ற முன்னாள் காவலர்கள் அவர்கள். லிபியாவுக்குப் போய் என்ன பாடு பட்டார்களோ?

பிறகு விசாரித்ததில், போருக்கு ஆள் அனுப்பும் காண்டிராக்டை அரசிடம் பெற்ற அந்த செக்யூரிடி ஏஜென்சி, அரசுக்கே தெரியாமல் இம்மாதிரியான நடவடிக்கையில் இறங்கிவிட்டார்கள் என்று லிபியத் தரப்பில் தெரிவிக்கப்பட்டது. அது உண்மையோ, பொய்யோ, போன 3000 பேர் செருப்படிபட்டுத்தான் பிறகு திரும்பினார்கள்.

–

நிகரற்ற தன்னம்பிக்கை, அதன் விளைவான ஆணவம், வானளாவிய அதிகாரம், பாகிஸ்தானின் நிழல் அரசாங்கம் என்கிற கித்தாப்பு - இவையெல்லாம் சேர்ந்து ஐ.எஸ்.ஐயைப் பல சந்தர்ப்பங்களில் மதி மயங்கிக் கவிழச் செய்திருக்கின்றன.

காஷ்மீருக்காக பாகிஸ்தான் நிகழ்த்திய நான்கு பெரும் யுத்தங்களின்போதும் ஐ.எஸ்.ஐயின் பணி திருப்திகரமானதாக இல்லை என்பது மிக முக்கியம். அவர்களது திட்டம் தெளிவாக இருக்கும்போது ராணுவம் சொதப்பும். ராணுவம் உஷாராக இருக்கும்போது ஐ.எஸ்.ஐ. சொதப்பும். இது மாற்றி மாற்றி நடந்திருக்கிறது.

1965 யுத்தத்தின் போது ஐ.எஸ்.ஐயின் முக்கிய மூளைகள் பல காஷ்மீர் ப்ராஜக்டிலேயே இல்லை. அவர்களெல்லாம் பாகிஸ்தான் அரசியல்வாதிகளின் தொலைபேசி அழைப்புகளை ஒட்டுக்கேட்கிற வேலையில் நியமிக்கப்பட்டிருந்தார்கள். அதனாலேயே உளவு சொதப்பியது என்று சொல்லப்பட்டது.

பேனசிர் புட்டோவை அரசியலிலிருந்து ஒழித்துக்கட்டும் முயற்சிகளில் ஐ.எஸ்.ஐ. இறங்கியபோது அதன் பல மூவ்மெண்ட்கள் அபத்தமாக வெளியே கசிந்துவிட்டன. சில பொதுக்கூட்ட மேடைகளைச் சரியச் செய்து விபத்து ஏற்படுத்த முயற்சி செய்தது கூட அப்பட்டமாகத் தெரிந்தது. எல்லாவற்றிலும் உச்சம், பேனசிரின் சகோதரர் ஷா நவாஸ் புட்டோவைக் கொலை

செய்தது. 1985ல் இந்தச் சம்பவம் நடந்தது ஷா நவாஸுக்கு உணவில் விஷம் வைத்துக் கொலை செய்யும் திட்டத்தை ஐ.எஸ்.ஐ. வடிவமைத்தது.

இது ஐ.எஸ்.ஐக்குள்ளேயே இருந்த பாகிஸ்தான் மக்கள் கட்சியின் உளவாளி யார் மூலமாகவோ வெளியே தெரிந்துவிட, கட்சிக்காரர்கள் அத்தனைபேரும் கலவரத்தில் இறங்கினார்கள்.

இந்தக் கொலையின் மூலம் பேனசிரைத் தீவிர அரசியலிலிருந்து ஒதுங்கியிருக்கச் செய்யலாம் என்று நினைத்துச் செய்த காரியம், அவரை மேலும் தீவிரமான அரசியல்வாதியாக்கிவிட்டது.

கடைசி வரை தனக்கும் இந்தக் கொலைக்கும் தொடர்பில்லை என்றுதான் ஐ.எஸ்.ஐ. சாதித்தது. அதை பாகிஸ்தான் மக்களே நம்பவில்லை.

மக்கள் நம்பாத இன்னொரு விஷயம், தீவிரவாதத்துக்கு எதிரான யுத்தத்தில் பாகிஸ்தான் சார்பில் ஐ.எஸ்.ஐ. செலுத்திய பங்களிப்பு.

திடீர் திடீரென்று நிறைய தீவிரவாத முகாம்கள் அழிக்கப்பட்டதாக நாளிதழ்களில் புகைப்படங்கள் வெளியாகும். பற்றியெறியும் கூடாரங்களின் படங்கள் அவை. ஆனால் கைது செய்த தீவிரவாதிகளின் புகைப்படம் ஒன்றைக்கூட வெளியிட மாட்டார்கள்.

இது பாகிஸ்தான் மக்கள் தொடங்கி, அமெரிக்க அதிபர் வரை அத்தனை பேருக்குமே சந்தேகத்தைக் கொடுத்தது. ஆப்கன் யுத்தம் முடிந்தபிறகு ஒரு சமயம் அமெரிக்க அதிபர் வெளிப்படையாகவே சொன்னார். பாகிஸ்தானிடம் இன்னும் தீவிரம் எதிர்பார்க்கிறேன். நாங்கள் இன்னும் முழுத்திருப்தி அடையவில்லை.

மதிப்புக்குரிய முஷரஃப் இதனால் கவலை கொள்ள, ஐ.எஸ்.ஐ. அமெரிக்காவைத் திருப்திப்படுத்த என்ன செய்யலாம் என்று மிகத் தீவிரமாக யோசித்து, பழைய கேடி கிரிமினல்கள், பிளேடு பக்கிரிகள், சாராய வியாபாரிகளையெல்லாம் பிடித்து, பாகிஸ்தான் தீவிரவாதிகள் என்று பட்டியல் தயாரித்து அனுப்பிவிட்டது.

இந்த நடவடிக்கை, அமெரிக்க அரசுக்குச் சற்று கோபம் தணித்தாலும் உள்ளூர் பாகிஸ்தானியர்கள் கொக்கரித்துச் சிரித்துவிட்டார்கள். இதென்ன அபத்தம் என்று தலையில் அடித்துக்கொண்டார்கள்.

சி.ஐ.ஏ. இதனை மோப்பம் பிடித்து ஐ.எஸ்.ஐக்கு எச்சரிக்கை விட, அவசர அவசரமாக லஷ்கர் ஏ தொய்பாவின் ஆதி தலைவர் ஹஃபீஸ் முஹம்மது சயீதை இஸ்லாமாபாதில் வைத்துக் கைது செய்து போட்டோ பிடித்து பத்திரிகைகளுக்கு அளித்தார்கள்.

காரணம் கேட்டால், அவர் அரசுக்கு எதிரான பேச்சுகளைப் பேசினார் என்று உள்ளூரில் சொல்லிவிட்டு, லஷ்கர் தலைவரையே கைது செய்துவிட்டோம் பார்! எங்களைப் போயா சந்தேகப்படுகிறாய்? என்று அமெரிக்காவிடம் கேட்டார்கள்.

ஹஃபீஸ் மறந்தும்கூட பாகிஸ்தானுக்கு எதிரான ஒரு சொல்லையும் உதிர்ப்பவரல்லர். அவரை நன்கு அறிந்த பாகிஸ்தான் மக்கள் மத்தியில் இந்நடவடிக்கை மிகுந்த கசப்புணர்வை உருவாக்கியது. பலத்த கண்டனங்களுக்கிடையே ஹஃபீஸை நீதிமன்றத்துக்கு அழைத்துச் சென்றது ஐ.எஸ்.ஐ. நீதிமன்றம் அவரை விடுவித்துவிட்டது.

சொன்ன குற்றச்சாட்டு என்ன? அரசுக்கு எதிரான பேச்சு. எப்போது? எங்கே? என்ன ஆதாரம்? அப்படியேதும் இல்லை. எனவே விடுதலை என்று சொல்லிவிட்டார்கள்.

திருதிருவென்று விழித்தது ஐ.எஸ்.ஐ. போதிய இடைவெளியில் மீண்டும் ஹஃபீஸைக் கைது செய்து மீண்டும் நீதிமன்றத்துக்கு அழைத்துச் சென்றார்கள். அவர் மீண்டும் விடுதலை ஆகிப் போனார். பதற்றத்தில் ஸ்டேட் பாங்க் ஆஃப் பாகிஸ்தானில் இருந்த லஷ்கரின் கணக்குகள் அனைத்தையும் முடக்கும்படி உத்தரவு வாங்கிப் போட்டார்கள். என்னவாவது செய்து அமெரிக்காவிடம் நல்ல பெயர் வாங்கிவிட வேண்டும் என்கிற முஷரஃபின் தவிப்பைத்தான் கடந்த ஏழாண்டுகால ஐ.எஸ்.ஐயின் நடவடிக்கைகள் பிரதிபலிக்கின்றன.

பாகிஸ்தானில் இதனாலெல்லாம் ஐ.எஸ்.ஐக்கு இருந்த ஹீரோ இமேஜ் படிப்படியாகக் குறைந்து வருவதாகச் சொல்லப்படுகிறது. ஜீரோ ஆவதும் மீண்டும் ஹீரோ ஆவதும் ஐ.எஸ்.ஐக்குப் புதிதல்ல. என்ன திட்டினாலும், தலையில் தூக்கிவைத்துக் கொண்டாடினாலும், தள்ளிவிட்டாலும், எட்டி உதைத்தாலும் மீண்டும் எழுந்து நின்று மல்லுக்கட்டும் துணிவும் தெம்பும் கொண்ட அமைப்பு அது.

ஐ.எஸ்.ஐ.யின் ஒத்துழைப்பில்லாமல் பாகிஸ்தானில் யாருமே ஆளமுடியாது என்று சொல்லுவார்கள். தான் இல்லாவிட்டால் பாகிஸ்தானே இல்லை என்பதாகத்தான் அந்த அமைப்பு இதற்கு அர்த்தம் எடுத்துக்கொண்டிருக்கிறது.

www.ingramcontent.com/pod-product-compliance
Ingram Content Group UK Ltd.
Pitfield, Milton Keynes, MK11 3LW, UK
UKHW042019190726
13854UKWH00005B/2371